VĂN MINH GỞI CÁT BỤI VỀ MAI SAU

NHIỀU TÁC GIẢ

VĂN MINH GỞI CÁT BỤI VỀ MAI SAU

Tuyển tập Cảm Niệm Thi Sĩ
NGUYỄN ĐỨC SƠN

LOTUS MEDIA

VĂN MINH GỞI CÁT BỤI VỀ MAI SAI

Tuyển Tập Cảm Niệm Thi Sĩ Nguyễn Đức Sơn

Nhóm Kết Tập:
An Trú, Nguyên Không, Tâm Thường Định, Quảng Hạo,
Nguyễn Lê Trung Hiếu, Nhuận Pháp, Lặng Yên,
Nguyễn Đức Thịnh & Uyên Nguyên

Bìa và trình bày: Hoa Đàm

ISBN: 9798657737998

Lotus Media xuất bản tháng Sáu, 2020

Mục Lục

LỜI THƯA

Tuyển tập, chính, không nhằm ca tụng một nhân cách thi văn Việt Nam đã lưu danh sử thế, một thế hệ văn nhân tiền bối phùng thời hay tương phùng;

Tuyển tập chỉ cốt chia sẻ và dành tặng cho một hoặc nhiều thế hệ hiện tại và mai sau, còn những lòng son với tiếng Mẹ, trong lẫn ngoài nước;

Vì đặc biệt thủy chung, bằng tâm nguyện dắt dìu nhau tìm về suối nguồn văn hóa dân tộc, mà hôm nay mỗi anh chị em áo Lam đang đóng vai là một thầy cô giáo Việt ngữ dưới mái Chùa, ít nhiều một lần đang tắm gội trong mạch dòng Văn học Phật giáo như thế, thâm trầm, nhưng đủ sức dâng lên những đợt hải triều;

Hoa Đàm số 11, chủ đề tưởng niệm Thi Sĩ Nguyễn Đức Sơn ra đời tháng Sáu, 2020, với cảm niệm Người vừa khuất Núi, và cảm ơn bao lòng người hôm nay, chí đến những người mai sau;

Thành tâm biết ơn sự khích lệ và đóng góp bài vở, hình ảnh của tất cả các Tác giả đã cho phép nhóm kết tập nên sách này.

Tâm Thường Định

Phượng và Sơn Núi – 1988 (Ảnh: Nguyễn Hữu)

Nhà thơ Nguyễn Đức Sơn quê gốc làng Thanh Lương, huyện Hương Trà, Thừa Thiên Huế. Ông sinh ngày 18 tháng 11 năm 1937 tại làng Dư Khánh, tỉnh Ninh Thuận. Nguyễn Đức Sơn bắt đầu công việc viết của mình với bút hiệu Sao Trên Rừng. Ông làm thơ rất sớm, và đã in ra nhiều tập thơ và truyện ngắn từ đầu những năm 1960 cho tới năm 73. Ông có bài viết đăng trên những tạp chí hay các tờ chuyên đề rất nổi tiếng của miền Nam như Thế Kỷ Hai Mươi, Khởi Hành, Bách Khoa, Sáng Tạo, Thời Tập, Thời Nay, Trình Bày, Đối Diện, Mai, Văn, Văn Nghệ.

Sơn Núi là tên gọi khi nói chuyện với bạn bè.

Nguyễn Đức Sơn và vợ Nguyễn Thị Phượng có 9 người con theo tên gọi của thiên nhiên như Thạch, Thảo, Thủy, Vân, Không, Yên, Lão, Phương Bối, Tiểu Khê.

Vợ chồng Nguyễn Đức Sơn, sống ở đồi Phương Bối, xã Lộc Châu, thành phố Bảo Lộc.

TÁC PHẨM

Tập Truyện Ngắn:

- Cát Bụi Mệt Mỏi (An Tiêm, 1968)
- Cái Chuồng Khỉ (An Tiêm, 1969)
- Xóm Chuồng Ngựa (An Tiêm, 1971)
- Ngồi Đợi Ngoài Hành Lang (chưa in)

Thơ:

- Hoa Cô Độc (Mặt Đất, 1965)
- Bọt Nước (Mặt Đất, 1966)
- Lời Ru (Mặt Đất, 1966)
- Đêm Nguyệt Động (An Tiêm, 1967)
- Vọng (An Tiêm, 1972)
- Mộng Du Trên Đỉnh Mùa Xuân (An Tiêm, 1972)
- Tịnh Khẩu (An Tiêm, 1973)
- Du Sỹ Ca (An Tiêm, 1973).

Thầy Tuệ Sỹ và nhà thơ Nguyễn Đức Sơn trên Đồi Thông Phương Bối
(Ảnh: Internet)

SƠN NÚI

Tuệ Sỹ

*trích "**Tuệ Sỹ Văn Tuyển, 3.**"*

Hương Tích Phật Việt xuấn bản, 2016

1.

Sinh ra để làm thơ, đó là Định mệnh? Hay Lịch sử? Hay cái gì nữa? Có bao nhiêu câu hỏi tương tợ như vậy, nghĩa và vô nghĩa, để chắp cánh cho ta đi tìm một bóng dáng huyền thoại của một nhà thơ, và chỉ một mà thôi? Không; không có câu hỏi nào cả. *Neti, neti, Tat tvam asi*. Không có gì cả.

Chỉ có tiếng hú, và huyền thoại của tiếng hú, trong cơn lốc quằn quại của con vượn biết mình đang tan vào lượn sóng, chồm lên hung hãn đòi hỏi phẩm chất làm người. Sóng gào thét với gió ngàn bạt đỉnh, nhận chìm tiếng hú xuống dòng xoáy của hư vô. Từ đó, loài người xuất hiện, lầm lũi bước đi trong bóng đêm u tịch, nghe sau mình tiếng vọng đuổi theo; tiếng vọng của những quá khứ đã chết, những tháng ngày bay vèo theo xác lá khô. Đâu đó, nghe ngân dài: Ôi tình yêu! Ôi vĩnh cửu?

Tiếng ngân ấy, rung lên giai điệu nhẹ nhàng, thướt tha, và cũng tha thiết. Tiếng thơ của ai? Hay của con người, chỉ một con người, đứng ôm mặt trời nóng bỏng trên đỉnh Trường Sơn. Thế rồi, thiên địa bất nhân, coi vạn vật như chó rơm, cho sinh thêm một con người nữa, để có thể hỏi: Thơ là gì, là tình yêu hay tội lỗi? Thêm một người nữa, để cho ta biết yêu, biết hận, và biết làm thơ. Ta biết làm thơ, vì ta đã phụ bạc, đã ruồng rẫy; chôn tình người xuống hố sâu tội lỗi; dựng lời thơ thành cung điện huy hoàng. Đêm đêm rừng sao mênh mông tuôn xuống lớp lớp cơn mưa châu ngọc. Giữa cơn mê sảng của giàu sang, ảo ảnh hiện hình làm quỷ sứ, gọi nhà thơ dậy, hỏi dồn và thách thức: Đâu tình yêu? Đâu vĩnh cửu? Nhà thơ nhìn lại trong lòng tay; chỉ còn một hạt cát. Trong cơn mê sảng, nó thét lên:

Hột
Thì le

Vì người đã sống, và đã đi suốt chiều dài tiến hóa; nên Thơ đã chết. Chỉ còn giai điệu lăn lóc của sỏi và cát:

Hột
Thì le

Vô nghĩa, và vô ngôn. Chỉ có sự sống trần truồng, vật vã trong nắng bức và gió rát của sa mạc. Của đam mê và hủy diệt. Của tình yêu và phản bội. Của vĩnh cửu và hư vô.

Hai mươi lăm năm rồi, từ khi tôi biết yêu; từ khi nhìn thấy ngọn cỏ gầy gục đầu dưới lớp bụi nặng trĩu ven đường, mà bỗng thấy rạo rực với những ảo ảnh chập chờn, nghe đâu đó có tiếng thì thầm: Ta yêu người vì khoảnh khắc chiêm bao.

Khi chợt tỉnh, chung quanh khói lửa ngập trời. Rồi mặt trời đỏ rực màu máu. Rồi Thái Bình Dương dậy sóng. Đi đâu hết rồi, những người tôi yêu và những người yêu tôi? Trong bóng tối của tử tù, từng khoảnh khắc tôi nghe đồng vọng tình yêu trên cao. Tình yêu đến gần, đang tô điểm phấn son, chờ phút giây hội ngộ trong yến tiệc linh đình của pháp trường cát. Tình yêu phía trước, ngân vang giai điệuprèludechậm buồn trong tay những xạ thủ:

Mai sau tắt lửa mặt trời

Tình yêu để lại phía sau, dãy hành lang hun hút, dồn dập tiết tấu Rhapsody:

Chuyện linh hồn với luân hồi có không

Rồi lật sang chương ba của bản hòa tấu, Marche funèbre:

Thái hư chừng sắp chuyển vòng
Đại dương tràn kéo núi đồng tan đi
Chúng ta giờ ước mong gì
Văn minh gởi cát bụi về mai sau...

...

2.

Sa mạc lớn dần... Thượng đế đã chết... Bởi vì con người đã chết. Một thế hệ được sinh ra, được nuôi lớn, để làm chứng cho sự sụp đổ, hoang tàn. Thần linh bỗng nhiên biến mất.

Và hình ảnh mầu nhiệm, kết tinh từ Thánh thể, cũng biến mất. Sự sụp đổ của một nền văn minh, và hoàng hôn của những thần tượng. Tôi đi tìm đâu đó hoài niệm về một quá khứ mà mình chưa từng có mặt. Bóng ma của cái quá khứ vô tri, xa lạ ấy, đã một thời ám ảnh.

Sa mạc lớn dần... Thượng đế đã chết... Từ lâu, tôi không còn nghe những âm hưởng một thời xao xuyến ấy. Không chỉ là xao xuyến, mà là sóng gió, là giông bão. Đó là những âm hưởng rung động, chấn động đầu đời. Tôi chẳng hiểu tại sao thế. Quả thật, còn nhiều điều tôi vẫn chưa hiểu. Tôi muốn nói những ẩn ngữ của thơ.

Cũng như tôi không hiểu tất cả sự huyền bí, mầu nhiệm, sự hiện hữu của một quả nho. Nhưng tôi đã từng nếm vị ngọt của nó. Nói cho thật nghịch lý, tôi chưa bao giờ biết, chưa bao giờ hiểu tôi là ai.

Nhưng tôi vẫn là tôi. Một nghịch lý không thể tránh; một nghịch lý ám ảnh không cùng, là tôi vẫn luôn tự hỏi, mỗi khi đối diện với anh: Sơn là ai nhỉ? Con người này là ai?

Anh là ai? Là một nhà thơ hiện sinh, nổi loạn, "quậy phá"?

Dưới ngòi bút phê bình, anh không thể khác đi được: hiện sinh, nổi loạn, quậy phá, du côn. Tôi cũng không nghĩ khác hơn những ảnh tượng, và những ấn tượng, mà ngòi bút có thể vẽ, có thể miêu tả. Một gã du côn, một tên phạm thánh. Và còn nhiều từ khác nữa. Nhưng làm sao có thể biết được, và cũng khó mà làm quen được, một người không đến với ta từ con đường trước mặt, hay bằng tiếng gọi từ sau lưng, mà là một cái gì đó, ở đâu đó, bỗng nhiên rơi xuống đó:

Tôi đang rơi xuống kêu cái bịch
Trên rong rêu tịch mịch
Từ muôn đời nay

Cái đó không phải là một hiện sinh; không phải là một hữu thể hay thực thể, bị ném vào đời một cách phi lý, vô nghĩa. Nó đến như là tình cờ, ngẫu nhiên. Nhưng có phải vì vậy mà nó phi lý, nó làm cho buồn nôn? Tuy thế, cái ngòi bút phê bình quả là cái gậy thần. Gõ vào những trang sách dày cộm của Sartre, những từ ngữ triết học bí hiểm nhưng lại mang nhiều ưu tư khắc khoải của Heidegger, từ những cơn thịnh nộ bốc đồng của Nietzsche; gõ vào đó và làm cho xuất hiện một hiện sinh, một con người hiện sinh biết làm thơ. Rồi người ta cảm thấy buồn nôn vì cái hiện sinh phi lý ấy, hay vì cái ngòi bút đầy quyền uy siêu nhiên ấy? Dù sao, thì một thời, người ta nói, Sơn vẫn là nhà thơ hiện sinh. Người ta nói như thế. Cũng như người ta nói "Chú Sỹ hiện sinh". Bởi vì chú thích leo cửa sổ vào buồng ngủ của Thầy hơn là đi vào bằng ngõ chính. Có điều, chú không

... rơi xuống kêu cái bịch
Trên rong rêu tịch mịch.

Anh là ai? Lần đầu tiên tôi gặp anh. Đó là sao trên rừng. Tôi không cảm thấy ba chữ này phải viết hoa. Trông có vẻ một thư sinh. Cũng hiền lành như những thư sinh khác. Hiền lành, nhưng cũng rất quậy. Một thứ quậy phá của học trò. Anh nói thơ, theo kiểu nói "sùi bọt mép". Anh cãi lý Phật pháp với sư huynh tôi, học chung một lớp. Anh cãi rất hỗn. Nhưng không hiểu sao, cho tới bây giờ, sư huynh tôi vẫn quý anh. Hình như ông không biết đến một "Sơn quậy", ông đã không đọc đoạn giữa của bài thơ, mà chỉ nhìn thấy câu đầu và mấy câu cuối:

Nhờ hồng phúc...
Tôi vẫn đang ngủ trên am mây
Với những bậc thầy

Muôn thuở trước Đoạn giữa, là một đoạn đời, hay một cuộc đời "hiện sinh"mà nay

Mà nay
Mặc dù đã có gia đình bậy bạ rồi

Rồi 35 năm sau, vật đổi sao dời; tôi từ trong bóng tối tử tù bước ra, anh từ trên núi lăn xuống. Gặp nhau giữa đống rác Sàigòn chết. Không thấy gì khác lạ. Tất nhiên là có nhiều thay đổi. Trời đất còn phải đổi thay, non sông còn phải đổi chủ, huống gì là một con người, một gã du sỹ. Cái đổi thay này thì thật là kinh khiếp. Hàng vạn tấn bom không làm cho Thái Bình Dương dậy sóng. Nhưng những bài thơ cóc ngâm, ca tụng thiên đường hạ giới, đã gây những cơn địa chấn làm sập đáy biển, đã nhuộm đỏ biển Đông, đã làm cho cây rừng gục ngã, đã làm cho mồ hôi, nước mắt tuôn ào ạt thành những cơn lũ kinh hoàng. Tôi tìm đâu một trời thơ, sau những ngày tháng đong đưa trên vực thẳm sống chết?

Ta còn giỡn nữa hay thôi
Khói bay mờ tỏa luân hồi vòng vo
Gửi về đâu một chút tro
Kèn vang lộn mửa tiếng ò í e

3.

Một cuộc đời mà ta biết; một con người mà ta quen, thủy chung, vỏn vẹn chỉ có thế. Nhưng khi người ấy làm thơ, thì khi ấy, con người thơ, và cõi mộng của thơ, là ẩn ngữ huyền nhiệm. Tôi biết, và cũng có thể chỉ là biết một cách tưởng tượng, rất nhiều người, những người làm thơ, đọc thơ, và cả những người nguyền rủa thơ; có rất nhiều người nhìn anh với cái nhìn ngạc nhiên, tò mò, như đang nhìn một vật thể lạ, rất lạ, quái lạ. Tôi nhìn anh cũng thấy rất lạ. Nhưng không lạ hơn khi tôi nhìn chính khuôn mặt mình. Cho nên, tôi thấy mình quen biết anh nhiều hơn là quen biết chính mình. Người ta hỏi tôi, Sơn là ai? Làm sao tôi trả lời được. Tôi vẫn chưa biết mình là ai. Bất quá, tôi mượn những ý tưởng có sẵn trong kho ngữ vựng triết học đông tây kim cổ, để tự giới thiệu và tự mô tả. Những ý ấy, và lời ấy, tôi biết thật sự là vô nghĩa. Dù sao, cũng vẫn cần một câu trả lời, để khẳng định hiện hữu của mình giữa cái thế giới lầm lì, hiu quạnh này. Thử hỏi: Ta là ai?

Thì ra
Ta vốn là ma

Vẽ ma dễ hơn vẽ người. Mỗi người tuy là mỗi cá thể độc lập, biệt lập; không ai giống ai. Nhưng tất cả loài người, bất kể da vàng da trắng, đều có chung những quy ước phổ quát. Không tuân thủ những quy ước, không làm sao vẽ được một hình người mà mọi người đều nhận ra đó là người. Dù vẽ theo ấn tượng, hay siêu thực, hay lập thể, vẫn có những quy ước phổ quát. Ngoài đó ra, là vẽ hình ma quái. Ấy thế, cái người mà mọi người cho là quái dị, kỳ cục; nhưng ai cũng cảm thấy mình có thể vẽ được con người ấy; vì nó là ma.

Người ta nói nó là ma. Cái bóng ma ấy chập chờn trên sa mạc. Quả vậy, tôi đang đi trên sa mạc. Đang quờ quạng trong bóng đêm rét buốt của sa mạc. Mới ban ngày đây thôi, mặt trời nóng cháy. Vì loài người đang thù ghét nhau. Thù nhau từ những phương trời mộng tưởng; đến đây để thanh toán nhau những món nợ oan cừu lịch sử gì đó. Bạn bè tôi, lớp lớp ra đi; theo nhịp bước lịch sử oai hùng. Nhưng thảy đều đi mất biệt. Không có trời đông, hay trời tây, để cho sao mọc hay sao lặn. Thế thì, sao trên rừng là cái quái gì? Cho nên, đại bác và hỏa châu rượt đuổi anh hàng ngày. Anh trốn trong hũ gạo. Trốn xuống gầm xe. Trốn vào nhà chùa. Anh chạy trốn, tất nhiên vì anh muốn sống. Ai lại chẳng muốn sống? Sống như bóng ma của thời đại trong cái huyễn mộng phù sinh; trong cái chập chờn ma quái; đôi khi lồ lộ một con người chân thật; một hình ảnh con người chưa từng sống, mà cũng như chưa từng chết. Xuyên bức màn trăng, mênh mông vô hình, ta nghe một con người đang than thở:

Ô hồn ta
Sao quá mỏng
Ngoài vườn trăng

Trong sa mạc đêm lạnh lẽo này, trong cái bóng tối uy hiếp của bốn vách đá của bức màn sắt rờn rợn này, trong đây không dễ gì tìm ra một con ma nào đang thở. Nhưng ngoài kia, ngoài vườn trăng kia, một hồn người sung mãn. Hồn người chứ không thể là hồn ma được. Đó là hồn người, cho nên nó biết khóc khi nhìn trong lòng tay, những giọt trăng đang đông lại thành những giọt máu. Máu của những oan hồn đang đòi quyền sống. Có muộn quá đi chăng?

Trong những đêm trăng
Có một nỗi gì thấy quá muộn màng
Làm ta muôn đời muốn khóc

Sớm hay muộn, nơi đó vẫn có một nắm đất nhân từ, có bóng tối thân thương:

Hỡi U Minh Giáo Chủ
Trăm năm mần chi đủ
Con hát hoài không thôi
Lướt trên mồ cỏ phủ

Đọc những câu thơ như thế, tôi muốn chui xuống mộ mà nằm, để còn được nghe tiếng hát.

4.

Ôi trăng ngàn
Vừa tan

Còn lại đó, một khoảng không tịch mặc của trời thơ. Và những lời không nói.

Ngàn sau. Phơ phất gò bông lau...

Phượng và Sơn Núi (Ảnh: Đỗ Tris)

TỪ "SAO TRÊN RỪNG" ĐẾN NGUYỄN ĐỨC SƠN

Viên Linh

Những năm giữa thập niên 1960 tại miền Nam Việt Nam, nhà thơ Nguyễn Đức Sơn là một khuôn mặt, một sắc diện khác thường, xuất hiện với một tập thơ mỏng nhan đề *“Đêm Nguyệt Động.”* Trước đó anh dùng bút hiệu *“Sao Trên Rừng.”*

Tập thơ *“Đêm Nguyệt Động”* mỏng dính dưới 50 trang song được một nhà xuất bản mới nhưng uy tín là An Tiêm trình làng, nơi quy tụ những tác giả tên tuổi, nhất là những tu sĩ, các khuôn mặt giáo dục nổi lên từ các cuộc tranh đấu thành công của Phật Giáo Việt Nam, tạo nên một sức mạnh dân tộc được truyền thông thế giới theo dõi, hỗ trợ, cuối cùng lật đổ chế độ Đệ Nhất Cộng Hòa tại miền Nam năm 1963 – dù muốn dù không, mang danh là một chế độ dị giáo.

Nhà xuất bản An Tiêm, song song với các tạp chí Giữ Thơm Quê Mẹ, do Đại Đức Thanh Tuệ trông coi phần bài vở, quy tụ những tên tuổi đương thời như Nguyễn Đăng Thục, Nhất Hạnh, Tam Ích, Đông Hồ, Trần Ngọc Ninh, hay lớp trẻ hơn như Dương Nghiễm Mậu, Phạm Công Thiện, Tuệ Sỹ...

Bài này được mở đầu bằng những bài thơ chỉ có bốn câu, hay những đoạn nhẹ nhàng nhất của Nguyễn Đức Sơn:

Băng Tuyết

Đây lửa cỏ của mùa trăng thứ nhất
Đưa anh vào trong cõi mộng xa xăm
Giọt tinh huyết ngàn năm sau chưa mất
Rừng đông phương mù mịt dấu em nằm.

Nhất Nguyên

Năm mươi bốn có lần anh ngó thấy
Em ở truồng ngoe nguẩy cuối vườn trăng
Hồn thảo dã trong đêm vừa thức dậy
Khắp bầu trời ướt mượt cả lông măng
Từ dạo đó xác thần anh mất hết
Chợt đêm nào trở lại cõi chiêm bao
Anh chới với vì biết mình sắp chết
Giữa khu rừng mù mịt dấu trăng sao

Khi tập thơ *"Đêm Nguyệt Động"* xuất hiện, tác giả đã và đang học vài năm ở Đại Học Văn Khoa Sài Gòn, do đó bạn học biết ông đã có chủ trương riêng về thơ văn, nghệ thuật, dù thế nào đi nữa cũng tôn trọng và mặc ông tự do. Hãy xem ông tự viết về mình như sau:

"Nguyễn Đức Sơn sinh ngày 18 Nov. 1937 (thuộc 3e decan cung Scorpion), nhằm giờ Mùi ngày 16 tháng mười Đinh Sửu, tại làng Dư Khánh (Thanh Hải), gần bên bờ biển Ninh Chữ tỉnh Ninh Thuận.

Tuy khao khát nhưng chưa bao giờ ra khỏi Việt Nam anh hùng và kỳ diệu này, tác giả tự biết không một nơi nào trên trái đất quạnh quê đến đau thương, phong phú đến chỗ muốn tự sát, như trong lòng tác giả, cũng không nơi nào có thống khổ mênh mông và cực lạc xa vời như trong hồn tác giả.

Rất thèm cảnh hoang đảo và các vùng cao nguyên mà tác giả đã đi qua, như Eo Gió, Dran, Trạm Hành, Cầu Đất, Đà Lạt. Ngưỡng mộ Héraclite, Fyodor Dostoyevsky và Simon Well. Yêu chim chóc và cỏ cây lạ lùng nhưng cũng quá cần mùi quần áo [xxx], cần khẩn thiết và triền miên cho đến ngày chui xuống lỗ."

Tới đây chính Nguyễn Đức Sơn tự phê bình: *"Đó là một trong những chỗ chết của tác giả."*

Tuy được gọi là nhà thơ, song Nguyễn Đức Sơn có nhiều truyện ngắn đăng trên các tạp chí Văn Nghệ, Thế Kỷ Hai Mươi khoảng 1960, trên tuần báo Khởi Hành của Hội Văn Nghệ Sĩ Quân Đội và Thời Tập những năm 1969-1973.

Sự việc này dễ hiểu vì phần lớn các báo không trả nhuận bút cho thơ, cho nên để có nhuận bút, nhà thơ phải viết văn. Tương đối cũng có khoảng ba bốn tạp chí trả nhuận bút cho thơ, đó là các tạp chí mà chủ nhiệm chủ bút vốn cũng làm thơ, như Nguyễn Vỹ (Phổ Thông), Trần Hồng Châu hay Nguyễn Khắc Hoạch (Thế Kỷ Hai Mươi), Viên Linh (Khởi Hành 1969-1972, rồi Thời Tập 1973-1975).

Ở tuổi "tam thập nhi lập, " nhà thơ Nguyễn Đức Sơn nhận mình khật khùng, và giải thích rằng ông thấy cuộc đời quá đẹp, nhưng hạnh phúc và niềm vui quá ngắn ngủi, sự mất mát quá lớn, không tránh khỏi.

Vào năm 2000, từ đồi núi Blao, nhà thơ gửi một người bạn lá thư viết tay mang qua California cho tôi, người thực hiện chủ đề *"một vừng trăng khác,* " cho Khởi Hành vì biểu tượng của Vừng Nguyệt đã không còn nữa khi phi hành gia Mỹ Armstrong vừa đặt chân lên đó (rõ ràng "tư duy báo chí" thể hiện nơi cái tít "*Đi tìm một vừng trăng khác. NĐS*").

Trước khi xem tới văn xuôi của thi sĩ, tôi bỗng nhận ra ba tập thơ của anh đều quá mỏng, *Tịnh Khẩu* 82 trang, *Du Sỹ Ca* 46 trang và *Nguyệt Động* có 32 trang. Đành rằng một tập truyện ít ra phải cỡ 100 trang trở lên, nhưng một tập thơ ít ra cũng nên có một nửa số trang ấy. Tôi đứng dậy tới trước giá sách, lấy ra những thi phẩm trên đó, xem các thi tập dày mỏng ra sao.

Vốn biết các thi phẩm thường mỏng, lần này do sự quá mỏng của tập *Du Sỹ Ca*, tôi tìm ra sự "vốn mỏng" của những tập thơ (xin lưu ý, chỉ kể thi phẩm của một tủ sách cá nhân):

- *Đạo Trường Ngâm của Lý Đông A*, Vạn Thắng VN 1967, 88 trang.

- *Cảm Thông của Vũ Hoàng Chương*, Xuân Thu tái bản nửa Việt nửa Anh dịch, 96 trang, mỗi phần 48 trang.

- *Cỏ và Tuyết*, Đỗ Quý Toàn, Văn Nghệ California 70 trang.

- *Thơ Cung Trầm Tưởng*, Con Đuông Cần Thơ (tái bản ở Mỹ), 32 trang.

- *Ba Câu ở Biển Ngoài*, Mặc Đỗ, Khởi Hành Sài Gòn, 60 trang.

- *Tình Phương Nam*, thơ Kim Tuấn, Trẻ xuất bản, 70 trang.

- *Hoa Hồng Đến Muộn*, Thế Dũng, Germany, 48 trang.

- *Lửa Thiêng*, thơ Huy Cận, Sống Mới, tái bản 50 trang.

- *Những Đêm Không Ngủ*, thơ Nguyễn Đức Lập, Sài Gòn 1986,

64 trang.

- *Lục Bát Ba Câu của Nguyễn Tôn Nhan*, 96 trang, 1996.

- *Từ Thuở Trời Cao Chẻ Đá Bia*, Mịch La Phong, Hoa Kỳ 2013, 80 trang...

Và trở về với Nguyễn Đức Sơn, ngoài *Du Sỹ Ca* có 46 trang, Sơn còn thi tập *"Đêm Nguyệt Động"* vỏn vẹn có 32 trang. Thơ hay không cần nhiều.

Tác phẩm Nguyễn Đức Sơn (1937-...) ngoài thơ còn văn xuôi *Cát Bụi Mệt Mỏi* (1968), *Cái Chuồng Khỉ* (1969).

Đinh Cường và Nguyễn Đức Sơn - Đại Lào (Bảo Lộc), 2005
(Ảnh tư liệu của Đinh Trường Chinh)

NGUYỄN ĐỨC SƠN, NGỌN LỬA TỊCH MỊCH

Đinh Cường

VOA, 26/04/2010

Thiệp ơi, đọc *tháng Tư, nhớ về Saigon* của bạn trên blog Nguyễn Xuân Hoàng và bạn hữu... bạn nhắc ở cuối bài, tháng tư vọng lên câu chửi thề nổi tiếng của thi sĩ Sơn Núi làm tôi nhớ Nguyễn Đức Sơn hỗn danh Sơn Núi quá, lật những trang trong quyển vở đã ố vàng, tìm lại những câu thơ mà Sơn đã ghi trong đó, năm 1987, có câu chửi thề nổi tiếng (Ian Bùi đã dịch ra tiếng Anh rất hay) ghi lại cho đúng như thế này:

Đụ mẹ
Cây bông
Hắn không
Lao động
Ai trồng
Chật chỗ
Mày nhổ
Xem sao
Máu trào
Thiên cổ

Và bài kế tiếp:

Bông hồng
Mới nở
Mắc cở
Đời hay
Hương sắc
Ai bày
Sáng nay
Ta chết

Từng câu hai chữ, chữ đầu viết hoa... Sơn Núi rất kỹ và khó tánh, sai một chút là chàng ta chửi thề. Đọc hai bài trên, nhớ lại tập Du Sỹ Ca, tác phẩm thứ mười một của Nguyễn Đức Sơn, An Tiêm xuất bản năm 1973, có đoạn gần cuối, trang 35:

Địa cầu
Địa cầu
Rồi đây
Lụi hụi
Tới ngày
Quá vui
Mày tan
Thành bụi
Tro than
Mê man
Mở đùi
Ta khụi
Kẻo rủi
Một mai
Ai tới

Ai lui
Ai chùi
Vắng lặng

mới thấy thi sĩ là kẻ tiên tri... nói như Rimbaud, địa cầu như càng ngày càng nóng lên với bao nhiêu trận động đất vừa qua... Cuối tập, tác giả viết: *Bài vè này tưởng đã được hoàn tất giữa một đêm rạng sáng ở nhà, trong một cái lò bánh mì đốt củi cũ mục bỏ hoang, đột hứng, tác giả đã phóng đại triển khai thêm một nửa số câu, nằm viết trong nhà đá lởm chởm, nhầy nhụa, chật cứng, bít bùng, chỗ giam của Quân Cảnh Tư Pháp Bảo Lộc, khuya 25 tháng 8 năm 1972 lúc đã được hốt từ lao tỉnh qua.*

Như vậy, câu chửi thề mà Thiệp nhớ, với Sơn là dạng một bài vè ghi lại trong một hoàn cảnh đáng nguyền rủa, ngộp thở... lao động là vinh quang.

Có nên nhắc lại một ít về Sơn* không? Cứ nhớ giọng đọc của Trương Hồng Sơn, tiến sĩ toán, làm việc tại NASA, Maryland,

---

*Nguyễn Đức Sơn sinh ngày 18 Nov.1937 tại làng Dư Khánh (Thanh Hải) gần bên bờ biển Ninh Chữ tỉnh Bình Thuận. Học trung học Võ Tánh Nha Trang, Đại học Văn Khoa Saigon 1967.

Đã xuất bản 3 tập truyện ngắn *Cát Bụi Mệt Mỏi* (An Tiêm 1968), *Cái Chuồng Khỉ* (An Tiêm 1969), *Xóm Chuồng Ngựa* (An Tiêm 1971) và tập *Ngồi Đợi Ngoài Hành Lang* chưa in, 11 tập thơ: *Bọt Nước* (Mặt Đất 1966), *Hoa Cô Độc* (Mặt Đất 1965), *Lời Ru* (Mặt Đất 1966), *Đêm Nguyệt Động* (An Tiêm 1967), *Mộng Du Trên Đỉnh Mùa Xuân* (An Tiêm 1972), hai tập cuối cùng là *Tịnh Khẩu* (An Tiêm 1973) và *Du Sỹ Ca* (An Tiêm 1973).

Bút hiệu đầu tiên Sao Trên Rừng đã cộng tác với các tạp chí: Bách Khoa, Sáng Tạo, Thế Kỷ Hai Mươi, Văn Nghệ, Khởi Hành, Văn ….

người bạn học cùng lớp với Nguyễn Đức Sơn thời trung học ở Nha Trang:

Khi thấm mệt tôi đi luồn ra núi
Cuối chiều tà chỉ gặp bãi hoang sơ
Bước lủi thủi tôi đi luồn vô núi
Nghe nắng tàn run rẩy bóng cây khô
Chân rục rã tôi đi luồn ra núi
Hồn rụng rời trước mặt bãi hư vô

Cùng học với thầy Nguyễn Đức Nhơn (thân sinh của Nguyễn Đức Sơn) dạy Pháp văn và thầy Thạch Trung Giả dạy Việt văn, người thầy Sơn rất kính nể.

Trong thư gửi cha từ Blao để ngày 19. 8. 1972 thay lời tựa cho tập thơ Tịnh Khẩu: "... *Bởi con mà có cái tham vọng gì, con một thằng sống bằng lửa tịch mịch, bằng hơi lạnh thiên thu. Đến cả mộng mơ đích thực còn không có, hay chỉ có toàn là mộng không:*

Sáng mênh mông
Ta đi thơ thẩn trong vườn hồng
Ồ bông, ồ mộng, ồ không.

Ba không thấy sao, chính cái bọn tự cho mình là trượng phu, là kẻ sỹ, lại là bọn người tha thiết nằm trong cái guồng máy vô tâm, thúc hối cái guồng máy đó nghiền nát không những bao kẻ phiêu hốt mà luôn cả những kẻ nào còn mang trong người chút xíu lẽ công

---

Truyện ngắn *Ý Tưởng Chiều Tà* in trong *Những truyện ngắn hay nhất của quê hương chúng ta.*

Bài thơ tôi thích nhất của Nguyễn Đức Sơn: *Đêm thăm bạn sắp đẻở Di Linh* (trong *Thơ Tự Do Miền Nam*, ThưẤn Quán xuất bản) *bình còn sót lại với trời đất. Vả chăng, thanh minh, bày tỏ cái gì nữa đối với cái thằng đàn ông đã lê tới và đã đi qua cái đỉnh tịch mịch khốc liệt chưa từng thấy là con? Ôi cái giọng của con, cái giọng thơ văn con, mà ngay cả một người đầy tâm huyết và khí phách với bản tính vô cùng thận trọng là nhà văn hóa đầu bạc phơ Nguyễn Hiến Lê cũng cho là "khác cả thế hệ này nữa vì cá tính quá đặc biệt".*

Bửu Ý trong một tự truyện đăng trên *Văn* năm 1973 đã viết về Sơn là "*hình ảnh của con tê giác, từ tính tình đến cách ăn nói, dáng đi, húc bừa về phía trước không kể thiệt hơn, không tính hậu quả. Thêm thù và bớt bạn. Đơn độc quắc queo. Dã man nghiệt ngã. Chỉ thong dong ở chốn không người: rừng và biển...* "

Thật vậy, không ai đánh đổi cả đời mình với rừng như Sơn Núi. Sơn vẫn ở riết trên Phương Bối Am từ sau 1975 đến nay (Phương Bối Am là một vùng đồi rộng ở Bảo Lộc từ Sài Gòn đi quốc lộ 20 lên Đà Lạt, qua cầu Đại Lào, bên tay trái, đi sâu vào xã Lộc Châu tới con dốc dẫn lên một vùng đồi rộng là Phương bối Am. Thầy Nhất Hạnh đã xây một thiền thất giữa đồi thông mênh mông, thơ mộng ấy. Sau 1975, ngôi nhà bị sập, cả vùng đồi tan hoang, chỉ còn lại cái bể cạn lớn, khô nước, trơ bốn vách tường xi măng). Sơn đã đưa gia đình lên đó, che cái mái tranh, vách ván, cả nhà chui vào ở. Sơn, Phượng vợ Sơn cùng chín đứa con, bảy trai hai gái: Thạch, Vân, Thảo, Thuỷ, Không, Lão, Yên, Phương Bối, Tiểu Khê..."*Những đứa trẻ lớn lên cũng hoang dại như núi rừng, không cách chi sinh sống được. Nên tất cả đều lần lượt được gửi vào nương náu nơi cửa chùa. Ngoại trừ Thạch đã có cuộc sống riêng và cắt đứt liên hệ với gia đình, Thảo nằm kia từ lâu lắm, nấm mồ chơ vơ trên ngọn đồi yên ả mây bay. Vân từ chối cơ hội sang Pháp tu học, tạm quay về để gom tất cả bốn người em trai, nuôi ăn học lại dưới một mái nhà tại chân Phương Bối, trong đó Thuỷ đang theo học cao cấp Phật học tại Sài Gòn. Yên, Không, Lão rời chùa về nhà theo thế học.*" (Mùa hạ, về Phương Bối – Hàm Anh)

Năm 2005, tôi ghé thăm Sơn Núi. Trên đường lên Đà Lạt, Sơn hẹn ở một quán cà phê quen thuộc bên đường quốc lộ gần cầu Đại Lào rồi đi chiếc xe gắn máy cỡ nhỏ hướng dẫn về nhà. Bây giờ đường đi đã mở rộng, xe hơi vào đến đậu ở chân đồi. Trưa im vắng giữa đồi thông xanh lao xao gió, chúng tôi ngồi ăn mâm cơm chay cùng nhau trên nền xi măng cao bên hông căn chòi nhỏ Sơn ở một mình... Nhà gỗ bên dốc trái là Phượng ở cùng hai cô con gái út Phương Bối, Tiểu Khê, rất xinh đẹp, đang học trung học. Tôi còn gặp cháu Yên, người gầy cao giống mẹ, bị chứng đau mắt nặng, ngồi trong bếp phụ mẹ làm cơm trưa đãi khách. Một buổi trưa thật cảm động, với buồng chuối sứ Sơn chặt đem vào... khoe tài trồng chuối, trồng mít của mình ngoài tài trồng cả rừng thông quanh Phương Bối, mà kể lại là cả một câu chuyện dài... đầy máu và nước mắt về Sơn Núi...

Cũng vui là những năm gần đây, Sơn Núi đã chịu tiếp các nhà báo, nhà làm phim để phỏng vấn, viết và quay phim về mình:*"Sơn Núi" Lão du sĩ cuối cùng*, bài về mỗi tuần một chân dung của Lê Quang Kết trên Thể Thao &Văn Hóa, số 49, 18. 6. 2002Trang Phóng sự& Ký sự báo Tuổi Trẻ ngày 6. 7. 2002 với bài của Quốc Việt *Ẩn sĩ cuối Cùng và đồi thông Phương Bối*: "*... Vừa nói lão vừa dẫn tôi lang thang tham quan đồi thông rộng xấp xỉ 30 hacủa mình. Khoảng vài ngàn ngọn thông lớn nhỏ, nhiều cây cao đã 6 -7 mét. Nhưng rồi ngậm ngùi biết bao khi lão lần xuống triền đồi và chỉ cho tôi xem hàng ngàn cây thông nhỏ với những lỗ đất trống không xen kẽ khắp nơi. 'Tôi cứ trồng xuống, người ta lại nhổ lên, rồi tôi lại* *trống xuống...' Kể về mình, lão đã cười đến chảy nước mắt khi nói đến độc chiêu để bảo vệ thông. Cứ cây nào ra cành đẹp là lão phéng ngay cành đó để chặn mấy tay vô tâm chỉ vì một cành ưng ý mà hạ luôn cả cây. Rồi gần đến mùa Noel lão sẽ châm lửa đốt rừng thông lớn của mình, do thông lớn gặp than lửa sẽ không chết mà càng cao tốt thêm trong khi những cành bên dưới sẽ xấu đi...*"

Sơn ký tặng tôi CD ghi lại Buổi giao lưu của đoàn phim HTV về tác giả Nguyễn Đức Sơn với Hải Chuyên, người đẹp dẫn chương trình... , *với tôi, thông với thơ là một. Trong núi thơ có đồi thông. Trong đồi thông có núi thơ. Núi thơ là đồi thông. Đồi thông là núi thơ.* Câu mà tôi ghi nhớ nhất của Sơn trong phần trả lời các câu hỏi... và bài thơ Sơn ghi trên mặt CD:

Ngày mai núi cũ tôi về
Dĩ nhiên hạnh phúc tràn trề em ơi
Thơ bay từ cổ ngút trời
Quanh năm bảo đảm tuyệt vời nước mây
Cớ sao đãng tử bậc thầy
Hỏi ra từ đá tới cây lắc đầu

Sơn Núi, đãng tử bậc thầy đúng vậy, và nhắc đến bạn là từ đá tới cây lắc đầu thật. Nhưng sao trong lòng tôi vẫn luôn nghĩ đến một người bạn quý hiếm, đã đánh đổi cả cuộc đời mình cho *Ông Nghệ Thuật*, như lời bạn nói.

TIỄN BIỆT NGUYỄN ĐỨC SƠN

Tâm Nhiên

Trái đất vẫn xoay theo tiết nhịp
Đến chơi dăm bữa rồi lên đường
Chơi trên sạch nhớp đều ăn khớp
Đúng sai phải quấy... vèo khói sương

Mặt đất đâu cần ta tu sửa
Chẳng thêm hay bớt một điều gì
Vốn sẵn muôn đời nguyên tánh thể
Xài đi còn tham muốn nữa chi ?

Chỉ cần nhận biết liền cái thấy
Ngay trong hơi thở nhẹ vào ra
Là bài thơ viết vô cùng tận
Trên giấy hư không giữa thiên hà...

CUỐI NĂM ĐỌC "NHỮNG NGÀY HOANG VU" CỦA NGUYỄN ĐỨC SƠN

Thích Phước An

*trích "**Hiu Hắt Quê Hương Bến Cỏ Hồng**",*

Lotus Media xuất bản, 2020

1.

Đối với tôi, cái hấp dẫn nhất trong thế giới thơ văn của Nguyễn Đức Sơn, có lẽ là cái hình ảnh bất lực của chính ông một mình lầm lũi bước đi tìm kiếm một cái gì chưa có tên gọi trên cuộc đời này.

Trong bài thơ có tên là *Một mình đi luồn vô luồn ra trong núi chơi,* Nguyễn Đức Sơn đã tự mô tả lại cuộc đi tìm kiếm của ông như thế này:

Khi thấm mệt tôi đi luồn ra núi
Cuối chiều tà chỉ gặp bãi hoang sơ
Bước lủi thủi tôi đi luồn vô núi
Nghe nắng tàn run rẩy bóng cây khô
Chân rục rã tôi đi luồn ra núi
Hồn rụng rời trước mặt bãi hư vô.

Theo tôi, đây là bài thơ lạ lùng và độc đáo nhất mà Nguyễn Đức Sơn đã cống hiến cho thi ca Việt Nam ở hậu bán thế kỷ XX.

Nhưng Nguyễn Đức Sơn đi tìm kiếm cái gì trên cuộc đời này?

Trong truyện ngắn *Những ngày xuân hoang vu* ông đã tự thú về chính mình: “Tôi chỉ là một người với cái bản chất sâu xa của nó là bất lực: bất lực trong cái giới hạn quá ngắn của kiếp người và hoàn toàn bất lực trước cái vô cùng”.

Vậy là Nguyễn Đức Sơn cũng như bao nhiêu nghệ sĩ tài hoa kháccũng đều khát khao đi tìm kiếm cái vô cùng (infinite) trên cuộc đời hữu hạn này.

Nhưng cái vô cùng ấy nó ở đâu mà ông đi tìm?

Cũng trong truyện ngắn *Những ngày xuân hoang vu*Nguyễn Đức Sơn đã kể lại, khi còn là cậu học trò ở quê nhàNinh Chữ (Phan Rang) ông đã trốn gia đình, trốn học đi theo một người thuyền chài ra tận những hòn đảo xa. Khi đêm buông xuống, ngồi một mình trên mõm đá giữa đại dương mênh mông, ông kể lại trong truyện: “*Trong hồn tôi lúc ấy, tôi như nghe thấy một tiếng nói rất nhỏ vọng lên xa xôi. Tôi lạnh toát mồ hôi và khi cố gắng để nghe lại thì tiếng nói kia đã trở về cái im lặng muôn năm của biển ngàn*”. Và cái giây phút ngắn ngủi ấy chắc chắn đã làm thay đổi cuộc đời của ông: “*Có lẽ đây là lần đầu tiên tôi cảm nhận được cái mênh mông của vũ trụ và những bóng dạ hành lẻ loi ngàn đời nối tiếp nhau đi về vô định*”.

Giây phút ấy phải chăng là giây phút mà ông đã bước đến cánh cửa vô cùng?

Từ thuở nghe được tiếng gọi thì thầm giữa đại dương mênh

mông ấy thìtiếng thơ của Nguyễn Đức Sơn có cái gì đó như luyến tiếc, như muốn níu kéo lại cái gì vừa mất đi:

Thôi nhé ngàn năm em đi qua
Hồn tôi cô tịch bóng trăng tà
Trời sinh ra để chiều hôm đó
Tôi thấy mây rừng bay rất xa.

Dường như những người từ thế giới vắng lặng trở vềhọ đều cảm thấy bất lực trước đời sống quá nhàm chán quá vô nghĩa của kiếp người. Trong truyện ngắn có tên là *Người tù chung thân* Nguyễn Đức Sơn đã phải kêu lên một cách thống thiết: "*Vậy mà chán ơi, nhân loại vẫn tồn tại. Giữa hai khoảng thời gian nhỏ mở mắt và nhắm mắt của một ngày, rồi giữa hai khoảng thời gian lớn mở mắt lần đầu tiên và nhắm mắt vĩnh viễn, con người cũng phải làm việc đó. Mặt đất ơisao mà chán mênh mông vậy?* ".

Nhưng cuối cùng, Nguyễn Đức Sơn có đầu hàng trước cái bất lực quá lớn ấy không? Đây là câu trả lời của chính ông:

"Đừng hòng, vì hãy nhận lấy điều này: tất cả những thiên tài, những triết gia tăm tiếng đã đi qua trên mặt địa cầu này đều bất lực cả. Một nhà văn càng thiên tài bao nhiêu thì càng biểu hiện cái bất lực khủng khiếp của con người bấy nhiêu. Vậy thì cái gì đã níu kéo tôi ở lại trên cuộc đời này? Đó là những giờ phút dù ngắn ngủi nhưng đã tinh ranh khôn khéo đem gieo rắt giữa cuộc đời, những giờ phút làm cho người ta yêu đời tha thiết. Vậy thì tại sao không tìm cách duy trì chúng, đào xới, vun bón cho chúng sinh sôi nảy nở".

Và đây có phải là những giây phút đã làm cho Nguyễn Đức Sơn "*yêu đời tha thiết*" và ông muốn làm cho nó sinh sôi nảy nở giữa một thế giới ồn ào và huyên náo này chăng?

Mang mang trời đất tôi đi
Rừng im suối lạnh thiếu gì tịch liêu
Tôi về lắng cả buổi chiều
Nghe chim ăn trái rụng đều như kinh.

2.

Nguyễn Đức Sơn vốn hoài nghi về nền văn minh hiện đại của nhân loại, vì nền văn minh ấy không giải quyết được chuyện trọng đại là cái chết của con người trên mặt đất này. Đó là chưa nói nền văn minh hiện đại theo cách nhìn của một thi nhân như ông thì nó đã tàn phá mọi sự thơ mộng của vũ trụ mênh mông này:

Chúng ta giờ ước mong gì
Văn minh gửi cát bụi về mai sau.

Cho nên chúng ta thấy trong toàn bộ sáng tác thơ văn của Nguyễn Đức Sơn, ông chỉ lui tới những nơi mà ở đó rất ít dấu vết của nền văn minh hiện đại. Trong truyện ngắn *Những ngày xuân hoang vu* ông đã lấy thị trấn Đương Dương (Dran). Một thị trấn mà vào thời trai trẻ ông đã tả lại trong truyện: "*loanh quanh chỉ có đôi hiệu tạp hóa kèm theo một ít sách báo rẻ tiền và một trường tiểu học buồn thiu*". Nhưng cái đặc biệt của thị trấn Đương Dương là "*vây quanh bởi rừng thông trùng điệp*" *và nhất là* "*rừng cao và đầy gió hú*".

Trước năm 1975, mỗi lần từ Nha Trang đi Đà Lạt thì phải đi vào Phan Rang. Khi xe bắt đầu lên đèo Ngoạn Mục thì lúc nào tôi cũng nhìn lên đám mây mù bao phủ dày đặc cái thị trấn heo hút này, và rồi nhớ đến bài thơ của Nguyễn Đức Sơn có tên là Dran:

Xe qua khỏi dốc ưu phiền
Tóc em bay héo cả miền khói sương
Tương lai mối đụn bên đường
Anh nghe nắng rụng vô thường dưới khe.

Nguyễn Đức Sơn say mê rừng thông ngút ngàn và mây mù thị trấn này đến độ: "*Tôi thường mơ ước đứa con gái bạc phước nào bằng lòng đi theo tôi trong cái băng giá mênh mông này phải có khung cảnh sống như My. Lớn lên nơi khu rừng cao có nhiều thác, nhiều suối xa hẳn cái phồn tạp lao xao vô nghĩa. Thân thể và tâm hồn đã được sương mù, gió hú, âm khí ngàn năm thấm nhuần*".

Và Nguyễn Đức Sơn đã lựa chọn một chiều có thể nói là thơ mộng nhất, âm u nhất, lê thê nhất để đến thị trấn Đương Dương heo hút, buồn thiu này: "*Tôi đáp chuyến tàu hai mươi tháng chạp lên cao nguyên. Tôi muốn mang cái hoang vắng trùng trùng của đời tôi nhập vào cái trống trơn mênh mông của đời My*". *Và rồi họ đã rời ga nhỏ ở miền rừng núi vào "một chiều sẫm tối, sương mù và khói đá bay bít trời"*.

Những mùa xuân vốn đã hoang vu đối với những tâm hồn dị thường như tâm hồn của Nguyễn Đức Sơn. Nhưng dường như ông càng muốn đẩy cái hoang vu đó đến cùng khi ông kết thúc câu truyện *Những ngày xuân hoang vu* khi mùa xuân vừa mới bắt đầu: *"Chuyến tàu mù sương sáng mùng một Tết mang tôi về lại miền biển dưới kia. Sau khi tôi viết bức thư ngắn ngủi bỏ vào trạm thư gần đó "My ơi, My ơi! Phải chăng trước mặt chúng ta cũng chỉ là mây trắng và hoang vu trùng trùng điệp điệp, My ơi, My ơi!"*

Đọc bài thơ sau đây tôi cứ tưởng tượng rằng, chắc là mười hay hai mươi năm sau đó thế nào ông cũng tìm về thăm lại cái thị trấn buồn hiu hắt này, nên ông mới viết được bốn câu thơ vừa thơ mộng, vừa buồn mênh mông:

Ngàn năm thông vẫn rạt rào
Chiều nay trở lại lủng sầu xa xưa.
Tóc em xuống nhẹ vai đời
Ghé thăm hạnh phúc rồi tôi độc hành.

3.

Vào khoảng năm 1972 hay 1973 gì đó, nghĩa là cách đây gần nữa thế kỷ. Tôi tìm đến thăm Nguyễn Đức Sơn tại một ngôi chùa ở quận Gò Vấp, Sài Gòn. Tôi nhớ ông đã say sưa thuyết giảng cho tôi nghe về cuộc chiến tranh giải phóng dân tộc, và các chủ nghĩa này học thuyếtnọ mà ông hy vọng sẽ đem đến điều tốt lành cho dân tộc đã quá đau khổ này.

Nhưng sau năm 1975, tôi lại được tin ông đã từ bỏ Bình Dương, từ bỏ Sài Gòn để về ẩn cư trên rừng núi Đại Ngàn ở Bảo Lộc, và cũng trong khoảng thời gian đó tôi cũng đọc được bài thơ của ông khi ông trở về núi:

Sướng quá đời ta sắp tuổi già
Bao nhiêu học thuyết bước đều qua.
Nay về dắt bóng chơi am vắng
Thơ ấu vườn trăng một tiếng gà.

Vậy là Nguyễn Đức Sơn đã bỏ lại sau lưng những học thuyết mà một thời tuổi trẻ ông đã say mê. Đối với ông, cái duy nhất còn đọng lại trong hồn ông bấy giờ là tiếng gà gáy trong những đêm trăng của thời thơ ấu đã xa xôi mà ông đã lắng nghe được, trong những đêm khuya tĩnh mịch ngồi nhìn chiếc bóng của mình in trên vách Phương Bối Am nơi núi rừng đại ngàn Bảo Lộc.

Nha Trang, Cuối năm Kỷ Hợi
(2019)

Chút lời mênh mông - tập thơ cuối cùng của Nguyễn Đức Sơn, vừa ấn hành đầu năm 2020 (Ảnh: Internet)

SỰ TRỞ LẠI CỦA SAO TRÊN RỪNG NGUYỄN ĐỨC SƠN

Thích Không Hạnh

*Giới thiệu tập thơ "**Chút Lời Mênh Mông**"*

Thư viện Huệ Quang ấn hành, 2019

Tập thơ ***Chút lời mênh mông*** này là công sức góp nhặt trân quý của nhà thư pháp Hồ Công Khanh và những người con của nhà thơ Nguyễn Đức Sơn, đặc biệt là anh Nguyễn Đức Yên, tập hợp những bài thơ chưa từng được in trong các tập thơ của tác giả.

Đây là lần trở lại chính thức đầu tiên của Nguyễn Đức Sơn sau gần 50 năm tuyệt tích.

Lần hội ngộ này, không phải là luồng sáng nhuần nhụy mà là những ngôi sao, những mảng màu chắp vá do tính chất tập hợp dàn trải ở nhiều nơi và nhiều khung thời gian sáng tác. Nhưng ánh dư quang phát ra từ một thiên thể ánh sáng cũng đủ làm hài lòng những người tò mò và cũng thể hiện được phẩm chất của tinh thể ánh sáng, nơi mà nó phát xuất.

Người ta đa phần có ý ngần ngại khi đọc thơ Nguyễn Đức Sơn vì thấy sự dâm tục quá nhiều, riêng tôi cũng thấy ngần ngại, nhưng không phải vì sự dâm tục trong thơ ông, mà ngần ngại vì mình không đủ thanh khiết để đọc. Mặc dù là một tu sĩ, tôi thấy mình cần phải thanh lọc tâm hồn mình thêm nữa để có thể bước vào thế giới thi ca của ông.

Đọc thơ Nguyễn Đức Sơn thấy tập nào cũng tục tĩu. Nguyễn Đức Sơn đã manh nha về tục, về nhục dục từ những tập thơ đầu tiên – Bọt nước (Mặt Đất – 1965):

"Ôi tấm thân và da thịt đàn bà
Tôi rất thèm và muốn biết qua"
(Cảm thương)

Đến Đêm nguyệt động (An Tiêm – 1967) thì sự tục tĩu đã lan tràn, tuy có phần còn e ấp dưới lớp hình ảnh đẹp:

"Năm mười bảy có lần anh ngó thấy
Em ở truồng ngoe ngoảy cuối vườn trăng"
(Nhất nguyên)

"Ôi một đêm bụi cỏ dáng thu người
Em chưa đái mà hồn anh đã ướt"
(Vũng nước thánh)

Đến Tịnh khẩu (An Tiêm – 1973) thì tục tĩu không còn chút e ấp nữa, nó đã trở thành chủ đề thường trực của thơ ông:

"Củi
Để chẻ
Gái
Để xẻ"
(Tục ngữ)

Nhưng đọc những vần thơ tục của Nguyễn Đức Sơn chỉ thấy tục, không thấy cái gì khác thì đó là điều bất hạnh đối với người đọc!

Nguyễn Đức Sơn có những vần thơ rất hay và đẹp, thuộc vào hàng những bài thơ bất hủ đương thời:

"Mẹ chết từ thu lá rụng vàng
Con về đất cũ vấn khăn tang
Mẹ ơi con điếng người bên mộ
Trằn trọc đêm dài con khóc than
...
Hai cõi bao giờ được gặp nhau
Tóc xanh dù trắng đến bạc đầu
Làm sao quên được sao quên được
Mẹ ở đâu rồi trên bể dâu"

(Mây trắng – Bọt nước)

"về đây với tiếng trăng ngàn
phiêu diêu hồn nhập giấc vàng đó em
trăm năm bóng lửng qua thềm
nhớ nhung gì buổi chiều êm biến rồi"

(Ngàn sau – Lời ru)

"đây lửa cỏ của mùa trăng thứ nhất
đưa anh vào trong cõi mộng xa xăm
giọt tinh huyết ngàn năm sau chưa mất
rừng đông phương mờ mịt dấu em nằm"

(Băng tuyết – Đêm nguyệt động)

Tôi muốn nhắc đến một nhà thơ đương thời với ông và cùng với ông được xếp trong nhóm Tứ trụ thi ca của miền Nam trước 1975 – Bùi Giáng. Bùi Giáng có đến mấy chục tập thơ và có đến hàng trăm bài thơ hay "tuyệt trần":

"Hỏi tên rằng biển xanh dâu
Hỏi quê rằng mộng ban đầu đã xa"

(Tặng Mã Giám Sinh)

"Ngày sẽ hết tôi sẽ không ở lại
Tôi sẽ đi và chưa biết đi đâu
Tôi sẽ tiếc thương trần gian này mãi mãi
Vì nơi đây tôi sống đủ vui sầu"
(Phụng hiến)

Thế rồi, Bùi Giáng bắt đầu đùa giỡn, đùa đến mức ngỡ như điên:

"Tôi sẽ ra đi bỏ lại đời
Mỹ Tho, Mỹ Thọ, Sóc Trăng ơi
Mỹ thỏ muôn đời là sóc trắng
Gái mặc quần ra đứng ngó trời"
(Tôi sẽ)

"Ông điên từ bữa hôm qua
Đến hôm nay nữa gọi là ba hôm"
(Ông điên)

Những người đương thời có lúc đã đưa Bùi Giáng vào Chợ Quán – nhà thương điên tại Sài Gòn, những nhà phê bình về sau thì tranh cãi về việc ông có bị điên hay không, những người có cảm tình với ông thì nói ông sống "túy lúy tột cùng" trong cái mạch sống của mình, nhưng cả bản thân họ cũng còn nghi ngờ vì họ đôi khi – "dường như ổng điên thật".

Cảnh ngộ và con đường thơ của Nguyễn Đức Sơn cũng không khác, Bùi Giáng đi đến chỗ bỡn cợt hồn nhiên như nhiên, Nguyễn Đức Sơn đi đến chỗ tục tĩu vô tư vô lự. Rõ ràng cả hai đều có khuynh hướng đi từ cái đẹp, cái trang nhã đến cái tầm thường, phàm tục. Người đọc không khỏi tiếc thương khi khuynh hướng ấy đã cướp đi những bài thơ hay mà đáng lẽ ra họ phải được thừa hưởng với tầm vóc của hai ông. Nhưng đó là sự lựa chọn của tác giả. Không phải ngẫu nhiên mà hai ông lại mang cả tài năng thiên bẩm của mình đi vào con đường "tăm tối" khác lạ với phần còn lại của thi giới đương thời.

Một nội dung đặc sắc không kém phần dung tục trong thơ Nguyễn Đức Sơn chính là cảnh vật tự nhiên, thiên nhiên. Thiên nhiên hóa thân thành đại gia đình của ông, từ các con: Thạch, Thảo, Thủy, Vân, Yên, Lão, Không, Phương Bối, Tiểu Khê tới bút hiệu ông Sơn Núi, Sao Trên Rừng – (Sương trên rào?); và như một dự báo tên của vợ chồng ôngNguyễn Đức Sơn – Nguyễn Thị Phượng cũng đã "an bài" theo tự nhiên. Nếu chỉ gọi tên không, người ta sẽ tưởng đang miêu tả một vùng thiên nhiên.

Từ những tập thơ đầu, thiên nhiên đã tràn ngập trong thơ ông và với tình yêu lớn dành cho, ông đã thấy nhiều vẻ đẹp rất lạ của thiên nhiên:

"Nắng tà đã ngập lũng sầu
Bước nhanh tôi sợ ngày thâu ánh vàng
Giao mùa sớm lạnh thôn trang
Run run còn ngợ mấy hàng cây xanh"
(Cuối thu – Lời ru)

Với những người bình thường, khi trẻ hoặc khi tâm hồn thăng hoa họ mới tiếp xúc được với thiên nhiên, càng lớn tuổi người ta càng bộn bề đua chen với thế sự và đánh mất dần cảm thức đối với tự nhiên.

Với Nguyễn Đức Sơn càng về già thiên nhiên trong thơ ông càng sống động, lung linh. Ông không còn mô tả thiên nhiên như những tập thơ đầu nữa, khi ông viết về thiên nhiên, ông dường như đã trở thành một thành phần của thiên nhiên được phản ánh trong những câu thơ ấy, như hòa quyện vào thiên nhiên.

Tác giả xuất hiện trong hầu hết các sinh thể tự nhiên được phản ánh. Đó cũng là một điều khác lạ của Nguyễn Đức Sơn so sánh với phần đông nhà thơ còn lại khi viết về tự nhiên:

"những hàng cây mới lên xanh
sáo vương khi nắng đã thanh giữa mùa
chiều êm hơn cả gió lùa
tôi ra cuối bãi tôi đùa với trăng
tay choàng lên với môi hằn
tôi mơn gió lả tôi măn vú đồi
có hương có nhạc trên trời
tóc tôi se gió mắt ngời ánh sao
có con chim rủ tôi vào
ở trong giấc mộng tôi trao ái tình
ngày trong xanh nắng trong thanh
tôi ôm cỏ dại ấp tình thiên thu"

(Trên rừng khuya – Lời ru)

Tình yêu của ông đối với thiên nhiên quá lớn. Chính tình yêu ấy là động lực đã phát minh ra những câu thơ rất hay và lạ, điều mà không thể được nhào ra từ sự suy tư:

"Mù sương âm vọng tiếng huyền
Có con dơi lạ bay trên cõi đời"

(Mang mang – Lời ru)

Ông viết rất nhiều về trăng, nhưng nắng cũng được ông làm cho lung linh lên ngay trong cái khung cảnh nó được gọi tên. Nó như một sự phát hiện mới: nắng ray vàng, nắng lạnh, nắng lửng, nắng rụi, nắng thuở xưa...

"trăm năm bóng lửng qua thềm
Nhớ nhung gì buổi chiều êm biến rồi"
(Ngàn sau – Lời ru)

Nhưng không chỉ có trăng và nắng, mọi hiện tượng thiên nhiên đều ngời lên khi thơ ông khẽ chạm vào. Sức sống với thiên nhiên trong thơ ông sâu, dài và mạnh, kéo từ tập này qua tập khác, từ lúc mới làm thơ đến khi không thể viết thành thơ được nữa.

Đọc thơ Nguyễn Đức Sơn dâm tục nhiều thật, thiên nhiên bàng bạc thật, nhưng chỉ thấy dâm tục và thiên nhiên xem ra chỉ thấy được sắc màu, thấy được hiện tượng bên ngoài chứ chưa thấy được gì, thấy được phần ngọn mà không thấy phần gốc, thấy được phần nổi mà không thấy được phần chìm.

Có một thứ sâu kín và bàng bạc còn hơn cả nội dung dâm tục và tự nhiên trong thơ Nguyễn Đức Sơn, đó chính là ý thức siêu thoát. Ý thức siêu thoát ấy bắt nguồn từ cảm thức vô thường trước vũ trụ bao la.

Bất cứ nhà thơ nào có một cảm thức sâu sắc về vũ trụ nhân sinh đều có ý thức siêu thoát tiềm ẩn. Trần Tử Ngang cô độc giữa đất trời, Nguyễn Du buồn thê thảm trong "cõi ta bà" hay Huy Cận mang "chiếc linh hồn nhỏ" để ôm sầu "mang mang thiên cổ". Cảm thức này trong Nguyễn Đức Sơn cũng lại xuất hiện, về bản chất cũng không khác mấy. Chưa từng thấy có một nhà thơ tầm vóc nào mà lại không có cái cảm thức này, một nhà tu hành chân chánh nào mà lại không có cái hụt hẫng trước không thời gian vô tận và mênh mông của tạo hóa.

"Không biết từ đâu ta đến đây
Mang mang trời thẳm đất xanh dày

Lớn lên mang nghiệp làm thi sĩ
Sống điêu linh rồi chết đọa đày"
(Hoài niệm)

"Tôi dòm đời khi tuổi sắp hai mươi
Nhìn trước nhìn sau thấy rõ ràng
Những người đi trước sầu đeo nặng
Những người đi sau sầu không tan"
(Bọt nước – Bọt nước)

"Mai sau này chỗ tôi nằm
Sao rơi lạnh lẽo âm thầm biển ru"
(Một mình nằm thở đủ kiểu trên bờ biển – Lời ru)

"Chiêm bao lớp lớp chập chờn
Về đâu cỏ mộ xanh dờn chân mây"
(Nửa đêm thức dậy hỏi con – Chút lời mệnh mông)

Ý thức siêu thoát của nhà thơ tiềm ẩn trong mọi câu thơ, mọi chủ đề. Có những chủ đề dường như đi ngược lại việc siêu thoát, nhưng chính nơi ấy vẫn chất ngất ý thức vượt thoát:

"Luận về không hay có
Đâu bằng nhìn cái mồng của em
Sắp ló"
(Cái mồng sắp ló – Tịnh khẩu)

Đừng vội thấy "cái mồng" mà cho là nó tục, dĩ nhiên là nó tục, nhưng không phải tục bình thường. Nếu không có sự quan tâm thì anh đâu cần mượn cái việc "Luận về không hay có" để làm đối tượng tương chiếu cho vế còn lại. Nếu lật ngược vấn đề, có thể thấy vấn đề trăn trở, quan tâm về không hay có, về chân lý của ông còn lớn hơn cả vấn đề dâm tục. Ông thể hiện ra như tận cùng đáy phàm tục nhưng chất liệu siêu thoát không giấu đi hết được và đó là điều làm cho tôi cảm thấy cần phải thanh lọc tâm hồn để tiếp xúc với thơ ông. Chúng ta đôi khi nói về chuyện tu hành mà tâm đầy danh lợi, người ta nói về các thứ dâm vọng mà tâm hồn tràn ngập ý hướng tu hành.

Người không có cảm thức về vô thường trước vũ trụ sẽ không có nhu cầu về sự vượt thoát. Với một nhà thơ mà cảm thức vô thường luôn thường trực, thì ý thức vượt thoát đã trở thành thể của thi ca.

Đọc thơ Nguyễn Đức Sơn nếu chỉ thấy tục mà không thấy sự vượt thoát ẩn sau, nếu chỉ thấy thiên nhiên mà không thấy vẻ đẹp của đối tượng ẩn sau, xem như chưa chạm được vào thể của thơ ông. Chẳng phải Nguyễn Đức Sơn từng phát biểu: "Đố ai không bảo tôi tục tĩu, dâm dục, bởi vì quả thật tôi có tục tĩu, dâm dục! Đó mới là chỗ chết, là cửa tử cho bao nhiêu bài thơ tức thở kia vì trót đụng tới CÀN KHÔN TỊCH MỊCH". Ông còn có cả một bài thơ nói về cái tục trong thơ của mình:

"Rất nên nói thơ tôi dở nhất thế giới
Nhưng tuyệt đối chẳng thể nói thơ tôi tục tĩu
Mặc dù thơ tôi quả vô cùng tục tĩu
Đứa nào nói thơ tôi tục tĩu
Đéo mẹ nó ăn mồng què máu giựt đồ dơ
Còn mong chi cảm được chút nào thơ
Dù rằng tôi cũng ăn mồng què máu giựt đồ dơ"
(Cửa tử – Tịnh khẩu)

Tác giả phát biểu như vậy là khá chính xác về tính chất thơ của ông (nói như vậy, vì đôi khi có tác giả cũng không nói đúng thơ mình – vì khi bình phẩm thơ thì nhà thơ cũng trở thành nhà phê bình thôi).

Thơ ông ngập tràn ý thức siêu thoát. Trong cái mạch sâu thẳm bất tận ấy, tục tĩu, dâm tục chỉ là đối tượng phù hợp nhất làm lằn ranh giữa hai bờ chân tục. Người có ngọn lửa về tham cầu lạc thú bao nhiêu, người ấy sẽ lại là kẻ tìm cầu siêu thoát bấy nhiêu;không có động lực của dục lạc cũng sẽ không có động lực đi tìm cái "tịch diệt vi lạc". Chính vì vậy, tôi thấy ông thanh khiết và cứu cánh ngay trong những vần thơ dâm tục và chính ông cũng nhận ra điều ấy. Tôi không có ý hướng đến ông như một nhà tu đạo, vì ông không cần cái đó, đường hướng ông đã khác:

"Mai kia có vợ con rồi
Cha không bắt buộc con ngồi con tu
Ba ngàn thế giới mịt mù
Kiếm đâu của cải nào bù gió trăng"

(Gió trăng – Chút lời mênh mông)

Mõ chuông kinh kệ là phương tiện thì tại sao gió trăng không thể là phương tiện? Để lấy gió trăng làm phương tiện thay thế chuông mõ có khi những kẻ tu hành cần phải mất – ba chục kiếp – mới mong làm được.

Có nhiều người thường xuyên giảng kinh thuyết pháp, xưng tụng chân lý nhưng ta chẳng thấy họ có chút tu hành nào, ngược lại, có kẻ suốt ngày lông ngông như Bùi Giáng, dung tục như Nguyễn Đức Sơn, mà ý thức siêu thoát của họ tràn ngập trong mọi ngõ ngách của tư duy và đời sống.

"Mai kia cắp sách đến trường
Con nên học hỏi bình thường như ai
Trời sinh con dẫu có tài
Cũng không kéo được mộng dài thêm đâu
Một điều phải hiểu cho sâu

Trăm năm hai chữ vô cầu mà thôi"
(Bài học đầu – Chút lời mênh mông)

Nguyễn Đức Sơn đã xây dựng nên một gia đình lạ lẫm vào thời kỳ trăm hoa đua nở ở miền Nam nước ta những năm trước 1975 và càng khó hiểu hơn với một xã hội như xã hội chúng ta hôm nay. Giáo dục gia đình của Nguyễn Đức Sơn không thành công theo chiều hướng khoa bảng thường tình nhưng thành công rực rỡ theo hướng "vô cầu". Trong chuỗi dài sinh tử mang mang này, chúng ta chưa biết đường hướng nào là đúng hơn đường hướng nào?

Tục tĩu hay thiên nhiên đậm đặc trong thơ ông xét cho cùng chỉ là cái đối tượng để ông thể hiện cái "lửa và tịch mịch" tràn ngập trong hồn ông. Nếu chỉ là thiên nhiên, người ta dễ dàng sẽ bị những đối tượng thiên nhiên đẹp chi phối. Thiên nhiên bên ngoài chỉ là cái gợi để thiên nhiên trong hồn ông hiện hình, để nhựa sống lửa và tịch mịch của ông chảy vào, tan biến và hòa quyện vào. Nhờ ánh sáng lóe lên từ trực cảm khác thường, ông phát hiện vẻ đẹp ngay trong những thứ người ta cho là dơ nhất, thúi nhất.

"Cầu tiêu em ỉa quên chưa dội
Bãi cứt nhìn qua hiện đóa hồng"

Nguyễn Đức Sơn không cố gắng đưa kinh điển vào thi ca hay mượn thi ca để chuyển tải kinh điển. Với ông, chân lý phải được sinh ra một cách tự nhiên. Cái đó nó thường trực nơi ông lắm chứ không hề sáo rỗng. Càng đọc thơ ông ta càng thấy hay, thấy sâu và dường như không lột tả hết được, nếu có khẽ chạm vào thì đã là một cuộc hạnh ngộ rồi.

"Cứt" hay "nước đái" hay bất kì thứ gì đi chăng nữa thì cũng chỉ là một đối tượng không hơn không kém khi ý niệm phân biệt chưa kịp định danh cho nó, trong khoảng thời gian chưa được định danh ấy, nó là một đối tượng tròn đầy nhất, giống như "nó đang là". Chính ngay chỗ ấy, vẻ đẹp của đối tượng ngời lên trong trực cảm phi thường của nhà thơ. Có thể nhờ trực cảm phi thường ấy, trực cảm có thể kéo dài đối tượng chưa kịp định danh ấy, ông trở nên một nhà thơ khác biệt và là một tu sĩ vô danh tròn đầy.

Thơ của ông không phải là phương tiện thể nghiệm tư tưởng, mặc dù thơ ông có tư tưởng, nhưng tư tưởng và thơ là hai mặt sóng đôi tồn tại. Tư tưởng – thơ – đời sống của ông đã trở thành một.

"Trưa đứng một mình đợi ai lên
Đất trời đâu có dưới và trên
Đồi cao ổi sót rụng một trái
Dòi ăn một bên ta một bên"
(Cuối thu ở Phương Bối – Chút lời mênh mông)

Tư tưởng ấy đã là một trải nghiệm, một chứng nghiệm không còn là một thể nghiệm nữa.

"Con ngồi giỡn với bàn chân
Lật qua lật lại cũng ngần ấy thôi
Trời sinh đã có lâu rồi
Ngo ngoe trong bụng từ hồi hoài thai
Trăm năm lẩn quẩn hình hài
Cái tâm hư vọng ngã dài huyệt sâu"
(Huyệt sâu – Chút lời mênh mông)

"Khuya dậy hỏi đàn con nheo nhóc
Ở đâu mà lóc thóc tới đây"
(Nửa đêm thức dậy hỏi con – Chút lời mênh mông)

Người cha đứng trước đàn con mà chẳng khác một thiền sư trước đối tượng thiền quán!

Dâm tục và thiên nhiên là hai đối tượng nội dung rộng lớn bao phủ thơ Nguyễn Đức Sơn, nhưng mãi đến khi thơ ông hướng vào cái phàm tục, cái sinh hoạt bình thường thì khi ấy phẩm chất siêu thoát của thơ ông mới được thể hiện một cách đầy đủ. Cái đẹp mà ta phát hiện trong những hình tượng đẹp, cái đẹp ấy rất hạn hẹp, cái đẹp ấy sẽ giới hạn hình ảnh xấu không mang một vẻ đẹp. Cái đẹp được phát hiện trong mọi ngõ ngách, mọi đối tượng của đời sống kể cả cái phàm tục, cái xấu, cái đẹp đó mới là cái đẹp thực sự, cái đẹp trường cửu. Cái đẹp ấy vượt lên trên mọi ý niệm phân biệt của nhận thức vốn hẹp hòi.

Trong trường ca *Mộng du trên đỉnh mùa xuân* điệp khúc: "Chúng tôi hằng tự tử để hằng hằng sống, chúng tôi tự tử để không chết". Đó có thể xem là một tuyên ngôn về tư tưởng của Nguyễn Đức Sơn. Điều đó có vẻ như lạ nhưng thực ra rất hợp lý. Chúng ta sống nhưng không bao giờ tiếp xúc với sự sống, đó là chết. Cái gì làm cho chúng ta chết, chính là phiền não, ý niệm phân biệt, tri kiến làm rào cản, ngăn không cho ta có thể tiếp xúc trực tiếp đối tượng (nhận chân đối tượng như chính nó). Chúng ta cần phải luôn tự tử, tư tưởng của ta cần phải luôn được cởi bỏ, buông xả. Nếu không như vậy, không bao giờ ta có thể sáng tạo ra cái được gọi là mới. Chúng ta tưởng sáng tạo ra cái mới, thực ra chúng ta đang nối tiếp chuỗi nhân quả của tri kiến đi trước, cái trước đẻ ra cái sau theo một cách thức có thể dự đoán được. Nguyễn Đức Sơn và Bùi Giáng theo tôi là số ít nhà thơ đã đi qua lằn ranh ấy, những nhà thơ "luôn luôn tự tử". Chính phẩm chất ấy làm cho thơ của Bùi Giáng và Nguyễn Đức Sơn có tính đột biến, ngẫu hứng rất cao và dìu dắt khung trời nghệ thuật đi qua những đường mòn nhàm chán, những kĩ thuật sáng tác khuôn sáo. Bài thơ Nhắn mở đầu tập Tịnh Khẩu, và sau được chính tác giả lặp lại trong lời bạt có thể xem là một ví dụ điển hình:

"Đời sau có người thương ta
Từ lâu xuống lỗ làm ma mất rồi
Đường xa thôi miễn bồi hồi
Mả hoang nhảy đại lên ngồi đi cha"

Câu thơ cuối kì lạ ấy chứa đựng cả chân trời nghệ thuật và kĩ thuật thượng thừa đặc trưng của tác giả.

Cho nên, nếu đi vào tinh thể thi ca của những tác giả kiểu như Bùi Giáng hay Nguyễn Đức Sơn mà dùng tư duy phân tích hay kĩ thuật phê bình thuần túy, chúng ta sẽ chỉ thấy những đặc điểm của thi ca họ mà không thể chạm vào cái gọi là tinh thể của thi ca. Một nhà thơ bình thường thôi thì sáng tác của họ đã chứa đựng cả ý thức và vô thức, một nhà thơ kiểu như Nguyễn Đức Sơn, nó còn chứa đựng thêm cái "siêu thức" nữa. Siêu thức ở đây có thể hiểu là cảm thức trực cảm về đối tượng, nó đi ra khỏi sự hiểu biết của ngôn ngữ, nếu dùng ngôn ngữ để mổ xẻ phân tích thì chỉ thấy được cái vẻ ngoài, không thấy được cái bên trong. Do vậy, phân tích ở một góc cạnh nào đó là xâm phạm sự hiểu biết bằng hiểu biết. Chúng ta bắt buộc phải dùng ngôn ngữ để phân tích, cũng như nhà thơ phải dùng ngôn từ để chuyển tải thơ, nhưng những cái được dùng phải luôn luôn trong chiều hướng xả bỏ nó để không cản trở sự tiếp xúc vào tinh thể của thi ca vốn uyên nguyên như nguồn suối. Kĩ thuật làm thơ của Nguyễn Đức Sơn thượng thừa đến mức nó hòa quyện tan chảy vào thơ không còn dấu vết nữa. Nhưng cá nhân ông cũng không chú trọng điều đó lắm, vì ông biết được một kĩ thuật toàn diện hơn, đó là kĩ thuật để cho thơ tự lóe lên: "Đừng tưởng làm một bài thơ quá ngắn như vậy dễ đâu. Có thể có đứa nào khác cũng sắp được 3 chữ nguyên con đúng y như vậy, nhưng đó rành rành là đồ giả mà bất cứ ai có con mắt thơ phải nhận ra ngay tức khắc (Hột/Thì le). Đứa nào bắt chước đi đường tắt là tự vận. Bởi, dù nó bay ra trong đầu tôi không đầy một sát na, bài thơ ba chữ gồm duy nhất một danh từ và một động từ kia phải được hoàn thành ít ra từ trong ba chục kiếp rồi, nghĩa là tính đổ đồng mười kiếp làm được một chữ, chỉ một chữ mà thôi, dù thi sỹ là cái thằng phải ngộ trong nhấp nháy, phải làm (tôi nhấn mạnh chữ làm, đứa nào cãi, cãi chơi!) toàn bộ thơ ca hàng chục ngàn bài của đời mình trong nhấp nháy." Nguyễn Đức Sơn biết thế mạnh đó của mình, ông cảm nhận được bản thân mình hơn người khác, sự khác biệt này là tự nhiên với ông nhưng người ngoài nhìn vào hời hợt sẽ thấy như một sự lập dị.

Tôi thích thơ của Nguyễn Đức Sơn hơn là văn của ông. Văn của Nguyễn Đức Sơn như người thiếu nữ giỏi giang, quá hiểu biết, quá sâu sắc và cá tính nhưng nàng hay phát biểu về nàng làm cho tôi đôi lúc mệt mỏi và cảm nhận nàng theo chiều hướng nàng mong muốn. Trái lại thơ của Nguyễn Đức Sơn là một nàng thiếu nữ xinh đẹp, kỳ bí dị thường và đặc biệt nàng rất ít nói. Tôi thích nhất ở nàng đức tính ấy, vì khi đối diện với nàng, chúng tôi chỉ cần nhìn nhau thế là dâng hiến trọn niềm tin yêu và vẻ đẹp uyên nguyên tròn đầy. Tôi không bao giờ muốn nàng phát biểu, vì khi nàng phát biểu sẽ đánh mất sự uyên nguyên ấy và khiến tôi hiểu khập khiễng về nàng, tôi muốn giữ sự uyên nguyên ấy giữa tôi và nàng và nàng đã thật sự làm tôi rất hài lòng.

Tính chất thơ của Nguyễn Đức Sơn có thể xem là nàng thiếu nữ kỳ bí ít nói kia. Tác giả có kĩ thuật làm thơ thuộc vào hạng thượng thừa nhưng chẳng bao giờ bám vào đó, thậm chí có khuynh hướng xả bỏ những kĩ thuật (mặc dù rất nắm kĩ thuật) để tạo điều kiện cho những kĩ thuật khác của trực cảm, của vô thức tham gia vào sự sáng tạo. Nghệ thuật làm thơ của ông có mà như không, nhưng mà lại có. Cho nên khi bình luận về thơ Nguyễn Đức Sơn mà sử dụng nhiều quá những kĩ thuật phê bình, những kĩ năng viết lách, vô hình trung lại là điều cản trở để tiếp cận tinh thể thi ca ông. Người bình thơ chỉ có thể tiếp cận được những nội dung của thi ca ông, những sắc màu kì lạ của một hồn thơ họ cho là kì bí, chứ không thể nào chạm vào được thể tính của thơ ông nếu họ vẫn giữ lối phê bình sáo mòn truyền thống, với một góc nhìn hạn hẹp về không gian và thời gian. (em thêm)

Trên nền tảng của nghệ thuật tưởng chừng không giống ai nhưng lại rất phù hợp với quy luật tự nhiên ấy đã nảy nở những vần thơ vượt xa thời đại của ông và của thời đại chúng ta. Tôi cho rằng, cùng với Bùi Giáng, Thanh Tâm Tuyền (và có thể một vài tác giả khác nữa mà tôi chưa tiếp cận được), thơ Nguyễn Đức Sơn đã nâng tầm thơ ca Việt Nam vào những năm trước 1975 và đã tiếp cận được những nguồn mạch của thơ ca thế giới về cả tư tưởng và nghệ thuật như Tagore, Walt Whiman, Nguyễn Du hay thơ Haiku…Đây là những nhà thơ, những dòng thơ đã khẽ chạm vào đạo, một thứ đạo vừa do ánh sáng trí huệ của đạo Phật soi đường vừa do ánh sáng trực cảm thiên bẩm của chính họ mang lại. Hai thứ ánh sáng ấy có khi đồng hiện rồi chạm vào nhau, có khi cùng soi cho nhau để sáng hơn. Tôi nghĩ rằng, các nhà thơ bây giờ vẫn chưa vượt qua được các nhà thơ trên về phương diện tư tưởng và nghệ thuật thi ca. Đất nước chúng ta không công nhận, không xiển dương dòng thơ của Nguyễn Đức Sơn, Bùi Giáng, Thanh Tâm Tuyền... là đã làm cho thơ ca Việt Nam chậm lại hơn nửa thế kỷ, và có thể còn chậm hơn nữa nếu nhận thức không rõ và không chịu thay đổi nhận thức.

Tập thơ *Chút lời mênh mông* này là công sức góp nhặt trân quý của nhà thư pháp Hồ Công Khanh và những người con của nhà thơ Nguyễn Đức Sơn, đặc biệt là anh Nguyễn Đức Yên, tập hợp những bài thơ chưa từng được in trong các tập thơ của tác giả. Đây là lần trở lại chính thức đầu tiên của Nguyễn Đức Sơn sau gần 50 năm tuyệt tích. Lần hội ngộ này, không phải là luồng sáng nhuần nhụy mà là những ngôi sao, những mảng màu chắp vá do tính chất tập hợp dàn trải ở nhiều nơi và nhiều khung thời gian sáng tác. Nhưng ánh dư quang phát ra từ một thiên thể ánh sáng cũng đủ làm hài lòng những người tò mò và cũng thể hiện được phẩm chất của tinh thể ánh sáng, nơi mà nó phát xuất.

Huệ Quang, những ngày đầu Hạ năm Kỷ Hợi, 2019

CÙNG NGUYỄN TRUNG, NHỚ NGUYỄN ĐỨC SƠN

Nhã Ca

Hôm nào? Chẳng thể nhớ nổi. Khoảng bốn giờ chiều. Nguyễn Trung tới.

"Vân. Về sao không lại đằng tao, mầy?

"Biết về, sao mày không chịu vác mặt tới. Còn hỏi."

"Hơ. Con già mồm. Không lại là gì đây. Mày đang nói chuyện với ai vậy?"

"Với thằng chó. Tao tưởng mày ngán, hết dám lại."

"A. Cũng ngán tí ti. Chúng nó biểu thằng Từ với mày là Xê I A . Hắn ra sao rồi?"

"Sao với trăng gì. Còn tù dài dài."

"Lên nhà cũ ở Gia Định, tưởng tiêu hết rồi chớ. Bữa qua, gặp thằng Nghiễm, mới biết mẹ con mày ở đây. Tao có quà cho mày. Hết xẩy."

"Quà gì đâu?"

"Từ từ. Lạ thiệt. Thằng chồng mày tên Từ mà mày thì nóng nẩy. Có đế không đã?"

"Đưa quà ra đã mới có rượu."

"Từ từ. Rượu đã."

Đành phải kiếm cho Trung một xị. Trong bạn bè của Từ, Trung thân với tôi nhất. Hai đứa quen mày tao chi tớ từ nhỏ.

"Nghe bọn bay bị bắt, chẳng biết sống chết ra sao. Tao phải làm cho xong."

"Xong cái gì?"

"Cái tranh. Có croquis của mày từ hồi còn ở Ngô Tùng Châu. Đẹp hết xẩy. Nhưng phải mướn xích lô, mới chở cho mày được. Tao đi xe đạp một mình, làm sao cầm."

Có vài ly đế, chuyện cũ bắt đầu ấm. Trung kể:

"Bữa lang thang gần khu nhà cũ của bọn bay, tao gặp Nguyễn Đức Sơn. Nó mặc áo đà, đầu cạo nhẵn bong. Coi gồ lắm. Nghe đâu trên núi vừa hạ san. Nhìn cái đầu nó trọc lóc, nhớ mày với nồi cá kho hồi ở Trương Minh Giảng, tao buồn cười quá."

"Có duyên dữ. Bọn tao thì ngồi tù. Còn mày thì cười."

"Bộ mày với thằng Từ không cười à."

Cũng phải cười thật. Nguyễn Đức Sơn, hồi trẻ ký là Sao Trên Rừng, cùng đăng thơ trên các tạp chí Hiện Đại, Thế kỷ Hai Mươi, Văn Nghệ thời sáu mươi. Anh có tài lạ: Ngồi yên, hai tai nhúc nhích rồi phe phẩy như hai con bướm. Thấy tôi phục quá, có lần anh còn dọa có thể vận công cho tóc dựng đứng lên được. Thơ Sơn cũng như người, nhiều bất ngờ kỳ dị.

Năm 1961, có hồi Trung thất tình, về khu cầu Trương Minh Giảng ở với vợ chồng tôi. Hai đứa đi làm, Trung ở nhà rầu rĩ, thường phụ tá tôi chợ búa, nấu nướng. Có khi còn trổ tài một mình, chế được nhiều món ăn lạ. Thấy Nguyễn Đức Sơn giang hồ, than đói, Từ kêu Sơn mỗi ngày tới bữa, đạp xe đến nhà cùng ăn.

Được vài tháng vui vẻ, bỗng thấy Nguyễn Đức Sơn biến mất. Một mảnh giấy quăng vô cửa:

"Gửi mấyđứa khốn nạn. Tao biết thừa rồi. Chúng mày có nồi cá kho. Thấy tao tới, giấu biệt đi không dám mang ra ăn. Chúng mày giấu cá kho để tế mồ mả cha ông nhà chúng mày."

Ba đứa nhìn nét chữ nguệch ngoạc của anh bạn, ngơ ngác một lát rồi phá ra cười. Thư được đọc đi đọc lại, đứa nào cũng thuộc lòng. Bao nhiêu năm sau, giờ này nhắc lại, cũng vẫn còn cười được.

Dạo ấy, trưa đi làm về, tôi phải ba chân bốn cẳng ghé chợ Trương Minh Giảng, mua tí rau, tí cá. Cá đang kho trên bếp chưa kịp chín, đã phải ăn cơm trước cho kịp đi làm. Thấy mùi cá kho mà không được ăn, thi sĩ nổi ngay cơn lôi đình, bỏ quách Saigon lên giang hồ trên núi.

Ít năm sau, nhận được thư Sơn gởi từ Blao. Không nói chuyện cá kho nữa, Thi sĩ đòi gửi ngay thơ lên cho anh để anh viết lại văn học sử.

Đọc những bài thơ Nguyễn Đức Sơn sau này, chúng tôi biết anh đã vợ con để huế. Có thơ điên vì mẹ cằn nhằn vợ, vợ cằn nhằn mẹ. Lại có thơ thiền:

Sáng mênh mông
Ta đi dạo
Giữa vườn hồng
Ồ bông

Ồ mộng
Ồ không.

Trung kể thêm về Nguyễn Đức Sơn:

"Bọn bay đi tù. Nó cũng đi tù vậy. Nghe kể, nó để vợ con đâu trên núi, một mình hạ san tìm lương thực. Coi bộ vó kỳ dị quá, bọn công an bắt nó hai ba lần. Có lần đánh gẫy cả xương sườn. May mà bắt chán nó lại thả."

Tội nghiệp. Đã biết lên non cạo đầu rồi, thi sĩ còn hạ san làm gì, đến nỗi bị công an đánh gẫy cả xương sườn. Những năm sau này, nghe đâu Nguyễn Đức Sơn còn mang vợ con giấu hết vô hang núi, sống như người thái cổ, không tiếp xúc với đồng loại nữa.

*(Trích **Hồi Ký Một Người Mất Ngày Tháng**, đoạn kể sau khi ra tù cộng sản năm 1977. Trong báo xuân Việt Báo Bính Thân 2016, vì số trang giới hạn, phần viết của Nhã Ca và ghi chú về Tuệ Sỹ được gác lại.)*

SƠN NÚI

VỀ MỘT BÀI LỤC BÁT KHÔNG ĐỀ CỦA NGUYỄN ĐỨC SƠN

Phạm Cao Hoàng

Đầu thập niên 90, thỉnh thoảng Nguyễn Đức Sơn đi xe đạp từ Bảo Lộc về Đà Lạt. Khó mà hình dung nổi làm sao anh có thể đạp xe trên một đoạn đường dài như vậy, một đoạn đường mà nếu đi xe đò cũng phải mất khoảng 3 tiếng. Thế mà anh vẫn đi một cách bình thường. Hỏi anh đạp xe có mệt không thì anh cười hì hì, "Không mệt, mà còn khỏe ra".

Nhà tôi ở Đức Trọng, trước khi đến Đà L ạt phải qua chỗ tôi ở, nên trên đường đi anh thường ghé lại thăm tôi. Lần nào ghé lại anh cũng mang cho tôi một ít trà do anh trồng. Tôi quí những gói trà đó lắm, vì đó là tấm lòng của anh. Có khi anh ở lại với tôi một bữa, nhưng phần lớn là chỉ trò chuyện năm mươi phút hoặc nửa tiếng rồi lại tiếp tục cuộc hành trình bằng chiếc xe đạp mini cọc cạch của mình...

Bẵng đi một thời gian lâu tôi không thấy anh ghé lại, cho đến ngày tôi đi Mỹ định cư cũng không có dịp chào anh. Tôi vẫn nhớ về anh với những đêm gần như thức trắng và những gói trà tình nghĩa của anh, nhưng không biết cách nào liên lạc.

Gần đây, qua anh Đinh Cường, tôi có được số điện thoại cầm tay của Nguyễn Đức Sơn. Tôi chọn một tối thứ sáu, để bên quê nhà là sáng thứ bảy, gọi về thăm anh. Điện thoại bên kia đường dây đổ chuông.

- Vui lòng cho tôi nói chuyện với anh Nguyễn Đức S ơn.

Một giọng đàn ông trả lời cộc lốc:

- Lão đang ngồi trên núi đây.

Đúng là chàng rồi. Tôi vừa mừng, vừa buồn cười. Vẫn là cái cách nói chuyện rất Nguyễn Đức Sơn ấy.

- Phạm Cao Hoàng đây anh Sơn ơi.

- Đ. M. Hôm trước có người quen cho tôi số điện thoại của ông, tôi gọi hoài mà không liên lạc được.

- Chắc là trục tr ặc sao đó.

Tôi trò chuyện với anh gần một tiếng đồng hồ. Đúng ra, tôi nghe anh nói là chính. Vẫn là chuyện trồng thông, chuyện mấy đứa con. Tôi rất muốn nghe anh đọc thơ nên đề nghị:

- Anh đọc cho nghe một bài thơ của anh đi. Cũ mới gì cũng được.

- Tôi đọc ông nghe bài này, không nhớ là cũ hay mới.

Anh bắt đầu đọc một bài lục bát nói về tình cảm của anh đối với người cha đã qua đời. Nghe xong bài thơ, tôi bàng hoàng... Những bài thơ viết về mẹ thì nhiều, nhưng viết về cha lại quá ít. Trong số ít ỏi này, theo tôi, bài thơNguyễn Đức Sơn vừa đọc là một tuyệt tác ở đề tài này. Tôi đề nghị anh đọc lại để tôi chép. Anh vui vẻ đồng ý, đọc chậm từng câu.

xưa ông nội đến nơi này
sóng xanh mơ mộng những ngày thanh niên
sáng chiều bơi lội như điên
tập cha vào cõi vô biên một mình
nước vô mặt mũi lềnh bềnh
cha gần ngộp thở nên kình lại luôn
bây giờ biển cũ mênh mông
dẫu con về thở cũng không kịp rồi
một ngàn tư tưởng xa xôi
rừng cao một khoảnh cha ngồi ru con

Tôi hỏi anh tựa đề bài thơ là gì và viết năm nào. Anh nói không nhớ viết năm nào và cũng không đặt tựa đề cho bài thơ.

*(Trích các tạp chí **Thư Quán Bản Thảo**, số 50, tháng 2, 2012; **Quán Văn**, số 24, Tháng 7, 2014)*

CHA LÀ SƠN NÚI, CON LÀ VÂN MÂY

Nguyên Minh

Lúc tôi chưa gặp chị Phượng, tôi hình dung chị đẹp như một cô"đầm lai". Như một vài người bạn thân của Nguyễn Đức Sơn diễn tả. Người con gái tuổi mới lớn, mồ côi sống trong một ngôi chùa của người cậu ruột. Mượt mà. Duyên dáng. Và cô là học trò của anh chàng lang bạt kỳ hồ Nguyễn Đức Sơn bấy giờ đang mở lớp dạy tiếng Anh. Nguyễn Đức Sơn tỏ tình với người mình yêu mãnh liệt, không như rụt rè như với nhân vật My thuở mới biết yêu. Có phải anh đang diễn một vở kịch hay anh đang bộc lộ thật sự tâm trạng mình khi đứng trước miệng cái giếng sau chùa bên cạnh người con gái xinh đẹp, anh tỏ tình bằng cách nói sẽ nhảy xuống giếng nếu cô Phượng từ chối mối tình si này.

"Ái! Đừng..." là tiếng thốt lên từ cửa miệng cô gái, cái nắm tay giữ lại anh chàng si tình, sợ anh ta vì mình mà tự tử thật. Như một định mệnh đã được xếp đặt từ kiếp nào.

Sau đó, Nguyễn Đức Sơn làm đám cưới với cô Phượng. Hôn lễ diễn ra tại Chùa Tây Tạng, Bình Dương như Bửu Ý, Nguyễn Miên Thảo, những người bạn trên nửa thế kỷ trước đã kể lại, đăng trong Quán Văn số 24 này. Cũng như một vở kịch. Một chàng thi sĩ ngông cuồng, một cô vợ Việt lai Tây đẹp như tiên. Một nhà thơ nghèo mạt rệp, và nhất là trong những năm tháng cả nước lao đao, đời sống quá vất vả, điêu linh, biết bao cuộc hôn nhân một thời lý tưởng, đã từng gắn bó lại tan rã, chia ly. Tôi cứ nghĩ chị Phượng đã giã từ ông chồng nhà thơ, nhà văn đói rách này ra đi, trở về quê cha, trời Tây là lẽ đương nhiên.

Tôi đồng ý đi lên Phương Bối Am đầu tiên vì tính tò mò muốn biết về đời sống thường nhật của Nguyễn Đức Sơn là thứ yếu, mà chủ tâm là nhân vật Phượng. Phượng của ngày xưa và Phượng bây giờ...

Chúng tôi ngồi trong mâm chiếu bên những món ăn chay, từ măng non, bắp chuối, khoai lang khoai mì đều được trồng quanh nhà. Gia đình anh từ lâu ăn chay trường quanh năm. Anh đãi khách cũng vậy. Những câu chuyện vui, những mẩu tiếu lâm thời đại Nguyễn Đức Sơn kể với giọng khôi hài, châm biếm làm thu hút mọi người.

Riêng tôi, một hình ảnh bất ngờ tôi nhìn thấy thấp thoáng bên cạnh chiếc cửa gỗ: một người đàn bà ốm o, hai tay vòng lại trước ngực... Bao nhiêu nỗi xót xa và thương mến tôi đổ dồn vào người đàn bà đó. Chị không còn là Phượng ngày xưa... Chị Phượng như mắc nợ Nguyễn Đức Sơn từ kiếp nào giờ phải trả cho hết trọn đời.

Nguyễn Đức Sơn cũng vậy, kiếp này anh phải sống ngông cuồng cho kiếp trước quá hiền lành, nhu nhược. Như bù trừ. Kiếp này anh phải làm thi sĩ mà thôi. Không phải tự nhiên mà các con anh thành những nhà sư. Ai xui khiến Nguyễn Hữu, một người bạn trẻ của anh, mang các con anh gởi vào chùa nuôi dưỡng từ nhỏ, lớn lên họ đã thành những Đại Đức của Phật Giáo. Không phải tự nhiên mà Nguyễn Đức Vân trở về Bảo Lộc lập am trồng sim trên một ngọn đồi riêng.

Cách đây hai năm, Đinh Cường có đưa cho tôi hai dĩa CD thu những bản nhạc do Nguyễn Đức Vân sáng tác hoặc phổ thơ cha anh. Nguyễn Đức Vân ca ngợi tình Người Mẹ yêu thương con. Hình ảnh của chị Phượng. Tôi nghe những bản nhạc của Nguyễn Đức Vân với những cảm xúc mênh mông. Tôi chỉ viết về nhà thơ, nhạc sĩ Nguyễn Đức Vân chứ không nói đến Đại đức Thích Giới Lực. Bây giờ, tôi nói nhỏ với anh như vầy: Cha anh, Nguyễn Đức Sơn là Sơn Núi. Với anh, Nguyễn Đức Vân là Vân Mây. Cha là Núi, Con là Mây. Và, hơn hết, bên cạnh cha con anh, còn có một người đàn bà mang tên Phượng. Nàng như một cái bùa hộ mệnh.

*(Trích các tạp chí **Thư Quán Bản Thảo**, số 50, tháng 2, 2012; **Quán Văn**, số 24, Tháng 7, 2014)*

Nhà thơ Nguyễn Đức Sơn (trái), Tâm Nhiên
(Ảnh: dutule.com)

NHÀ THƠ KIỆT XUẤT NGUYỄN ĐỨC SƠN

Tâm Nhiên

Không biết từ đâu ta đến đây
Mang mang trời thẳm đất xanh dày
Lớn lên mang nghiệp làm thi sĩ
Sống điêu linh rồi chết đọa đày.

Mấy câu thơ thời tuổi trẻ, lúc mới 23 tuổi ấy đã theo suốt cuộc đời Nguyễn Đức Sơn, một thi sĩ kiệt xuất trên bầu trời văn nghệ Việt Nam hiện đại. Rờn lạnh hoang vu một tâm hồn cô độc cô liêu khốc liệt, luôn luôn ngún cháy bên trong chiều sâu linh thức một ngọn lửa tịch mịch vô hình, thường trực đứng giữa đôi bờ sống chết giữa đỉnh cao và hố thẳm của tồn sinh bức bách ngay từ những ngày còn chạy lông bông đùa rỡn cùng sóng vàng cát trắng vu vơ dọc mấy hàng cây dương liễu xanh ngút ven bãi biển Ninh Chữ xa mù. Từ đó, từ thuở nhà thơ chào đời năm 1937 ở làng quê Dư Khánh, Thanh Hải, Ninh Thuận đến nay cũng hơn 70 năm trời đằng đẵng trôi qua rồi mà ngọn lửa tịch mịch đó vẫn còn hừng hực rực ngời như một ngọn lửa thiêng trong lòng người thi sĩ dị thường:

Tôi chỉ có lửa
Và tịch mịch

Trong người

Lửa thơ, lửa mộng, lửa tình yêu, lửa nghệ thuật hay lửa sáng tạo ấy bao giờ cũng được thi sĩ đốt lên trên dặm ngàn cuộc lữ thênh thang. Năm 1956, lúc 19 tuổi, rời làng quê Dư Khánh, tạm biệt thị xã Phan Rang ra phố biển Nha Trang theo học trường Trung học Võ Tánh một thời gian, nhà thơ thường trốn học rong chơi lêu lổng dọc ven bờ biển lồng lộng đầy gió nắng với những ý tưởng mông lung vời vợi, chơi đùa chạy đuổi bắt những vệt nắng xanh vàng rơi tan trong bọt sóng bồng bềnh lênh láng mộng rong rêu:

Nhiều khi đợi nắng chiều tan
Tôi mông lung nghĩ theo làn mây trôi
Ngày kia nếu ở trên đời
Cha tôi không cưới mẹ tôi bây giờ
Sinh ra tôi có làm thơ
Để điêu linh vẫn như chờ riêng thôi
Những đêm sao sáng đầy trời
Bỗng nhiên tôi khóc trên đồi hư không

"Sinh ra tôi có làm thơ" vì không biết làm chi hơn là làm thơ, làm một cái công việc mà chỉ có những tâm hồn vô cùng nhạy cảm, thường xuyên có sự giao cảm âm thầm thâm sâu uyên viễn với nhật nguyệt thiên địa càn khôn, với hồn thiên cổ xa xăm diệu vợi mới thích thú đam mê theo công việc duy nhất của đời mình, ấy là cái việc làm thơ làm thẩn đó thôi. Nói như Tuệ Sỹ khi viết về Sơn Núi: *"Sinh ra để làm thơ, đó là Định mệnh?"* hay như Phạm Công Thiện, một người bạn thân thiết ngày xưa với Nguyễn Đức Sơn cũng nói: *"Làm thơ là hố thẳm xoáy tròn vào cơn bão tố rùng rợn của thơ và chỉ nhìn thấy thơ trên trời, thơ ở dưới đất, thơ trong tim, thơ trong óc não, thơ trong mạch máu, thơ trong hơi thở, thơ trong*

đời sống, thơ trong cái chết, thơ trong hiện thể, thơ trong vô thể, thơ trong hư vô... Chỉ có thi sĩ mới sống tận bản thân mình, sống phóng tới đằng trước tất cả những khả tính sắp hiện của dân tộc mình."

Đích thực Nguyễn Đức Sơn là một thi sĩ kỳ tuyệt, một nhà thơ mà hồn thơ luôn tuôn trào trong huyết quản rạt rào vô hạn. Chàng "*lớn lên mang nghiệp làm thi sĩ*" nên đi đứng ngó nhìn bất cứ sự vật trần cảnh, lạnh nóng cao thấp, trời xanh mây trắng, con người con vật chi chi cũng đều thấy thơ và thơ bàng bạc thấp thoáng, ẩn hiện lung linh, rạo rực xao xuyến ở trong máu trong hồn như vậy, khiến cho ý tình rung lên bổi hổi dâng đầy. Tuy thấy được vẻ đẹp cực kỳ của tạo vật đất trời nhưng đồng thời cũng ý thức tận cùng cái hư ảo mong manh của cuộc sống, như một lần nhà thơ thổ lộ ở trang bìa trong tập thơ *Đêm nguyệt động*: "*Một buổi chiều trốn học lang thang trên bờ biển Nha Trang thời niên thiếu, tác giả suýt nổi cơn điên khi trực nhận mãnh liệt cái quá ư ngắn ngủi của kiếp sống và từ đó đâm ra khật khùng cho đến nay.*" Vậy đó, ngó nhìn đâu cũng rung động cũng thấy đẹp tuyệt vời, nhưng đẹp tựa ánh chớp, như *bọt nước* sương rơi:

Tôi bỗng thấy mạch đời bừng chảy
Như nhựa xuân tràn lên đầu cành
Rồi tôi thấy mạch đời đang chảy
Ở trong tôi mà sao mong manh

Ý thức tức thì cái mong manh thoáng chốc của *bọt nước*, cái phù du hư huyễn vô thường của cuộc đời, cái lênh đênh trôi dạt của thân phận kiếp người giữa cuộc phù sinh dâu biển như thế, nhà thơ chợt thấu thị thấy bùng vỡ ra một điều chi bất ngờ như triết giaNietzsche thấy "*thượng đế đã chết*" nghĩa là không có thực: "*Thượng đế, sự bất tử của linh hồn, sự cứu rỗi, cõi trên kia, đó là những ý niệm rỗng tuếch mà tôi không bao giờ bận tâm đến."*[1] Sơn Núi cũng vậy, thấy *"thượng đế đi rồi"* chỉ còn đây trên mặt đất là sự có mặt đương nhiên của con người và nhà thơ tự hỏi, tự khai phá về sự hiện hữu của con người, về lẽ sống chết, về lý âm dương tự nhiên của tạo hóa. Tất cả sự hiện hữu này có ý nghĩa chi không hay chẳng có nghĩa lý gì cả hỡi trời mây vạn đại thái cổ từ thuở hồng hoang nào lạc dấu mộng sơ nguyên?:

Lênh đênh thuyền giạt xa miền
Nửa đêm bừng tỉnh man thiên một trời
Trông lên thượng đế đi rồi
Hỏi mây thái cổ con người vân vi
Lối mòn cỏ mộ xanh rì
Ngoài ra kìa chẳng có gì nữa sao
Đảo buồn thổi gió lao xao
Ngàn xưa còn tiếng thì thào biển khuya

Biển tàn khuya gõ nhịp đi về nhưng biết về đâu giữa khuya dài lê thê trong đêm tối đen ngòm mịt mù u ám của nhân loại? Vai gầy nghiêng nghiêng lệch gót chân xiêu vẹo bước theo bóng mình xơ xác qua vạn nhịp cầu ảo dị suy tư. Tuổi còn thanh niên mà cứ tưởng tượng đến ngày mái đầu bạc phơ tóc trắng, chẳng hề gì vì đường thơ mở rộng bồng phiêu liễu lĩnh trên cung bậc dấn thân nhập cuộc, cho dù cũng lắm lắm hiu hắt tàn xiêu:

Biển hoang cồn lạnh tiếp chiều
Đá trơ với đá tôi liều với thơ
Áo quần hai bộ xác xơ

---

[1] Nietzsche. *Tôi là ai*? Phạm Công Thiện dịch. Phạm Hoàng xuất bản, Sài Gòn 1970

Quạnh hiu dù đến bạc phơ mái đầu
Nẻo xa chưa thấy nhiệm mầu
Chân còn bước vạn nhịp cầu suy tư

Suy tư, trầm tư, uyên tư là sống triết lý. Sống triết lý nói theo Nietzsche là sống cố ý, chú tâm triệt để vào một vấn đề nào đó như thiền sư nhiếp tâm miên mật vào công án tử sinh của đời mình để đốn ngộ chân lý giải thoát. Thiền là quán sát, quán chiếu tâm ý mình trong từng hơi thở, từng lời nói, từng hành động, từng sự việc tế nhị; thi sĩ biết tâm ý mình đang tỉnh thức hay đang mơ mộng trong giấc ngủ cô miên, biết mình đang mộng thấy bay ra ngoài trời đất càn khôn vũ trụ trùng trùng ánh phong quang:

Đêm mơ đến xứ nguyệt vàng
Vẳng xa buông lạnh mang mang tiếng thiền
Chập chờn nửa giấc cô miên
Tâm tư lay bóng con thuyền ra khơi
Trùng trùng sóng gợn luân hồi
Võng ru thuyền mộng vượt ngoài càn khôn

Con thuyền viễn mộng giong cánh buồm trắng mây bay qua những chiều phiêu nhiên mà thả hồn *Một mình chạy chơi trên bờ biển:*

Bóng nương bãi quạnh lướt đều
Cát in mau dấu hằn theo chân người
Giữa chiều nắng trải xa xôi
Thao thao sóng rượt hồn tôi ngút ngàn
Dặm về nguyệt tỏa mang mang
Một thân sinh tử hai hàng lệ sa

Rưng rưng hai hàng nước mắt, lặng u uẩn dặm về khuya khoắt

ướt sương trăng. Trọn vẹn một trái tim đầy nhiệt huyết, luôn luôn mở rộng lòng ra để đón gió thanh tân từ ngàn phương lồng lộng thổi về nhưng cũng thường sửng sốt ngạc nhiên trước sự tàn bạo xảo trá, giả dối lừa gạt một cách tàn nhẫn của con người, nên thi nhân thỉnh thoảng rơi vào tâm trạng lạc lõng bơ vơ, lạc loài bỡ ngỡ, để rồi có đôi lúc thích *Một mình giả chết trên bờ biển:*

Nghe đời rút xuống xa xăm
Tứ chi rời rã tôi nằm im ru
Dã tràng tưởng giấc ngàn thu
Mon men vài chú đã bu quanh rồi
Phiêu phiêu mây bạc trên trời
Đưa tôi về cõi tuyệt vời mai sau

Màu mây bạc phất phiêu lãng đãng, tang bồng chốn nào tuyệt vời tận cuối biển đầu sông? Sống giữa chợ đời đông đảo náo nhiệt, bắt buộc người ta phải biết suy ngẫm trầm tư để phân biệt đúng sai, phải quấy này nọ, nhưng khi đứng trước đại dương mênh mông rộng rãi thì điều đó không còn cần thiết nữa. Cứ thoải mái tha hồ vô tư với từng mạch luồng hơi thở, mở toang từng buồng tim thớ phổi ra mà thở cho thật nhẹ nhàng, sảng khoái, thẩm sâu như thi sĩ nhiều lần thẩn thơ *Một mình nằm thở đủ kiểu trên bờ biển:*

Đầu tiên tôi thở cái phào
Bao nhiêu phiền não như trào ra theo
Nín hơi tôi thở cái phèo
Bao nhiêu mộng ảo bay vèo hư không
Sướng nên tôi thở phập phồng
Mây bay gió thổi trời hồng muôn năm
Mai sau này chỗ tôi nằm
Sao rơi lạnh lẽo âm thầm biển ru

Nhà văn Võ Phiến rất tâm đắc bài thơ này, còn thiền sư Nhất Hạnh suốt bình sinh du hóa khắp nơi trên thế giới cũng chỉ xiển dương cái sự việc thở ra thở vào một cách vững chãi thảnh thơi như vậy mà thôi. Biển sóng ru êm ái rào rạt như tiếng nhạc mơ hồ xào xạc từ xa xôi đồng vọng lại, nghe dạt dào xao động như cung đàn Mozart, Schubert, Chopin, Beethoven... Nắng chiều tà nhòa nhạt, dần dần buông nhẹ xuống bóng hoàng hôn vàng lịm màu tím sẫm cuối ngày, lay bay giữa ngàn trăng thanh gió mát, làm sao mà không nổi hứng bỡn cợt rỡn đùa với nàng thơ diễm kiều lãng mạnphiêu diêu:

Chiều êm hơn cả gió lùa
Tôi ra cuối bãi tôi đùa với trăng
Tay choàng lên với môi hẳn
Tôi mơn gió lả tôi măn vú đồi
Có hương có nhạc trên trời
Tóc tôi se gió mắt ngời ánh sao

Ồ thì ra là chàng ngồi một mình xốn xang với ảo giác lãng mạn đấy thôi. Sự việc tưởng tượng mơ mộng "*vú đồi môi hẳn*" ấy là dấu hiệu đã đến tuổi dậy thì, gây gây mùi tính dục, khiến chàng bất giác thò tay xuống mân mê, mó máy cho rục rịch cụ cựa cái của quý, theo bản năng tự nhiên *Một mình đã vọc c trên bãi biển:*

Thật tình đã ngứa chưa con
Bốn bên lặng ngắt hoàng hôn đến rồi
Mai kia nằm chết giữa trời
Tôi ôm Tuyệt Đối một thời xuân xanh

Tuổi thanh xuân bừng dậy rạt rào, nao nức những đêm trăng huyền hóa tỏa ngan ngát hương biển ngàn mới lạ Nha Trang, những chiều vàng rạo rực hứng chí chi mà cứ mãi miết đuổi theo mấy áng mây trời khoáng đãng bao la, nhòa nhạt trong sóng nắng xa xăm, nhấp nhô dào dạt tiếng lòng long lanh, lấp lánh bao mộng đời ơi chao xao xuyến, miên man nỗi niềm chi không thể thốt nên lời để *Một mình đuổi theo mây bạc bay trên biển:*

Biển chiều còn lại mình tôi
Đuổi theo mây bạc giữa trời bao la
Thủy triều chợt rút ra xa
Bóng thanh xuân rụng ác tà sau lưng

Rừng biển tà huy vi vu vi vút từng mảng khói lam chiều phiêu hốt. Một mình, chỉ một mình thôi. Nỗi cô đơn sóng lượn nhồi máu tim. Trùng dương bèo bọt nổi chìm. Niềm hư không đó nghe im lặng sầu. Sau lưng bỏ lại dấu thanh xuân khuất bóng, khi thi sĩ quyết định dời gót lên đường viễn phương hành vào phố thị Sài Gòn, tiếp tục chuyện sách vở học hành ở Đại học Văn Khoa. Tưởng là mở ra một chân trời mới, một niềm hy vọng phong quang xán lạn, nhưng bất ngờ trở chứng, tính khinh bạc ngông cuồng bộc phát đột ngột, mới học vài ba năm chưa tốt nghiệp thì đùng một cái chàng bỏ ngang dang dở nửa chừng, để lạnh lùng đứng dậy quay về thế giới độc đạo cô liêu của riêng mình. Tịch nhiên trầm lặng đối mặt với nỗi cô đơn rờn lạnh quạnh hiu, với nỗi sầu vạn đại tuyệt mù như thi sĩ Huy Cận: *"Một chiếc linh hồn nhỏ. Mang mang thiên cổ sầu."* Sầu thiên cổ mang mang quằn quại, nhói buốt ngay từ lúc còn trốn học lêu lổng mộng rong chơi:

Tôi dòm đời khi tuổi sắp hai mươi
Nhìn trước nhìn sau thấy rõ ràng
Những người đi trước sầu đeo nặng
Những người đi sau sầu không tan

Tôi dòm đời khi tuổi sắp hai mươi
Thấy hay hay nhưng làm sao cười
Như chuyện lớn lên rồi có vợ
Cuối đời về đất lạnh nằm xuôi

Ngập ngừng chân bước con đường vắng
Mây trắng bay lên òa đất trời
Tôi cúi đầu nghe mình nhỏ lệ
Biết chuyện gì rồi cũng buồn thôi

Người thi sĩ ứa lệ không phải vì xót thương cho thân phận của mình mà thực ra là chạnh lòng trắc ẩn trước sự mong manh mỏng mảnh, bèo bọt thoáng chốc quá ư là nhỏ bé phù du của kiếp nhân sinh giữa trời đất vũ trụ bao la, như nhà thơ Trần Tử Ngang một lần kia, tình cờ đi ngang qua nghĩa địa, thấy hàng trăm nấm mộ ven đường mà bàng hoàng cảm thán xót xa:

Ai người trước đã qua
Ai người sau chưa tới
Nghĩ trời đất vô cùng
Một mình tuôn giọt lệ

Giọt lệ thi nhân nhỏ xuống nấm mồ nhân thế có ý nghĩa gì trên cuộc về của chúng ta? Cuộc đi hay cuộc về là một cách nói văn vẻ cho có đầu có đuôi thế thôi, chứ thực ra chẳng có cuộc nào cả, ngoài cuộc sống đang diễn ra trước mắt sờ sờ, ngay trong từng hơi thở ra vào sinh động hằng ngày đây thôi. Cuộc sống thực tế, thực tại hiện tiền ngay đây trên mặt đất này là đã đủ đầy hoan lạc, vô cùng hạnh phúc rồi, đừng có ngu xuẩn vọng tưởng mong cầu một thế giới nào khác ở đâu đó trên trời với cảnh thiên đàng, cực lạc man thiên huyễn hoặc mơ hồ. Bao thần thánh, thần linh, thượng đế tối cao vô hình đang quan sát, chiếu cố chúng ta là một ảo tưởng, ảo giác cuồng si, chỉ là do những đầu óc mê vọng tưởng tượng bày vẽ ra, như đạo sĩ Osho tuyên bố: *"Thượng đế không hiện hữu, chưa bao giờ có thực."* Không có thực thì làm sao mà chết được như Nietzsche đã nói? Có lẽ Nietzsche muốn nói hãy chết đi cái ý niệm về thượng đế kia đó thôi. Vâng, hãy để những ý niệm, khái niệm ấy tan biến cho rồi. Với thi nhân, sống thì phải sống mãnh liệt, dốc hết sức bình sinh ra mà sống một lần thấu triệt thiên thu, siêu thần bạt thánh, cho nên hãy vận dụng thập thành công lực, đứng bật dậy nhảy múa hát ca sôi nổi nhập cuộc tuôn trào lai láng theo mạch đời trôi chảy đầy mới lạ mới mẻ, đầy đam mê xuất thần say sưa ngây ngất:

Hãy đốt đuốc hằng đêm trên trái đất
Cho núi rừng và biển thẳm lung linh
Các em làm sáng rực cả vô minh
Để anh có một nguồn vui bất tuyệt

Hãy đọc kỹ hồn anh trong bóng nguyệt
Các em vừa mười bốn với mười lăm
Bài học gần nhưng cũng rất xa xăm
Các em hãy bắt đầu yêu bụi cát

Bởi trái đất là niềm kiêu hãnh nhất
Dù xe đời lăn hố thẳm ngửa nghiêng
Đã chết rồi bao ngưỡng vọng thiêng liêng
Dù khuya vắng trời muôn sao lấp lánh

Chúng đã dựng lên bao nhiêu thần thánh
Ung thúi rồi dưỡng chất của chiêm bao
Đêm mới về niềm hoan lạc xôn xao

Ta đốt đuốc chạy dài trên trái đất

Đi cho hết một đêm hoang vu trên mặt đất là bước đi muôn chiều tiêu dao của thi sĩ thiên tài Phạm Công Thiện, còn Nguyễn Đức Sơn nhà thơ xuất chúng thì đốt đuốc lên chạy dài trên trái đất thênh thang. Đi nghêu ngao hay chạy rộn ràng cũng cùng một thể điệu phiêu nhiên chuếnh choáng, hân hoan tiếp diễn lồng lộng bồng bềnh trên cánh gió ngàn xuân:

Một đêm sao ở trên rừng
Đua nhau rụng xuống chào mừng nhân gian
Hồn tôi cây cối liên hoan
Rưng rưng tôi thấy trăm ngàn ước mơ
Tuổi vàng suối mộng trời thơ
Lớn lên tôi chết trên bờ hư không

Sống rạt rào hào hứng cho đã cái đời chơi ngông bồng bềnh nghệ sĩ rồi bất thình lình nỗi chết hiện về ám ảnh khôn nguôi, khiến chàng thi sĩ thượng thừa như thế cũng ngậm ngùi cay đắng, chẳng biết làm sao hơn là ngắm nước chảy mây trôi trước niềm đau khổ thống thiết chợt xảy đến trong đời:

Một ngày đau khổ chín trong tôi
Tôi đến bên cây lẳng lặng ngồi
Cây thả trái sầu trên nước lắng
Mặt hồ tan vỡ ánh sao trôi

Thôi nhé ngàn năm em đi qua
Hồn tôi cô tịch bóng trăng tà
Trời sinh ra để chiều hôm đó
Tôi thấy mây rừng bay rất xa

Mây bay nước chảy, gió cuốn sương rơi là sự tuần hoàn tự nhiên của tạo vật đất trời, nhạc sĩ Trịnh Công Sơn nói "*cứ để gió cuốn đi*" hết những mối tình thơ mộng như dòng sông trôi cuốn phù sa ra biển cả muôn trùng. Chúng ta chỉ cần chứng kiến sự luân lưu trôi chảy là đủ rồi, biết thưởng thức vẻ đẹp luôn luôn thay đổi bởi muôn đời sự đổi thay biến chuyển là chân lý hiển nhiên. Ý thức trực tiếp được điều đơn giản đó, thi nhân chấp nhận sự thật và can đảm lẫm liệt thổi bừng lên ngọn lửa tim hồn đốt cháy, thiêu rụi cả thành vách bịt bùng khủng khiếp của hư vô để hiển lộ ra cái tinh túy tinh hoa, ngay trong sự đổ vỡ dở dang vẫn còn đó vầng trăng bát ngát, vầng trăng tâm linh xanh biếc thiên thu là nguồn cảm hứng sáng tạo vô cùng đắm đuối của bậc tài hoa *Thi sĩ:*

Khi ý thức mặt đất này dang dở
Ta vội chìm trong bóng nguyệt mang mang
Khi chấp nhận ngàn lần trong đổ vỡ
Ta một hồn đắm đuối giữa tan hoang

Phản kháng, nổi loạn muốn chuyển hóa là cá tính vốn có sẵn trong dòng máu nhiệt liệt của nhà thơ luôn luôn tìm tòi mới lạ, khát khao tuyệt đối, khao khát tự do từ thời còn nhỏ tuổi, vì ý thức trực cảm trước sự đổ nát tan hoang trên mặt đất trần gian mà chàng lao đầu húc vào mọi thứ như muốn thách thức những thế lực vô hình cho nguôi đi ý niệm bổi hổi sục sôi:

Tôi dừng lại giữa năm mười sáu tuổi
Một sớm hồng nghe nắng rụng tan hoang
Tôi nằm xuống phập phồng hai lá phổi
Sao mạch đời đang chảy bỗng khô ran

Đau nhức quá trong tôi niềm tuyệt đối
Nên cởi quần chạy giữa đám vi lô

Tôi động cỡn nhảy kè bên khe núi
Rồi ôm đầu lao thẳng xuống hư vô

Hư vô, hiện sinh, tình yêu, tính dục là những vấn đề cháy bỏng nóng hổi mà tuổi trẻ rất băn khoăn, thắc mắc và nhà thơ trải lòng ra mà chia sẻ một cách tâm huyết rằng, các em hãy mạnh mẽ hùng tráng mỉm cười đứng lên, tự nhận trách nhiệm với chính mình, mãnh liệt hiên ngang sống tự do, tự giải thoát mình ra khỏi những bóng ma thượng đế, thánh thần vớ vẩn đang trú ẩn đâu đó ở trên cao vô tăm tích kia. Tư tưởng Nguyễn Đức Sơn tương ứng với tư tưởng đạo sư kỳ vĩ Krishnamurti: "*Không có thượng đế nào khác hơn con người trở thành chí thiện. Không có một thần uy nào ở ngoài sai khiến được con người. Tuyệt nhiên không có thiên đường địa ngục nào khác hơn những cái do chính con người tạo ra. Cho nên con người chỉ có trách nhiệm đối với mình, chứ không nên nô lệ, lệ thuộc vào bất cứ ai khác, bất kỳ một kẻ nào khác.*"[2] Vâng, đúng là như vậy! Hãy kiêu hùng dũng khí lao đầu vào con đường không lộ, vô mục đích với tư thế tự tin tự lực, vững mạnh vững vàng:

Các em hãy đi tuần quanh trái đất
Ôi tuổi vàng mười sáu với mười lăm
Phải hoàn thành sứ mệnh một trăm năm
Trước khi biến tan vào trong bụi cát

Nắm tay cất đại đồng ca bát ngát
Ở trên đầu thần thánh với âm binh
Mấy ngàn năm nguồn cội của điêu linh
Chúng lảm nhảm an toàn sau bí tích

Kiêu dũng nhất là con đường không đích

---

[2] Trúc Thiên. *Hiện tượng Krishnamurti*. An Tiêm xuất bản, Sài Gòn 1967

Ta cắm đầu lao thẳng tới hư vô
Ôi mộng đời cháy sém cỏ cây khô
Trăng thế kỷ rừng Đông phương tỏa chiếu

Chịu chơi nhất là kẻ lên đường không mục đích, không hy vọng, chẳng mong cầu điều chi cả mà quăng ném trọn hồn mình vào cái thực tại đang là như đại văn hào Nikos Kazantzakis: *"Bổn phận của mi là lên đường đi đến hố thẳm một cách im lặng, rộng lượng và không hy vọng."* Trên tinh thần sáng tạo đó, bước đi của chàng thi sĩ xuôi ngược suốt muôn chiều phiêu bạt phiêu lưu, lang thang khắp vùng Phan Rang, Nha Trang, Đơn Dương, Đà Lạt, lưu linh lạc địa xuống miền Bảo Lộc, Bình Dương rồi tấp về Biên Hòa, Sài Gòn rộn rã... Cuộc lữ *du sĩ ca* qua mọi chốn miền duyên hải ngút ngàn biển xanh cát trắng rồi tưng bừng lên rừng cao rú thẳm xa xăm, có lúc sung sướng, thăng hoa phấn chấn ngất trời, rồi nhiều lúc cũng bầm dập tiêu điều, điêu đứng những nẻo đời gian nan bão bùng lốc xoáy lăn quay. Xoay xở đủ đường trước bao nhiêu chuyện đa đoan thúc bách trăm chiều, tự đẩy mình vào những chốn khốn cùng túng quẩn nhất. Có lần xui xẻo bị bắt giam vào nhà lao vì trốn quân dịch, không chịu đi lính ra chiến trường cầm súng bắn giết đồng loại. Nằm co ro tê tái trong trại giam chật chội ngột ngạt giữa trưa nồng oi bức, bưng chén cơm tù lên, thi nhân vẫn trân trọng sự sống, cảm tạ đất trời vô lượng bao dung:

Mỗi ngày cúi xuống hạt cơm
Anh nghe thấm một mùi thơm lạ lùng
Cắn đôi hạt muối thường dùng
Biết ơn trời đất vô cùng em ơi!
Trăm năm ta sống một đời
Ngàn năm gởi lại chút lời thở than

Ai đã từng lâm vào cái cảnh tù ngục đọa đày thì mới thấy thật là kinh rợn khủng khiếp như thân thể bị ghẻ lở tróc da đầy mình, bệnh tật bệnh hoạn không thuốc thang, nằm bầm dập não nề thê thảm, chẳng có một người nào chăm sóc thì bất cứ ai ai cũng cảm thấy xót thân tủi phận, căm hờn phẫn nộ bọn cầm quyền độc tài tàn bạo. Thế nhưng ở đây, thái độ ứng xử lại trái ngược hoàn toàn, chàng thi sĩ bị đọa đày nhốt trong tù như thế mà không oán giận, vẫn thản nhiên điềm nhiên bày tỏ những lời tri ân chân thành, cảm ơn tật bệnh ghẻ lở, cảm tạ sự tăm tối vô minh, *Cảm ơn tù*:

Cảm ơn ghẻ mọc đầy mình
Cảm ơn bệnh hoạn chung tình với ta
Cám ơn dái tróc lòi da
Cảm ơn tù dẫn tôi ra khỏi đời
Cảm ơn tất cả xa rồi
Hôm nay tôi thấy tôi ngồi bên tôi

Cảm tạ tất cả sự nghiệt ngã của cuộc đời vì nhờ đó mà nhà thơ mới có cơ hội đối mặt với bản thân, thấy lại cái mặt mũi xưa nay của chính mình. Ơi chao! Thật là một cái nhìn sáng tạo tân kỳ, chỉ có những bậc siêu việt mới thấy được như thế, biểu lộ một tâm hồn thượng đẳng hoằng đại; vì đối với một tâm hồn thượng đẳng hoằng đại thì dù họ có sống ở đâu, ngay cả trong ngục tù tối tăm đi chăng nữa, họ cũng chuyển thành một dịp may hy hữu, vẫn thấy xiết bao nguồn cảm hứng sáng tạo như thi hào Rainer Maria Rilke phát biểu: "*Nếu đời sống thường nhật trở nên nhạt nhẽo nghèo nàn đối với mi thì mi đừng bao giờ oán trách nó. Mi hãy tự trách chính mi rằng mi không đủ tâm hồn thi nhân để mà có thể gợi dậy trong lòng mình tất cả sự phong phú miên man của đời sống thường nhật. Vì đối với một con người sáng tạo thì chẳng có gì nhạt nhẽo nghèo nàn, chẳng có một nơi chốn nào là khô khan lãnh đạm, dù ngay lúc mi đang ở trong nhà tù đi nữa, giữa những vách tường bưng bít, không để lọt vào những tiếng động của thế gian. Phải chăng ngay lúc đó trong lòng mi vẫn luôn luôn còn lại tuổi thơ, kho tàng quý báu, chứa chất bao nhiêu kỷ niệm tuyệt vời? Hãy hướng tất cả tâm tư mi vào đó... Dọ dẫm tận đáy lòng sâu thẳm mà từ đó đời sống mi đã phát nguồn luân lưu trôi chảy... Bởi vì một nghệ sĩ sáng tạo bao giờ cũng có một vũ trụ cho riêng mình, phải tìm tất cả mọi sự ngay trong tâm hồn sâu thẳm của chính mình đây thôi.*"[3] Ngồi trong song cửa sắt, nhà thơ lặng lẽ gởi hồn về chốn miền viễn mộng Bình Dương, nơi có bà con chòm xóm và người yêu dấu cũ đang chờ đợi buồn tênh:

Bên trong khung cửa sắt này
Anh ngồi đếm lại từng ngày xót xa
Đêm qua mơ trốn về nhà
Ôm em ngủ suốt canh tà với trăng

Có ai về được Bình Dương
Hỏi thăm chòm xóm có thường hay không?
Đêm đêm bom tưới đầy đồng
Những oan hồn cũ bế bồng đi đâu?

Sầu áo não nghe se sắt lạnh máu tim hồng. Chẳng biết chư Phật, chư Bồ tát mầu nhiệm ở đâu đó tận trên bầu trời cao xanh thẳm kia, có thấy địa cầu đang chìm trong bóng tối om om và bom đạn súng ống chĩa đen ngòm bốn phía hay không? Lòng kẻ bị tù đày giam nhốt thờ thẩn vẩn vơ, đôi khi lặng trầm *Nói với Quán Thế Âm:*

---

[3] Rainer Maria Rilke. *Thư gởi người thi sĩ trẻ tuổi.* Hoàng Thu Uyên dịch. An Tiêm xuất bản, Sài Gòn 1969

Cho con xin một ánh trăng
Đêm nay mười bốn phải chăng khởi đầu
Trên cao tỏa sáng nhiệm mầu
Sao con chỉ thấy địa cầu tối om
Bốn bên súng chĩa đen ngòm
Thiết tha tâm Phật con dòm vô trong

Biết dòm vô trong lòng mình là có dịp sẽ bừng sáng, hoát nhiên đại ngộ, thấy được Phật tánh thanh tịnh vốn thường hằng hiện hữu tự bao giờ. Một khi tri kiến Phật, thấy được Tâm Phật rồi thì tự nhiên có thái độ hỷ xả dung thông. Sống trong xã hội thời loạn ly, bị vây khổn ngột ngạt đầy âu lo khó thở, nhà thơ mơ ước ngày mai kia, tất cả nhà tù ngục, trại giam nhốt con người đều bị chôn vùi dưới mộ địa, không còn tồn tại trên mặt đất thân yêu này nữa:

Mai kia dù chế độ nào
Một trăm một triệu phong trào đi qua
Làm sao tất cả chúng ta
Chỉ còn trông thấy mồ ma nhà tù
Nằm trên trái đất vi vu
Bao la trời biển tiếp thu tình người

Với tâm hồn thi nhân tuyệt hảo, vô cùng phong phú đó, Sơn Núi nhào lộn vào cuộc tồn sinh, giáp mặt trăm bề nghìn phía, từng băng qua lội nát mọi chân trời triết lý Đông Tây kim cổ, ngưỡng mộ triết gia Héraclite, tôn sùng văn hào Dostoevsky và nhất là rất thích ưa thưởng thức những hương ngàn cỏ nội, kỳ hoa dị thảo của thục nữ mười phương như có lần thi sĩ bày tỏ rõ ràng: "*Ngưỡng mộ Héraclite, Dostoevsky và Simone Weil. Yêu chim chóc và cỏ cây một cách lạ lùng nhưng cũng quá cần ngửi mùi quần áo lót của đàn bà và con gái, cần khẩn thiết và triền miên cho tới ngày chui xuống lỗ...*" Chao ơi!

Mới nghe nhà thơ nói thật lòng thật dạ một cách thiệt tình không giấu giếm như thế, khiến ai cũng phải bật cười thú vị. Vì dường như hầu hết thiên hạ người đời trên cõi ta bà tục lụy này đều thích làm chuyện ấy mà chẳng dám nói ra đó thôi. Họ mắc cỡ, cố làm ra vẻ đạo mạo nghiêm trang, điệu bộ mẫu mực chững chạc đàng hoàng nhưng bên trong lòng dạ thì bị ức chế điều đó lắm, vẫn ham muốn thèm khát âm thầm. Nhằm khai mở những ức chế không đáng có đó, thi nhân vén lên tấm màn che đậy để hiện bày ra sự thật trần truồng qua cách nhìn nghệ thuật mỹ cảm hiện sinh tinh tế, bằng sự rung động bồng tênh cảm khoái, ly kỳ gay cấn rất mực chịu chơi kiểu Alexis Zorba hòa tấu cung đàn santuri rộn rã tiếng cười hoan lạc chuyện gái trai:

Trên rừng ấy một mình anh hái trái
Đang mơ màng trông thấy quá nhiều chim
Bên mương vắng em vén quần sắp đái
Anh thấy càn khôn rụng xuống trong tim

Anh sẽ đến bất ngờ ai biết trước
Miệng khô rồi nẻo cực lạc xa xôi
Ôi một đêm bụi cỏ dáng thu người
Em chưa đái mà hồn anh đã ướt

Không biết trong mơ em còn mắc cỡ
Một đêm vàng rúng động giấc thanh tân
Dưới chăn chiếu thiên nhai lồ lộ mở
Em đái dầm ướt sẫm cả trần gian

Giữa khuya đó em bàng hoàng tỉnh dậy
Cả mặt hồ tràn ngập ánh sao băng
Khắp trong người em máu nóng đang căng

Xao xuyến quá em tuột quần xuống đái

Bắt đầu thở là bắt đầu hạnh phúc
Không bao giờ anh nói dối em đâu
Ôi bất động ngàn năm thân gỗ mục
Cửa tồn sinh em hãy mở cho lâu

Tất cả chúng ta ra đời được là nhờ cửa tồn sinh kỳ diệu đó, cái cửa mình của người phụ nữ mà Mật Tông Tây Tạng ví như đóa hoa sen thơm ngát mọc lên từ đáy ao hồ đầy bùn lầy nhầy nhụa làm tỏa hương thanh khiết cho đất trời. Bất cứ bậc giáo chủ, hoàng đế, thượng sĩ, vĩ nhân nào trên mặt đất trần trụi này thì cũng đều khai sinh ra từ cái nụ liên hoa mầu nhiệm đó mà thôi. Ơi hương đời luôn luôn mới lạ nhiệm mầu ấy, thi nhân tha hồ thưởng thức rực nồng hơi ấm âm dương bay phưỡng phất đậm đà hòa quyện giữa nhật nguyệt phập phồng hoan lạc ngát lâng lâng:

Đây lửa cỏ của mùa trăng thứ nhất
Đưa anh vào trong cõi mộng xa xăm
Giọt tinh huyết ngàn năm sau chưa mất
Rừng đông phương mù mịt dấu em nằm
Anh mường tượng ngày kia anh chứng ngộ
Đang cởi quần hai mắt lệ rưng rưng
Ôi quá biết tử sinh đều thống khổ
Ở trên giường em vẫn nẩy bưng bưng
Thở hổn hển là bắt đầu sướng nhất
Cỏ cây nằm im bẹp giữa hôn mê
Giường tre cũng rung rinh như trái đất
Nên suốt đời tôi thích ở nhà quê

Thà ở nhà quê, thà làm thằng chăn trâu mộc mạc hoang dã,

sống thiệt tình với chính bản chất của mình như Alexis Zorba tha hồ nhảy múa, đùa chơi cùng toàn thể mộng đời với xiết bao cô em mọi nhỏ, thẹn thò thôn nữ bờ mương, xiết bao hồng nhan thục nữ yểu điệu tuyệt trần, diễm huyền tiên nữ, thiên hương quốc sắc giai nhân, thuyền quyên tuyệt mỹ nhu mì. Rồi đôi khi rảnh rỗi, ngồi ngẫm nghĩ cái gì đó mà hứng khởi trầm trồ:

Cái lỗ
Tối cổ

Ồ thì ra, thì ra chính cái đó là mối giềng mở ra cả miên trường, vạn đại cõi dục giới trùng trùng sinh diệt mãi mãi:

Cái lỗ của em
Cùng với cái lỗ huyệt
Mở ra hai đầu sinh tử bất tuyệt

Biết quán chiếu về cái lỗ tối linh có từ thượng cổ ấy cùng với cái lỗ huyệt, tức là quán chiếu triệt để vấn đề sinh tử trọng đại, còn hơn là chễm chệ phì nộm nặng nề ngồi bệ vệ trên ghế nệm sa lông trong tường cao cổng kín phòng máy lạnh, bày đặt huênh hoang hội thảo quốc gia này đến hội thảo quốc tế nọ, để luận bàn về chiến tranh hay hòa bình, tình yêu hay tính dục, tư bản hay cộng sản, duy tâm hay duy vật, Phật hay Chúa, tà hay chánh, thánh hay phàm, thiện hay ác, hữu hay vô... bất tận không ngừng:

Luận về không hay có
Đâu bằng nhìn cái mồng của em
Sắp ló

Cái mồng là ẩn ngữ gay cấn ly kỳ, lung linh chập chờn không rõ hình dạng, thoáng ẩn thoáng hiện trong cách sử dụng tài tình nghệ thuật ngôn ngữ của thi sĩ. Tuy nhiên, có lúc cũng cần chỉ rõ trực tiếp ngay vào chỗ đó để gợi hình gợi cảm, cho nên nhà thơ cứ hồn nhiên nói thẳng một cách gây ấn tượng, chẳng hề e dè e ngại:

Cái lồn
Chúa ồn

Ồ ồ, độc nhất vô nhị, chỉ duy nhất một cái đó thôi mà toàn thể nhân loại từ cổ chí kim đều chìm đắm, đam mê đến độ túy sinh mộng tử. Bao nhiêu triều đại hưng phế, bao nhiêu công hầu khanh tướng, xương chất thành núi, máu chảy thành sông ướt đẫm dòng dòng sử lịch cũng vì muốn chiếm hữu, giành giật, hưởng thụ, thỏa mãn cái đó mà thôi. Thật ra, nhìn từ bình diện khác thì cái đó là linh vật, vật thiêng, là thần Vệ Nữ như người dân Ấn Độ thờ phượng trong các đền điện tôn nghiêm, hay ở thánh địa Mỹ Sơn, Việt Nam cũng thờ linh vật Linga ấy. Còn "*Chúa ồn*" có nhiều nghĩa ẩn dụ, hàm ý ví von, có thể hiểu cái đó là vị chúa tể sinh ra đủ thứ ồn ào, lộn xộn trong cõi ta bà, dục giới này hay là gì gì đó cũng được, mặc sức tự do cho chúng ta hiểu theo nhiều khía cạnh khác nhau, chẳng cần bận tâm thắc mắc, đắn đo do dự, rắc rối lôi thôi chi cả, cũng như:

Củi
Để chẻ
Gái
Để xẻ

Té ra là như thế! Mấy nhà đạo đức giả chắc sẽ đỏ mặt, nghiến răng chửi thề đồ dâm dục tục tĩu, nhưng khoan, hãy bình tĩnh để nghe triết gia thi sĩ Phạm Công Thiện nhận định: "*Nói đến tình yêu, tình dục thì mọi người đều run sợ. Đạo sư Krishnamurti đã hỏi một câu rất sâu sắc: "Tại sao chúng ta biến tình dục thành ra một vấn đề?" Tất cả đều trở thành vấn đề, ngay cả tình dục cũng trở thành vấn đề. Tại sao không để tình dục phát triển tự nhiên với tình yêu, tình thương như đóa hồng hé mở với giọt sương mai? Tình dục không phải chỉ là cảm giác, tình dục là sự trôi chảy tự nhiên từ Nguồn Suối Tình Thương Bao La của Sự Sống."*[4] Có lẽ xưa nay chưa từng có ai trên thế giới phát hiện ra một chân lý đơn sơ giản dị mà khổng lồ như Sơn Núi đã phát hiện độc đáo *Vậy thôi chứ còn đòi cái gì nữa*:

Mộ
Một nấm
Vú
Hai núm

Chỉ cần sáu từ ngắn gọn thôi, thi nhân đã lột tả toàn diện, nói lên được toàn thể sự sống và sự chết muôn đời của kiếp nhân sinh trên quả địa cầu tròn đang quay lông lốc giữa không gian.

Chàng thi sĩ xuất hiện trên diễn đàn văn nghệ như một hiện tượng lạ, một quái kiệt thiên lôi sấm sét, có cách ăn nói lạ lùng bộc trực, khinh bạc khác thường, bàng bạc ngát hương tình tính dục, rung động hòa âm đậm đà chất lửa linga cháynồng nàn hơi ấm âm dương. Bằng cái giọng ngang tàng quyết liệt, gây ấn tượng nổi bật vì chuyên gây hấn, tấn công những bọn côn đồ khát máu, bọn người ngợm đội lốt tôn giáo, văn nghệ để làm những chuyện xằng bậy, gian trá quỷ quyệt, lợi dụng rủ rê mê tín, bắt người ta thờ lạy đấng thượng đế tối cao, bậc thần thánh tối hậu ở đâu đâu mù mịt xa lắc tận trên chín tầng trời, gieo rắc bao nhiêu nỗi sợ hãi cho rất

---

[4] Phạm Công Thiện. *Triết lý Việt Nam về sự vượt biên*. Trần Thi xuất bản. Hoa Kỳ 1995

nhiều người nhẹ dạ. Làm gì có những cảnh giới thiên đường, tây phương cực lạc ở trên đó. Có lần bất nhẫn điên tiết, chàng gầm lên la hét thật to:

Tôi định một ngày nào đó
Thật thảnh thơi
Leo lên trời
Ỉa

Chán ngấy muốn lộn mửa cái cảnh ngoài miệng thì nói bô bô đủ thứ chuyện thiện lành thánh thiện, bác ái vị tha, lương tâm đạo đức nhưng bên trong tâm địa thì hắc ám đầy hiểm ác gian manh kiểu Hoạn Thư: *"Mặt ngoài thơn thớt nói cười. Mà trong nham hiểm giết người không dao."* Ngao ngán loại người ngụy quân tử như Nhạc Bất Quần nói một đường làm một ngã, đeo mặt nạ giả danh pháp sư, nhà truyền giáo, chuyên môn lừa đảo tinh vi quỷ quái vẫn còn hoạt động rộn ràng phát huy môn phái, mở rộng nhà ma cửa quỷ, hoằng dương tà đạo loạn xà ngầu bát nháo lao xao:

Người ta giấu cái đạo
Trong hũ gạo
Trời ơi!

Đó là một sự thật cay đắng, bất đắc dĩ thi sĩ phải nói ra, khiến cho bọn đạo đức giả tức hộc máu, không biết làm chi hơn gán ghép chàng là kẻ phá hoại, báng bổ thần thánh, tên du côn hoang đàng ngạo mạn, đồ man di mọi rợ, điên khùng... Chúng không biết rằng, trong thơ văn, chàng trái lại, chứa chan tràn đầy tính chất trữ tình lãng mạn, ăm ắp niềm yêu mến thiên nhiên, yêu thương nhân loại, mở ra bầu không khí trong lành khoáng đãng tự do hít thở, bằng cái giọng rất tân kỳ mới lạ quá đỗi đặc biệt quyến rũ một cách bất ngờ. Cái giọng thơ phiêu bồng độc đáo vô song xưa nay chưa từng thấy. Thơ văn chàng bắt đầu đăng tải nhiều trên các tạp chí Khởi Hành, Bách Khoa, Sáng Tạo, Thời Tập, Thời Nay, Trình Bày, Đối Diện, Mai, Văn, Văn Nghệ, Thế Kỷ Hai Mươi...

Thời kỳ đó là vào khoảng năm 1960 đến 1975, sinh hoạt văn nghệ Sài Gòn, thủ đô miền Nam Việt Nam lúc bấy giờ đang chuyển mình thăng hoa huy hoàng, phát triển rầm rộ về mọi mặt. Hàng ngàn tác phẩm thơ văn, nhạc họa, dịch thuật đủ thể loại kim cổ Đông Tây thi nhau xuất bản, ấn hành mạnh mẽ. Nổi bật nhất là các khuôn mặt Bùi Giáng, Phạm Công Thiện, Nhất Hạnh, Nguyễn Đức Sơn, Tuệ Sỹ, Phạm Thiên Thư, Hoài Khanh, Thạch Trung Giả, Trúc Thiên, Cung Trầm Tưởng, Tường Linh, Nguyễn Duy Cần, Tam Ích, Nguyễn Đăng Thục, Đông Hồ, Lê Văn Siêu, Quách Tấn, Ngô Trọng Anh, Sơn Nam, Nguyễn Hiến Lê, Võ Hồng, Bình Nguyên Lộc, Giản Chi, Nghiêm Xuân Hồng, Như Hạnh, Trần Công Tiến, Phạm Duy, Trịnh Công Sơn, Cung Tiến, Hồ Thành Đức, Đinh Cường, Đỗ Hồng Ngọc, Kim Định, Hoàng Ngọc Châu, Trụ Vũ, Vũ Hoàng Chương, Thi Vũ, Trần Xuân Kiêm, Kim Tuấn, Trần Tuấn Kiệt, Kiêm Thêm, Trần Thanh Hiệp, Kiêm Minh, Hồ Minh Dũng, Thế Uyên, Nguyễn Xuân Hoàng, Huy Tưởng, Nguyễn Tôn Nhan, Thế Viên, Hoàng Ngọc Tuấn, Luân Hoán, Doãn Quốc Sỹ, Đinh Hùng, Hoàng Trúc Ly, Mai Thảo, Cung Tích Biền, Viên Linh, Thanh Tâm Tuyền, Nguyên Sa, Nguyễn Hữu Hiệu, Võ Phiến, Tô Thùy Yên, Vương Tân, Nguyễn Tất Nhiên, Duyên Anh, Trần Phong Giao, Bửu Ý, Nguyễn Đình Toàn, Hoàng Lộc, Phan Nhật Nam, Quách Thoại, Trần Dạ Từ, Chu Tử, Thùy Dương Tử, Huy Trâm, Võ Chân Cửu, Thạch Chương, Vũ Hữu Định, Linh Phương, Nguyễn Lương Vỵ, Mường Mán, Dương Nghiễm Mậu, Thành Tôn, Đặng Tấn Tới, Đặng Tiến, Nguyễn Bắc Sơn, Tạ Tỵ, Ngô Nguyên

Nghiễm, Tạ Ký, Du Tử Lê, Thế Phong, Đynh Trầm Ca, Nhật Tiến, Hạc Thành Hoa, Nhã Ca, Nguyễn Thị Hoàng, Túy Hồng, Trần Thị Tuệ Mai, Phùng Khánh tức Thích Nữ Trí Hải...

Năm 1965, Tạp chí sáng tác văn nghệ Mặt Đất do Nguyễn Đức Sơn chủ trương ra đời, lồng lộng phóng khoáng một luồng gió mới lạ thổi qua mặt đất, gây nên một trận bão hào hứng xôn xao trong giới văn nghệ sĩ, nhưng rất tiếc chỉ ấn hành được dăm bảy số rồi nghỉ vì nhiều lý do ngoài ý muốn. Buồn bã không còn đất dụng võ, tung hoành ngang dọc trên mặt trận văn chương nữa, thi sĩ buông mình xuống dòng đời trôi lênh đênh như nhánh rong phiêu bạt qua những gập ghềnh suối thác miên man sáng tạo, trong cô đơn cố hữu thầm thì giữa thiên địa *Mang mang:*

Mang mang trời đất tôi đi
Rừng im suối lạnh thiếu gì tịch liêu
Tôi về lắng cả buổi chiều
Nghe chim ăn trái rụng đều như kinh
Còn một mình hỏi một mình
Có chăng hồn với dáng hình là hai
Từng trưa nằm nghĩ đất dài
Phiêu phiêu nhẹ cái hình hài bay lên
Mù sương âm vọng tiếng huyền
Có con dơi lạ bay trên cõi đời
Sau xưa mắt đã ngợp rồi
Tôi nghe tôi chết giữa trời thinh không

Sống và chết cùng song hành bước đi chênh vênh bên vực thẳm tồn sinh. Thấm thía rợn cả người trước sự tàn bạo, vô nhân đạo của cuộc chiến tranh tương tàn tương sát đang diễn ra khốc liệt trên khắp quê hương Việt Nam, nhà thơ tìm đủ mọi cách để không bị nhà cầm quyền bắt đi lính ra chiến trường bắn giết dã man nên thường tá túc trong các chùa chiền liêu vắng hay các xóm nhà lá tồi tàn xơ xác. Hát khúc giang hồ ca, bạt mạng lên rừng xuống biển, xuôi ngược trăm miền rồi *cát bụi mệt mỏi* tấp về Bình Dương, dạy học tiếng Anh ở mấy trường tư thục Bồ Đề, từ năm 1965 đến 1967. Thời gian ở đây, bất ngờ kỳ ngộ nàng thơ Nguyễn Thị Phượng trong chùa Tây Tạng, một tiên nữ giáng trần diễm tuyệt, khiến cho chàng thi sĩ rúng động cả thần hồn, rồi xuất cốt thành tác phẩm *Đêm nguyệt động* đầy chất thơ mộng, gồm 17 bài thơ trữ tình mỹ lệ để đánh dấu năm 17 tuổi của người tình vĩnh cửu, yểu điệu dáng thơ gầy thục nữ đoan trang:

Năm mười sáu em bắt đầu thấy rát
Khắp trong người rờn rợn máu đang căng
Hồn hoa đã động tình đêm thứ nhất
Em đến nằm phơi mộng giữa vườn trăng

Trong bóng lá anh thấy mình chết điếng
Cả xác thần rời rụng bãi cô liêu
Từ dạo đó anh đâm ra lười biếng
Bởi mộng đời còn lại có bao nhiêu

Anh chưa nắm tay em mà muốn chết
Trong khu rừng huyền hoặc của chiêm bao
Ôi hạnh phúc mong manh như sắp hết
Giữa đêm nào trăng thở quá xôn xao

Anh quỳ xuống dưới vòm trời khao khát
Dù thật lòng em chưa muốn cho xem
Đời anh đó đâu lớn bằng hạt cát
Đã vô tình vương dưới gót chân em

Em về em hiện, em đến như tiếng sét ái tình làm bùng vỡ tâm thức rực ngời lửa âm dương cháy đỏ, cho nên đám cưới được tổ chức tức thì ở ngay trong chùa Tây Tạng, lúc chàng vừa đúng 30 tuổi. Buổi tiệc chay đám cưới đó, có Phạm Công Thiện, khoa trưởng Văn khoa Đại học Vạn Hạnh, nhà văn Bửu Ý, nhà thơ Nguyễn Miên Thảo và Thanh Tuệ, giám đốc nhà xuất bản An Tiêm tham dự. Từ đó đến nay, Sơn Núi vẫn tiếp tục ăn chay trường vì một lý do dễ hiểu là thương yêu những con chim, con cá, những con gà, con vịt, con hươu, con nai, con dê, con khỉ, con heo, con chó, con bò, con trâu... Không nỡ lòng nào ăn tươi nuốt sống, cắt cổ mổ bụng uống máu các loài động vật rất thân thiết gần gũi ấy được. Thương yêu đến độ như thế là nhân đạo vô cùng vô tận rồi, yêu thương từng con cò, con hạc, con ngỗng... huống chi là con người phải không? Không thể nào không rùng mình ớn lạnh, tê buốt cả thịt da khi đi ngang qua những đường phố ồn ào náo nhiệt tràn ngập quán nhậu vỉa hè, thấy nam nữ già trẻ *bu quanh lò sát sinh* ăn nuốt nhai nghiến ngấu *ruột gan phèo phổi* mà chạnh xót xa đau:

Những quán nhậu
Cứ bu quanh lò sát sinh
Thừa hưởng ruột gan phèo phổi
Đâu đến nỗi
Của mình

Tình cảm tự nhiên, tính thuần thiện thiên lương rất đỗi từ bi từ ái, lân mẫn của thi nhân là vậy. Ngày tháng dạy học ê a cho qua thời kỳ trốn quân dịch, nhờ tình yêu dịu dàng nở rộ thành một tổ ấm thâm thiết mặn nồng nên nhà thơ cũng cảm thấy phúc hạnh rưng rưng qua từng *Kỷ niệm Bình Dương:*

Những chiều sẫm tối anh về
Em ra lớp học đi kề vai anh
Một thân áo cánh mong manh
Hôn nhau lệ nhỏ trung thành cho nhau
Cầm tay ta bước đi mau
Hình như bố ráp đằng sau xóm này
Nhìn nhau bụng trống một ngày
Mà sao hạnh phúc giăng đầy nhà thôi
Nửa khuya sao chiếu đầy trời
Ở trong thiên cổ anh ngồi bên em

Qua từng đêm trữ tình, êm đềm du dương, dịu dàng khoan thai *Hoài Cảm:*

Những ngày anh sống bên em
Những trưa tóc ngủ êm đềm biết bao
Những lần em ốm xanh xao
Những oan khiên dẫn anh vào đau thương
Những đêm hạnh phúc vô lường
Đố em cây cỏ bên đường biết không?

Đố cho vui vẻ sum vầy vậy thôi, chứ thực ra chẳng cần em phải trả lời đâu nhé, em yêu:

Nhiều khi anh nghĩ thật mừng
Tưởng đâu trời đất vô cùng em ơi!
Cảm ơn sóng vỗ bời bời
Anh ru hạnh phúc đời đời bên em
Trăm năm một giấc êm đềm
Trăng soi tuyệt đối bên thềm hư vô

Em ơi em hỡi nàng thơ thùy mị, em đẹp chi là đẹp mị kỳ duyên dáng dịu dàng vô biên tuyệt diễm, khiến cho kẻ du sĩ lang thang đang mang cả khối sầu vạn cổ bỗng nghe tan biến hết mọi ưu phiền sầu não, một cách mầu nhiệm xiết bao, khi em đem về ngan ngát hương xuân ngạt ngào thấm đượm dạt dào khung cửa sổ bên song:

Em đang thay áo trong phòng
Hương xuân bay tỏa sóng lòng tôi đâu
Vú thon quá độ nhiệm mầu
Trộm nhìn quên hết ưu sầu thế gian
Tiêu luôn cả cõi niết bàn
Bắt tay chào nhé cái màn vô minh

Vô minh hay niết bàn chỉ là những danh từ khái niệm hư ảo mà thôi, thi sĩ chẳng bận tâm chi lắm. Tắm mình trong mưa nắng đẫm ướt phong trần, sống thường trực trên tinh thần cảnh giác cao độ, bức bách vây khổn bốn bề trăm phía giữa thời buổi loạn ly chinh chiến, bom đạn nổ tứ tung đe dọa mạng sống hàng ngày như vậy nhưng nhà thơ vẫn thở đều đặn bởi hơi ấm rực ngời của ngọn lửa tịch mịch sáng tạo luôn luôn ngún cháy giữa cuộc lữ phiêu linh. Chính vì thế mà các tác phẩm thi ca tha thiết nồng nàn thấm đẫm ruột rà tim phổi máu lệ lần lượt ra đời như *Bọt nước, Hoa cô độc, Lời ru, Đêm nguyệt động, Vọng, Mộng du trên đỉnh mùa xuân, Tịnh khẩu, Du sĩ ca*... và những tập truyện ngắn sâu sắc hàm súc rung động lòng người, phản ảnh nhiều mặt của đời sống chung quanh như *Cát bụi mệt mỏi, Cái chuồng khỉ, Xóm chuồng ngựa, Ngồi đợi ngoài hành lang* với tập tiểu luận duy nhất *Mười lăm năm thi ca miền Nam* chưa kịp xuất bản thì xảy ra biến cố vô thường dâu biển năm 1975.

Tâm đắc với tư tưởng đại văn hào Dostoievsky: "*Tôi sợ phải tỏ ra có tâm hồn cao thượng.*" Hay với Nikos Kazantzakis: "*Hãy cứng rắn, kiên nhẫn, chịu khó... Hãy khinh bỉ hạnh phúc."* Và nhất là với Henry Miller: *"Một thi nhân chân chính đích thực thì luôn luôn độc hành, tự do tự tại. Cái mà người thi sĩ cần chính là sự cô độc cô đơn."* Sơn Núi im lặng mặc như lôi, vẫn ngẩng cao đầu một cách lẫm liệt, tuyệt nhiên không thèm gia nhập bất cứ hội đoàn đảng phái, bè lũ đám đông, tập thể phe nhóm nào cả. Lặng trầm tách biệt riêng ra, đứng độc lập, lầm lì bước đi một mình một bóng như sư tử rừng xanh, khiến những bè lũ cáo chồn đâm ra đố kỵ nghi ngờ ganh ghét, chẳng dám lại gần, đứng xa xa mạ nhục chửi rủa cho thỏa cái thói tật sân si ganh tị. Chàng thi sĩ lại càng dấn mình vào nẻo thâm sơn rờn lạnh cô đơn cùng tuyệt, heo hút tận chốn miền chẳng có đâu nơi:

Có bay cao chín tầng trời
Chỉ nghe thượng đế ngàn đời nín thinh
Có dòm sâu tận cửa mình
Cũng không thấy được cái hình thế gian

Cái hình thù thế gian như thế nào khó mà thấy cho rõ ràng được, nhất là sau trận dâu biển vô thường 1975. Trong khi hàng ngàn người bị đi học tập cải tạo, đi lao động kinh tế mới, hàng triệu người sợ hãi vượt biên giới trùng dương ra nước ngoài thì Nguyễn Đức Sơn đơn độc lặng lẽ rời Sài Gòn đưa vợ con lên núi rừng Đại Lào ở Bảo Lộc, Lâm Đồng, sống trên đồi Phương Bối Am, nơi chốn cũ ngày xưa thiền sư Nhất Hạnh đã khai phá dựng lập từ năm 1958. Bây giờ trơ trọi ngọn đồi hoang vu cây cỏ dại mọc um tùm, chỉ còn một cái hồ chứa nước bằng xi măng hình chữ nhật cũng đủ cho cả gia đình thi nhân tạm trú trong đó. Có đến tận nơi chứng kiến cảnh đời hiu hắt khắc nghiệt của thi sĩ thì mới hiểu nổi hai câu thơ tiên tri đã viết tự bao giờ: "*Sinh ra tôi có làm thơ. Để điêu linh vẫn như chờ riêng thôi.*" Vâng, điêu linh trầm thống vẫn bám theo đọa đày vây khổn một hồn thơ tơi tả rã rời:

Buổi tối đó bầu trời như muốn ngã
Tôi một mình ôm lấy bóng trăng tan
Mây thấp quá và hồn tôi tối quá
Không chỗ nào thở được dưới trần gian

Ơi chao! Dù sống trong tận cùng thống khổ tang thương, nhưng thi nhân vẫn chịu đựng một cách nhẫn nhục phi thường, tự biến lòng mình thành đại dương sâu thẳm, chấp nhận chất chứa và tiêu dung tất cả mọi thứ cặn bã của thế gian trút xuống, giống như họa sĩ vĩ đại Van Gogh: "*Đau khổ không than van là bài học duy nhất chúng ta phải học trong cuộc đời này.*" Sơn Núi cũng vậy, chưa bao giờ nghe chàng than thở, oán hờn chi cả mà cứ lầm lũi sớm chiều bằng chiếc xe đạp cọc cạch vào rừng kiếm củi khô chở xuống chợ Blao đổi lấy gạo muối đem về. Thế đó, một cuộc đời vô cùng thanh bạch, hết sức giản dị đơn sơ, rất bình thường chẳng có gì cả ngoài một hồn thơ vẫn trào dâng bao nỗi niềm chi thao thức nhức nhối quá diêu mang:

Về đây say với trăng ngàn
Phiêu diêu hồn ngập giấc vàng đó em
Trăm năm bóng lửng qua thềm
Nhớ nhung gì buổi chiều êm biến rồi
Mai kia tắt lửa mặt trời
Chuyện linh hồn với luân hồi có không
Thái hư chừng sắp chuyển vòng
Đại dương tràn kéo núi đồng tan đi
Chúng ta giờ ước mong gì
Văn minh gởi cát bụi về mai sau

Thấu suốt tương lai như thi sĩ tiên tri thấu thị Rimbaud đã từng thấy, ngày mai đây "*sa mạc lan dần*" trên mặt đất hoang vu, thấy rõ tận tường cõi người ta giữa thời đại văn minh cơ khí đang dần dần máy móc hóa con người, bọn hãnh tiến trên toàn thế giới đang muốn biến con người thành những công cụ để sử dụng theo ý đồ độc tài nào đó, thi nhân vất bỏ sạch sành sanh hết thảy mọi sự xuống đống rác thành phố khô kiệt, đơn độc quay về với thiên nhiên rừng núi, cúi xuống quỳ hôn lòng đất mẹ, hít thở cùng mây trắng trăng ngàn sương khói cỏ hoa và đốt lên ngọn lửa tịch mịch quanh đây. Ngày ngày lủi thủi cuốc đất làm rẫy trồng thông, gieo hạt giống mầm chồi xanh tươi mới. Thế rồi hàng ngàn cây thông đã phủ kín triền đồi thành một cánh rừng thông xanh rợp ngời bóng mát, để cho hoa cỏ bướm vàng hát ca lặng lẽ vô thanh giữa đất trời tự tại một mình một cõi tự do:

Được làm một sinh vật tự do
Cho đến chết
Tôi quyết không lết
Cũng không bò
Như hầu hết đồng loại hai cẳng
Cứ suy tư nhưng cứ giống chó
Đó đó
Đó

Thái độ vô úy không sợ hãi trước thế cuộc hỗn mang là một thái độ hùng tráng mà người thi sĩ đơn thân độc mã thể hiện giữa thời buổi dầu sôi lửa bỏng, đất bằng dậy sóng ngả nghiêng làm đảo lộn hết mọi thứ giá trị cao quý, nhất là giá trị tinh thần đạo đức cũng xuống cấp trầm trọng, hầu như không còn đất đứng nữa rồi. Ngay trong giới tu sĩ Phật giáo, hình ảnh tiêu biểu, tượng trưng cho đạo đức con người cũng mất đi ý nghĩa tốt đẹp, bởi đa số đều hướng ngoại tầm cầu, chạy theo hào nhoáng âm thanh sắc tướng bên ngoài, vô tình biến Phật giáo thành Độc thần giáo, xem Đức Phật như vị thần linh ban phước giáng họa. Họ đem Phật, Tổ ra kinh doanh đủ mọi hình thức, tranh nhau làm thầy phong thủy, thầy cúng, thầy bói coi tướng, đoán vận mệnh, xem nhà cửa bếp núc, cúng sao giải hạn, đua nhau tạc tượng Phật khổng lồ, xây chùa đồ sộ nguy nga rộng lớn, dựng tháp hoành tráng cố đạt hạng nhất để được xếp vào kỷ lục guinness, nhằm mục đích phục vụ *"du lịch tâm linh."* Quá vô ích vô nghĩa, phi lý nhất là những cái tháp xây lên tốn bạc tỷ, chỉ để chuẩn bị khi chết, họ vào nằm rục xương cốt trong đó. Họ cũng ráo riết chạy theo bằng cấp, bon chen giành giựt chức vụ lãnh đạo tăng đồ, lập hội này nhóm nọ lu bù gọi là Phật sự, tìm cách phát triển kinh tế riêng tư, hưởng thụ đủ thứ danh lợi thế gian và hèn nhát toa rập làm công cụ cho các thế lực vô minh, tiếp tay đưa Phật giáo vào chỗ bạc nhược suy đồi:

Tôi có biết nhiều thiền sư
Rất được lòng quần chúng
Nhờ liên hệ tưởng xa mà gần
Với đủ các loại súng

Đúng là như vậy đó, ai cũng xem thường, khinh bỉ khi nhìn thấy nhiều vị tăng sĩ đi xe hơi tới Mặt trận Tổ quốc, tới Quốc hội, ngồi lơ láo thảo luận với các đảng viên chính trị về các vấn đề tham nhũng hối lộ, về dân số tăng nhanh, về giáo dục suy thoái, về kinh tế suy sụp, về kế hoạch sinh đẻ, về tệ nạn xã hội... Rồi hô hào tín đồ hãy chấp hành mọi chủ trương đường lối, cố tu phước gắng niệm Phật cầu nguyện chết về niết bàn, hưởng cảnh cực lạc phương tây mơ hồ nào đó, còn sống thì phải tốt đời đẹp đạo... Thật là lố bịch làm sao! Nhà thơ Nguyễn Đức Sơn tuy cũng có vài đứa con đi xuất gia nhưng đành phải nói lên mặt trái của một số tà sư quốc doanh thời bây giờ đấy thôi. Dù *tịnh khẩu* lâu rồi mà vẫn muốn gầm lên một tiếng cho khỏi day dứt quằn quại:

Nói
Ói

Mỗi lần nói là mỗi lần muốn ói mửa nhưng cũng đành phải nói thôi, Sơn Núi cứ khẳng khái nói cho những ai còn chút tối thiểu lương tâm nghe ra một sự thật đau lòng nhất, đó là chỉ có vi trùng trong thân sư tử mới ăn thịt sư tử; cũng như vậy, chỉ có tăng sĩ mới có thể phá hủy, phá hoại Phật giáo chứ tuyệt nhiên chẳng phải ai cả, chẳng có thế lực bạo quyền nào nhúng tay vào được cả. Đây là những lời thơ tâm huyết chỉ thẳng vào sào huyệt những kẻ giả danh tăng sĩ, bọn nội trùng Phật giáo cuồng đức loạn tâm:

Về đi thôi kiếm chỗ nằm
Mõ chuông đang nện trăng rằm ngất ngư
Thiền sư ăn thịt thiền sư
Niết bàn nhiều giống chân như nhiều nòi
Tâm teo tóp trí cọc còi
Ma đang thuyết pháp quỷ đòi giảng kinh
Kìa em tịnh thủy một bình
Cửa Không ai viếng cửa mình tôi thăm

Kinh khủng thật, chỉ có Sơn Núi mới đủ khí phách hùng tâm tráng khí, cá tính khốc quỷ kinh thần, bộc trực can trường mới dám sấm sét thẳng thắn chỉ trích ngay vào mặt, chẳng vị nể làm bộ giả đò cung kính gì cả, thích nói là cứ nói ào ào ra vậy thôi. Đôi khi *"dĩ độc trị độc"* cũng cần thiết lắm phải không? Không những tấn công kẻ ác quỷ tà ma mà nhà thơ còn muốn bạt tai bọn triết gia kinh viện suy tư thiếu máu, chính bọn này bày đặt ra đủ thứ chủ nghĩa này, học thuyết nọ... vô tình làm băng hoại và ám sát cả nhân loại suốt từ nghìn xưa cho đến hôm nay:

Tại sao
Thơ cứ mênh mông hát
Khi trái đất
Đang bị băm nát
Bởi đủ loại triết gia kinh viện
Chưa bị ai
Tát

Tát tai, đá đít là một cách nói gây ấn tượng kiểu sấm sét Nietzsche, phá hủy đạp đổ hết mọi thần tượng hư ngụy, biểu lộ thái độ tống xuất bọn lưu manh đểu giả, chuyên môn ném đá giấu tay, ngậm máu phun người, những kẻ ma cô xảo trá, lập lờ tráo trở đánh lận con đen trên trận đồ đảo điên của những cái gọi là chủ nghĩa, học thuyết, tôn giáo, văn hóa, văn nghệ bây giờ:

Khách đến
Sao ta hết thiết tha
Ngồi ỉa
Bởi
Cách gò mối không xa
Không phân biệt nổi người hay ma
Có theo tôn giáo học thuyết hay chủ nghĩa nào không nhỉ?
Nheo mắt già nhìn kỹ
Rất hy vọng không phải điếm đĩ
Trên trận đồ văn hóa nội ngoại đảo điên
Để khỏi thương cho sự ra đời

Thiếu suôn sẻ tự nhiên
Của thỏi vàng nhão
Từng bị a dua tra khảo
Quá tội nghiệp

Ừ quả là đáng tội nghiệp thay! Trước thảm cảnh bi đát đang xảy ra trên toàn cầu khắp mặt đất trầm trọng đau thương, cả thế giới đang bị đủ thứ vũ khí tối tân bằm nát bấy ra như thế, thi sĩ cắt cớ lại đi bày tỏ với các đấng giáo chủ xưa nay một nhận xét tưởng như rỡn đùa chơi:

Hỡi các Đấng Giáo Chủ Kim Cổ
Dù Đạo của các ngươi
Thành hay không thành
Cỏ mộ
Vẫn cứ xanh

Thành thật nêu lên một nhận xét tinh tế như thế, không biết các đấng gọi là giáo chủ kia có chịu nghe hay không? Bởi vì:

Nếu không có ma
Khó bề thấy được Phật
Đó là sự thật của trái đất
Nhưng nghĩ cho cùng tất cả đều trật lất

Thật vậy, trong khi cả nhân loại đang chờ đợi một vị cứu tinh xuất hiện, Tây phương cầu nguyện Thượng Đế giáng thế, Đông phương hy vọng mong chờ Phật Di Lặc xuống trần, còn Sơn Núi thì niêm hoa vi tiếu, phiêu phiêu làm thơ chơi:

Xe chênh bánh giữa luân hồi
Ưu bi chở ngập bến trời bao la
Ngày chưa sập bóng ta bà

Đã nghe chừng Hội Long Hoa đến rồi
Một chàng Di Lặc xa xôi
Một tâm ảo tượng tôi ngồi thâu đêm

"Một tâm ảo tượng tôi ngồi thâu đêm" cũng đủ chỉ ra tất cả mọi sự nguyện cầu, hy vọng mong chờ kia đều hoàn toàn vô nghĩa phải không? Bởi vì Phật Chúa tự bao giờ, vốn hằng hữu ngay trong lòng mỗi người chúng ta đây rồi, chỉ vì vô minh mà mình không thấy đấy thôi, cho nên mới bày ra lạy lục, cầu khẩn, khấn vái liên hồi. Trên pháp hội Hoa Nghiêm, Đức Phật đã bày tỏ phát biểu:

Nếu người muốn biết rõ
Chư Phật khắp ba đời
Hãy quán pháp giới tánh
Đều do tâm tạo thôi

"Đều do tâm tạo thôi" hay tất cả do tâm tạo là một tuyên bố vô tiền khoáng hậu, thấu suốt cổ kim, đưa con người trở lại với ánh sáng ban đầu, sống với tự tâm tự tánh. Hạnh phúc hay đau khổ, niết bàn hay địa ngục... cũng đều do chính mình tạo ra thôi, chứ tuyệt nhiên không phải do Phật trời, thượng đế nào tạo ra cả. Đây là chân lý vĩ đại mà Thế Tôn đã khai thị trên tuyệt đỉnh Linh Sơn, cách đây gần ba nghìn năm rồi. Rất tận tường, quá rõ ràng như vậy mà đa số người ta vẫn không hiểu, không thấy, cứ chạy kiếm tìm nhớn nhác, van vái bái lạy, khấn vọng mong cầu Phật Di Lặc ra đời để cứu nhân độ thế thì quả thật là tà kiến điên đảo, chao ôi! Thôi thì, thi sĩ chỉ còn biết quay về trong niềm im lặng, lắng nghe thơ hát giữa mông mênh vũ trụ và bàng hoàng thấy mưa lộng nắng trào sơ nguyên huyền ảo:

Tôi không thể hiểu vì sao

Mà ôi chao
Nắng trào
Tịch mịch

Tịnh hồn du sĩ, quy hồi đồi cao lững lờ thơ bay đầy mây trắng. Ơi mây trắng nắng vàng hoa cỏ trổ lặng im. Trong niềm cô liêu hiu quạnh, lặng hồn nghe nắng trào tịch mịch vô vi, thi nhân nhẹ nhàng đưa chân lững thững đi đứng bồng tênh trên đồi cao Phương Bối cuối mùa thu nhìn ngắm rừng sương phiêu phưỡng lướt bồng bềnh:

Trưa đứng một mình đợi ai lên
Đất trời đâu có dưới và trên
Gò cao ổi sót rụng một trái
Dòi ăn một bên ta một bên

Hình ảnh *"dòi ăn một bên ta một bên"* thật cảm động, không thể nói nên lời. Phản ánh tình trạng nhà thơ đang đói, đói và đói, gian nan và khổ cực bức bách thường xuyên ráo riết đến chỗ gần tuyệt lộ. Đỗ Phủ ngày xưa chắc cũng nghèo xơ xác hàn vi đến vậy là cùng. Thế mà không biết có một phép mầu nào đó đã âm thầm trợ lực cho thi sĩ vượt qua và vượt qua mọi thử thách cực khổ gian nan một cách ngoạn mục như vậy. Giống như nhà văn Henry Miller, một đại văn hào mà Phạm Công Thiện ca ngợi tới mây xanh, rời bỏ kinh thành New York về vùng sơn thượng Big Sur quyết định không làm gì hết, ngoại trừ sáng tạo vì nhà văn nhận định rằng: *"Bổn phận của thiên tài là giữ phép mầu sinh động, là luôn luôn sống trong phép mầu, là khiến cho phép mầu càng mầu nhiệm hơn nữa, là không thệ nguyện trung thành với bất cứ cái gì, nhưng chỉ sống một cách mầu nhiệm, suy tưởng một cách mầu nhiệm, chết một cách mầu nhiệm... Sự kỳ diệu và huyền nhiệm của cuộc đời bị bóp nghẹt trong chúng ta, khi chúng ta trở thành một phần tử nào đó có trách nhiệm với xã hội."*[5] Sơn Núi cũng vậy thôi, cũng rút lui về núi rừng hoang vắng tịch liêu, nằm lẫn trong sương mờ vạn cổ, gõ vào vách đá mà hát khúc hạo nhiên chi khí ca và sáng tạo, sáng tạo không ngừng qua từng hơi thở, từng tế bào mạch máu, từng bài thơ như Một mình đi luồn vô luồn ra trong núi chơi. Bài thơ này được Trương Hồng Sơn, bạn cũ của Sơn Núi rất thích như lời thi sĩ cho biết: *"Ụa, hòa bình thế giới đã ló dạng từ lâu rồi sao mà một tiến sĩ Việt Nam làm việc ở Nasa là chàng Trương Hồng Sơn gật gù ngâm nga "Một mình đi luồn vô luồn ra trong núi chơi" của đãng tử Nguyễn Đức Sơn nồn này!"* Bài thơ chỉ có mấy câu thôi mà hàm ý sâu xa cả một kiếp người:

Khi thấm mệt tôi đi luồn ra núi
Cuối chiều tà chỉ gặp bãi hoang sơ
Bước lủi thủi tôi đi luồn vô núi
Nghe nắng tàn run rẩy bóng cây khô
Chân rục rã tôi đi luồn ra núi
Hồn rụng rời trước mặt bãi hư vô

Hư vô, hư vô, hư vô là gì mà thi sĩ rụng rời khi giáp mặt? Phải chăng như nhà văn Hemingway, người đã từng đạt giải Nobel văn chương vào năm 1954, bị hư vô ám ảnh suốt một đời cho đến khi tự tử? Không biết, không biết, thưa rằng chẳng biết chi mô, chỉ biết rằng nắng trào, lửa cháy tịch mịch trong lòng chàng thi sĩ kỳ dị kia rất yêu thích nghệ thuật, lấy nghệ thuật làm lẽ sống cho đời mình như có lần chàng tuyên bố trong Thay lời tựa tập thơ *Tịnh khẩu*: *"Có sống nhiều năm ở Sài Gòn nhưng không hề thấy chút chi*

---

[5] Henry Miller. *Thời của những kẻ giết người*. Nguyễn Hữu Hiệu dịch. Hồng Hà xuất bản, Sài Gòn 1971

cái đẹp của thành phố và tự hỏi không hiểu vì sao hàng tỉ người có thể sống trong những đô thị lớn trên thế giới. Sẽ tự cứa cổ tự tử ngay nếu một ngày nào đó đầu thai lên thấy đất của các đô thị, nhà cửa và khu kỹ nghệ tràn lấn quá nửa diện tích của núi rừng, sông biển, thác suối, ao đầm, hồ... Tự nhận là tha thiết với xã hội vô chánh phủ, khó có thể có trên thế giới này. Từ đó, từ đó thôi cũng dễ tắt thở rồi. Vậy chớ cái gì làm cho nó có thể còn sống được cho tới ngày nay? Ông Phật, ông Khổng và nhất là ông Lão, đành rồi, nhưng còn một ông bao trùm hết và hốt ba ông kia bốc cao lên: Ông Nghệ Thuật."

Đúng thế, nghệ thuật là hình thái ý thức xã hội đặc biệt, dùng ngôn ngữ hình tượng sinh động cụ thể, gợi cảm để phản ánh hiện thực và truyền đạt tư tưởng tình cảm tuyệt trần Chân Thiện Mỹ. Nghệ thuật là một phương tiện giúp cho chúng ta đạt tới chân lý, tới cái như thật, như thị, như như. Sự thật khách quan như thế nào nhìn đúng như thế ấy, bản chất mình như thế nào nhận đúng như thế ấy nhưng dĩ nhiên điều kẻ sáng tạo thấy biết đó không phải là sự thực khách quan cứng nhắc khô khan mà là sự thực sinh động, rung động hơi thở sự sống, rộn ràng nhịp đập thiên thu. Như vậy nghệ thuật ở đây là hơi thở, là đạo sống đích thực, sống hoàn toàn tự do tự tại, giải thoát mọi ràng buộc, mọi trói cột vào vòng nô lệ thế gian. Người nghệ sĩ vĩ đại là biết sống thanh thản an nhiên giữa cuộc tồn sinh, dù ở trạng huống bi đát nào thì cũng không run sợ, hèn nhát, van xin, vẫn tự tin chắc nịch vào nội tâm thâm hậu của chính mình, thể hiện qua thơ văn, nhạc họa nhằm nhập diệu ngay vào cái thực tại hiện tiền, ngợi ca cuộc sống yêu thương, thưởng ngoạn cuộc đời rỗng rang vô sự. Từ cái nhìn đó, nhà thơ mở rộng lòng ra tâm sự cùng các con cái của mình một điều chi muốn dặn dò nhắn nhủ:

Mai kia tan biến hận thù
Giữa đêm sao chiếu mịt mù phương đông
Cha về ôm cả biển sông
Duỗi chân duỗi cẳng nằm không một đời
Cho con cha hứa một lời
Đuổi mây thiên cổ rong chơi tối ngày
Thu nào tóc bạc òa bay
Có con chỉ trỏ mới hay cái già
Cúi hôn trời đất đậm đà
Cha tan theo bóng trăng tà vạn niên

Nguyễn Đức Sơn mà người dân ở quanh vùng phố núi Bảo Lộc đều gọi là Sơn Núi một cách thân mật, rất thương yêu vợ con và làm thơ dành cho con cái cũng khá nhiều, bài nào cũng chắt chiu nhiều ý tứ sâu xa thâm trầm, vô cùng xúc cảm rưng rưng:

Xem cha đốt cỏ ngoài rừng
Nâng niu mẹ ẵm theo mừng không con
Có vài chiếc lá còn non
Gió xua lửa khói nổ giòn trên không
Nắng tà trải xuống mênh mông
Bước theo chân mẹ cha bồng hư vô
Nắm tay lật úp đi con
Co thân tròn trịa như hòn đá lăn
Muốn cho cuộc sống không cằn
Tập cho quen mất thăng bằng từ đây
Nằm yên thôi chớ vùng vẫy
Để cha rơ miệng con bằng mật ong
Bẻ luôn cái lưỡi cho cong
Nói năng lấp liếm mới hòng người nghe

Xưa ông nội đến nơi này
Sóng xanh mơ mộng những ngày thanh niên
Sáng chiều bơi lội như điên
Tập cha ôm cõi vô biên một mình
Nước vô mặt mũi lình bình
Cha gần ngộp thở nên kình luôn ông
Bây giờ biển cũ mênh mông
Dẫn con về thở cũng không được rồi
Một ngàn tư tưởng xa xôi
Rừng cao một khoảnh cha ngồi ru con
Khi không tao tạo nên mày
Lọt ra từ cõi không ngày không đêm
Xưa kia trên cái bụng mềm
Tao đâu ngờ đã chất thêm lượng sầu
Đất trời đến thuở rụng râu
Có tao hậm hực ngồi khâu cuộc đời

Thế đó, một bầy con sinh ra đều đặn dưới trăng mờ sương khói rừng xanh, có hai cô gái út Phương Bối, Tiểu Khê, bây giờ đã lớn hết rồi, trừ Đức Thảo đã mất, còn lại đứa nào cũng tung cánh chim trời, rời núi rừng hoang vắng bay xuống vùng thung lũng bình nguyên, biết sống tự lập và cũng biết mần thơ, nhất là thơ Nguyễn Đức Vân, Nguyễn Đức Yên bàng bạc hơi giống hồn thơ lục bát của phụ thân. Bởi do có nhiều con cái, lúc nhúc thê tử như vậy, làm sao không tránh khỏi phiền não khổ lụy, nên chi Sơn Núi có lúc cũng *Nói thật,* một sự thật não nùng, túng thiếu của những gia đình nheo nhóc buồn thiu:

Ở ăn với mẹ mày nhiều
Có trưa hộc máu có chiều trào cơm

Có đêm quẩn trí sôi đờm
Sáng ra cuộc sống quá nhờm con ơi!
Ru con cha rống thấu trời
Oan khiên tan ở giữa đời cho mau

Sầu khổ thái quá, hân hoan thái quá, thi sĩ đi từ cực đoan này đến cực đoan khác một cách tự nguyện, tự dấn thân liều lĩnh đương đầu cho đến tận cùng một vấn đề nào đó trong cuộc sống như muốn khám phá để bùng vỡ ra điều chi bất khả tư nghì. Quả thật, không thể nghĩ bàn chi được hết, chỉ còn một cách thể hiện bằng hành động nhập cuộc, ôm trọn tử sinh trong vòng tay say đắm một lần thật chặt, vì biết rằng chẳng có gì hơn là mộng mị ảo giác hoang mê:

Rồi mai huyệt lạnh anh về
Ru nhau gió thổi bốn bề biển xưa
Trăng tà đổ bóng cây thưa
Mộng trần gian đã hái vừa chưa em?

Chắc có lẽ chỉ có Nguyễn Thị Phượng mới trả lời được câu hỏi này mà thôi. Ơi chao! Hình ảnh nàng thơ gầy mấy chục năm trời sống với chàng thi sĩ dị thường trên núi cao ấy là một hình ảnh đẹp như huyền thoại, một vẻ đẹp hy hữu hiếm hoi đầy sức chịu đựng kiên trì nhẫn nhục, vô cùng độ lượng bao dung. Tình yêu của con người trên mặt đất quả thật vô lượng vô biên, vừa huyền diệu thiêng liêng mà cũng vừa phù du huyễn mộng:

Sáng mênh mông
Ta đi thơ thẩn trong vườn hồng
Ồ bông ồ mộng ồ không

Sống hiu hắt lặng lẽ riết trên núi đồi heo hút suốt hơn mười lăm năm sau, vào tháng 12 năm 1992 nhà thơ mới làm một cuộc phiêu lưu xuống núi, thăm lại Sài Gòn. Chốn cũ giờ đây quá nhiều đổi khác, bạn bè xưa tan tác tàn xiêu, chẳng biết phương nào trôi nổi. Đôi ba thằng bạn trí thức xưa, bây giờ lưỡng lự phân vân trên con đường tiến thối lưỡng nan, vì bị mắc vướng vào vòng mâu thuẫn xung đột nội tâm, không biết dứt khoát như thế nào, cảm thấy lòng dạ bất an. Thông cảm tình trạng của bạn, Sơn Núi nhẹ nhàng *Tâm sự với một đảng viên trí thức muốn ra khỏi đảng:*

Anh đi cách mạng bao năm
Từ rừng đến phố dao găm chưa xài
Vẫn chưa dứt điểm sòng bài
Tấm thân ê ẩm khuya dài đau sao
Cứ yêu tha thiết đồng bào
Tuy nhiên hễ thấy máu trào thì ngưng

Những tên dở dở ương ương kiểu ấy, dĩ nhiên là sống nhạt nhẽo, thiếu sinh khí, chỉ biết đeo mặt nạ giả dối. Rồi từng bước đơn hành giữa thành đô náo nhiệt, viếng thăm dăm bảy con đường xưa đây đó và một chiều phiêu hốt theo cơn gió, ngập ngừng dừng lại ghé *Thăm bạn là công nhân nghèo dọn nhà:*

Xe ba gác đã đến rồi
Mau mau bàn ghế chảo nồi chất lên
Vợ chồng được mấy tấm phên
Những đêm hạnh phúc nhà bên khó dòm
Giờ này còn cãi om sòm
Nhựa nhôm cũng món tiền còm mang theo
Đừng quên cái khoản cứt heo
Gởi về quê giúp ruộng nghèo đói phân

Thật là tiêu biểu làm sao, miêu tả đậm nét cả một nếp sống bấp bênh của giới dân nghèo lao động không có hộ khẩu thành phố, phải ở tạm bợ, bôn ba hối hả chạy ngược chạy xuôi tìm sinh kế để kiếm ăn qua ngày lay lất. Đấy là đa số những cảnh đời vất vả gian nan, hết sức cực khổ, lao đao đói rách nhọc nhằn. Lặng hồn sờ sững, khi nhà thơ bất ngờ tái ngộ tao phùng một người bạn xưa kia là tu sĩ, đại đức ở chùa, chuyên nghiên cứu kinh điển Nguyên thủy, thế mà không hiểu tại sao, giờ đây lại là cán bộ đảng viên cộng sản, bèn *Tâm sự với một đảng viên gốc chùa:*

Nay về thành phố tình cờ
Cố nhân gặp lại sững sờ bể dâu
Anh vô chùa được bao lâu
Thì theo cách mạng nhiệm mầu dắt ra
Hai lần bái biệt cửa nhà
Thoát ly mấy kiểu chắc là khác nhau?
Tay sờ mái tóc trắng phau
Có khi nào ngẫm cái đau dữ dằn
Vợ con thừa thãi cái ăn
Cảm ơn một chút trán nhăn riêng mình

Tâm sự như vậy là cũng dư hiểu nỗi lòng nhau rồi phải không? Chẳng cần phải luận bàn chi thêm nhiều nữa với bọn cơ hội bỉ ổi này. Tâm tính con người đổi thay đột biến, biết đâu mà lường? Trước kia là bạn bè thân thiết thâm giao, còn bây chừ thì tư tưởng đối nghịch hoàn toàn khác hẳn, khi bạn bầu lâu ngày gặp lại *Trên sân thượng một nhà hàng đặc sản:*

Cố nhân này cố nhân ơi!
Sợ gì bội thực cuối đời đấu tranh
Yêu cầu nhậu tiếp đi anh

Mặc tôi ngồi ngó trời xanh ngập ngừng
Ngày xưa từ chối vô bưng
Tôi đi lỡ thẳng cái lưng quen rồi
Thơ văn không kỵ chảo nồi
Cảm ơn gặp gỡ bồi hồi bắt tay
May mà còn có chiều nay
Bánh mì tôi gặm mây bay anh nhìn

Nhìn thấy mây bay trên bầu trời xanh bát ngát là một sự kiện trọng đại xảy ra trong đời, đối với những người xưa nay chỉ biết đắm chìm trong danh lợi. Cái giây phút bất ngờ họ chợt nhìn thấy mây bay là phút giây đáng ghi nhớ như nhìn thấy trái đất đang lăn quay lông lốc dưới gót chân. Những sự kiện đó vốn có sẵn từ muôn thuở rồi, nhưng có mấy ai ý thức được điều kỳ diệu ấy đâu? Bởi vì họ chỉ bận tâm lo cho cái bản ngã to đùng, lùng bùng trong cố chấp, nên sống nô lệ vào cái ngã chấp thâm căn cố đế đầy tham vọng, tham lam, ôm đồm đủ thứ chuyện lợi danh, thành bại, đắc thất, nhất là khi họ có quyền hành, chức tước, địa vị thì lại càng sinh ra đòi hỏi thỏa mãn bản ngã nhiều hơn nữa. Bọn quan liêu này, thời nào cũng có, cứ bày trò nhậu nhẹt, ăn chơi trác táng, không những ngoài mấy nhà hàng lộng lẫy mà ngay trong các biệt thự tư gia là sinh hoạt của một số cán bộ đảng viên biến chất, vì họ có thừa tiền dư bạc nhưng thiếu một điều quan trọng nhất... Điều đó thì ai cũng biết rồi, chẳng cần phải nói rõ làm chi. Tuy nhiên, bất sá họ có sai trái gì, thi nhân vẫn giữ chút tình bằng hữu đến thăm, giống như thi hào Goethe: "*Tất cả những người tôi gặp gỡ là những kẻ mà tội lỗi của họ, chính bản thân tôi đều có thể vi phạm.*" Với nhãn quan cảm thông, rộng rãi như thế, thi sĩ đi viếng thăm *Gặp gỡ tại nhà một đảng viên ngày chủ nhật:*

Sáng nay chủ nhật đông vui
Bạn bè ăn uống tới lui khề khà
Bao cao su vứt đầy nhà
Trẻ con lượm thổi con gà lôi đi
Chưa kịp quét miễn xầm xì
Gia đình cách mạng thôi thì tự nhiên
Con gái đầu khá ngoan hiền
Nguýt xong cha mẹ hốt liền vườn sau
Cháu ơi! Thông cảm cho mau
Không gì bù lỗ nỗi đau làm người
Khách quan phân tích tiếng cười
Chú tin chắc chắn đười ươi khác rồi
Một bàn rượu ngoại chờ thôi
Rửa tay vô bếp đồ mồi dọn lên

Tin tưởng vào lẽ công bằng, lý nhân đạo bao la của trời đất, nhà thơ xúc động làm thơ đồng cảm, chia sẻ cùng với biết bao cảnh đời éo le tội nghiệp của các chị em phụ nữ, những trái tim ứa máu đau đớn vì bị người yêu phũ phàng phụ rẫy, khi tình cờ một sớm mai lang thang phố thị, đi ngang qua nhà thương, bất ngờ *Gặp gỡ trước bệnh viện Từ Dũ:*

Chị đi khám sản phải không
Anh đâu chẳng thấy dáng trông lạc loài
Bao năm thai trứng nạo hoài
Năm nay đừng nhé thai ngoài tử cung
Họ nghi tàn bạo lạ lùng
Oan khiên tội lắm anh hùng bạn tôi

Gần nửa tháng rong rêu khắp nẻo phường xanh phố đỏ thị thành, một thành phố đầy bụi khói oi nồng thời công nghiệp máy móc khô cứng, chứng kiến biết bao cảnh ngộ vô thường đắng cay thay đổi, bên này khác hẳn bên kia, lòng dạ con người càng bạc nhược ươn hèn, suy đồi thối tha, cạn kiệt biến chất theo kiểu đểu giả, lếu láo quỷ ma nhiều quá, chàng đãng tử ê chề ngao ngán mà *Giã từ thành phố Hồ Chí Minh:*

Mai tôi về núi em ơi!
Quẩn quanh thành phố ma chơi quỷ đùa
Thời công nghiệp dạo sân chùa
Tên siêu đãng tử cưỡi rùa trong mơ
Ba năm ví bỏ làm thơ
Ba ngàn năm nữa ai rờ tan hoang
Bên này đèn điện sáng choang
Bên kia vách mộ nắng loang tắt rồi

Thôi thế là cũng đủ, một vài bức tranh xã hội sẫm màu sầu khổ, bất an, cơ hội, hưởng thụ, vênh váo, vô cảm, hợm hĩnh dưới cõi phù sinh kia là vậy. Thấy gì chăng hay chỉ thấm ngậm ngùi? Lui về núi cao nằm ngắm mây trời suốt sớm trưa chiều tối... Rồi cảm hứng những vần thơ phơ phất giữa hồn rung:

Êm êm chiều xuống chập chùng
Gió lên lùa cả mùa đông vào hồn
Sương mù giăng kín bản thôn
Mái khoan thai đếm giọt buồn theo mưa
Cây rừng chuyển giọng sầu đưa
Nhịp vang theo nhịp như xưa lắm rồi
Suối khô đã tiếp lượng trời
Ngày xanh tôi vẫn một đời tịch liêu

Thi ca

Không thể nào đồng nghĩa
Với tiếng kêu la
Rồi chết

Tôi đâu có muốn làm thơ
Ngứa tay xé giấy hồi giờ quẹt chơi
Cõi riêng nghi ngút cả đời
Cũng e nằm hết sau lời lẽ kia
Ai về khuất tịch đá bia
Thấy ra ngàn thuở vài tia nắng mù
Đồng thanh xin đứng gật gù
Chớ hòng kiếm cách bỏ tù hồn tôi
Cái nòi bình giải lôi thôi
Có hay chữ nghĩa đắp bồi tang thương?

Sương mù từ dưới thung lũng ùn lên bay là đà lã lướt quanh triền đồi non núi lạnh pha phôi. Rồi đến cuối năm 1996 nhà thơ đãng tử lại ngứa ngáy tay chân nên làm một trận ngao du phiêu bồng xuống núi lần nữa, theo cách điệu *Ừ, vậy đó:*

Đã gần sáu chục tuổi rồi
Làm thơ trắc nết như hồi hai mươi
Núi thần vây bủa đười ươi
Lang thang tôi kiếm con người hôm nay
Gặp em thuở tóc đang bay
Chòi hoang nằm mộng hai tay tuột quần

Thằng bạn Đặng Toản đang sống bồng bềnh bên Mỹ quốc, cháu ruột nhà phê bình Đặng Tiến, là một người thuộc làu làu thơ Nguyễn Đức Sơn, hầu như không sót bài nào, rất thích câu *"Lang thang tôi kiếm con người hôm nay."* Và *"Chòi hoang nằm mộng hai tay tuột quần.*" Nghe hắn vừa đọc thơ vừa bình giải cả tiếng đồng hồ qua điện thoại cũng vui, cảm thấy hay, hay tuyệt. Ừ *"Chòi hoang nằm mộng hai tay tuột quần"* là mộng trong cuộc mộng du dương, cũng như không hề uống rượu mà vẫn thấy say sưa túy lúy như thường. Sơn Núi chưa bao giờ nhấp đến một giọt rượu gạo, rượu nếp hay bia bọt nào hết cả nhưng rượu thơ, rượu nhạc, rượu hồng nhan thục nữ thì cứ vẫn lai rai nốc cạn chén lai láng bồi hồi:

Tôi không hề nhậu em à
Thế nhưng trời đất đậm đà luôn say
Thiên đường nếu chẳng chốn này
Cắn răng chịu vậy miễn bày xa xăm
Cho nâng nhé một chút cầm
Có đâu nhất thiết phải nằm trên mông

Giọng thơ như cung đàn trầm dịu yêu thương lướt nhẹ hòa âm thấm thía tận tâm can thể phách một nỗi đau đời xót xa cho biết bao thân phận gái bia ôm, những nàng Kiều hiện đại ở khắp dọc đường khách đãng tử giang hồ một hôm nọ tình cờ ghé thăm qua:

Mai tôi về núi thật mà
Dẫu cho thực tế khác xa cái cùm
Bia ôm đã mọc tùm lum
Màn đêm thô tục bao trùm thanh niên
Thế nhưng giọng lưỡi thánh hiền
Dưới trên nhất trí đang ghiền phát huy
Tiền đồ quá mức báo nguy
Đau thay quần mục cài khuy cách nào?
Em ơi! Nước mắt cấm trào
Ngủ xong nhớ ngáp ào ào giùm nghe

Nghe ra niềm chi não nề tê tái, nghèn nghẹn chẳng thể thốt nên lời:

Mai tôi về núi thật rồi
Chúc em ở lại đứng ngồi tự nhiên
Xem tôi chánh hẩu thằng điên
Tim pha chút máu thánh hiền cho vui
Rung đùi tập thể trở mùi
Núi cao tuy vậy ngậm ngùi vài năm

Trầm ca lặng lẽ âm thầm. Còn ai nhắn gởi lời tâm sự này? Dời gót chân quày về đỉnh núi. Cười với ngàn sương khói mênh mông. Hỡi em mây trắng vờn trong nắng. Lặng nhìn mình như có như không. Tận trong lòng sâu thẳm uyên tư, thi nhân chợt vẳng nghe máu chảy lạnh rần qua muôn kiếp hư linh:

Ngó mông ra núi Đại Bình
Hoàng hôn vừa xóa muôn hình phù vân
Cái danh ngàn thuở cóc cần
Sao nghe máu chảy lạnh rần trong ta

Đại Bình hay Đại Lão cũng là một ngọn núi ở cao nguyên Bảo Lộc. Bây giờ trên đồi thông bát ngát Phương Bối đã xây thêm một ngôi nhà có vài ba phòng tiện nghi tương đối, do sư bà Huệ Giác, viện chủ Quan Âm tu viện ở Biên Hòa và sư cô Hương Nhũ du học từ Ấn Độ về, tận tình giúp đỡ tài trợ cho gia đình thi sĩ. Sơn Núi ít khi nghỉ ngơi đây mà ở biệt lập một am vắng trên đồi cao nhất Phương Bối, nằm ẩn hiện giữa những bụi trúc xanh vàng lãng đãng sương mù bàng bạc mênh mang. Sáng trưa chiều tối lội lên vòng xuống quanh mấy triền đồi thông trúc biếc song thoại thầm thì với cây cỏ lá hoa:

Sướng quá đời ta tuổi sắp già
Bao nhiêu học thuyết bước đều qua
Nay về dắt bóng chơi am vắng
Ấu trĩ vườn trăng một tiếng gà

Một tiếng gà gáy trưa đâu đó dưới sơn thôn vọng lên văng vẳng rồi tan loãng bay là đà theo sương khói chập chùng lan tỏa khắp mông lung:

Nhờ hồng phúc
Mà nay
Mặc dù đã có gia đình bậy bạ rồi
Tôi vẫn đang ngủ trên am mây
Với những bậc thầy
Muôn thuở trước

Còn nghìn năm sau, nếu có ai chợt nhớ đến nhà thơ Nguyễn Đức Sơn thì cứ việc thoải mái như lời nhắn gởi khơi vơi:

Đời sau người có thương ta
Từ lâu xuống lỗ làm ma mất rồi
Đường xa xin chớ bồi hồi
Mả hoang nhảy đại lên ngồi đi cha

Lạ lùng thay! Hình ảnh cái chết của nhà thơ hiện ra quả nhiên là tuyệt đẹp, đẹp như tiếng vọng trong ngần phất phơ giữa vô tận không gian và thời gian:

Ngàn sau
Phơ phất gò bông lau

Mầu nhiệm không những là cuộc sống đang là mà còn hiện hữu ở bên kia sự chết nữa; qua thần lực sức mạnh của nghệ thuật thi ca, nhà thơ đã vượt lên trên cái chết ngay trong sự sống từng giây phút thanh tân. Rất nhiều lần rồi, tôi về thăm Sơn Núi, ngồi đối mặt với một tâm hồn đã va chạm càn khôn tịch mịch, tôi cảm nhận ra được nhiều điều thú vị. Thú vị như nửa khuya thức dậy, thấy thi sĩ ngồi một mình bên bếp lửa pha cà phê độc ẩm rồi. Tôi chợt nhớ mấy vần thơ Tuệ Sỹ:

Ai biết mình tóc trắng
Vì yêu ngọn nến tàn
Rừng khuya bên bếp lửa
Ngồi đợi gió sang canh

Hình ảnh một người ngồi lẻ loi bên bếp lửa giữa rừng khuya đó thật đẹp, một vẻ đẹp bi tráng khi Tuệ Sỹ đi ẩn dật ở núi rừng Vạn Giã vào năm 1977 và đẹp cô liêu như Nietzsche, từ chức giáo sư đại học Basel, rút lui về vùng cao nguyên Naumburg năm 1879, sống những ngày cô đơn rờn lạnh nhất, chỉ biết *lang thang với bóng mình.* Hình ảnh Sơn Núi trên đồi Phương Bối cũng vậy thôi. Đồi cao lũng thấp sương rờn. Thơ về cưới hỏi cô đơn chốn này. Quạnh chiều phiêu lãng ngàn mây. Thấy vàng hoa mộng trổ đầy hoang sơ. Thở sâu và trầm cùng cây cỏ, vui nhẹ và bền cùng rẫy nương, thường đội cái mũ bê rê bạc màu trông giống Henry Miller chi lạ... Hòa nhịp bước sương trôi lên triền đồi cao xanh thoáng ngát, lòng phong quang đưa mắt nhìn xuống chờn vờn thung lũng dưới xa kia và bao giờ tôi cũng ngâm nga lai rai vài ba bài thơ của thi sĩ cho gió nắng bồn chồn rộn rã hát xôn xao:

Muôn năm thông vẫn dạt dào
Chiều nay trở lại lũng sầu xa xôi
Tóc em xuống nhẹ vai đời
Ghé thăm hạnh phúc rồi tôi độc hành

Ngày mai núi cũ tôi về
Dĩ nhiên hạnh phúc tràn trề em ơi!
Thơ bay tự cổ ngút trời
Quanh năm bảo đảm tuyệt vời nước mây

Cớ sao đãng tử bậc thầy
Hỏi ra từ đá tới cây lắc đầu
Sáng ra hôn nụ hoa hồng
Giữa trưa dừng cuốc ta bồng mây trôi

Đít em là một cái nồi
Gốc cây bê tới đặt ngồi quá hay
Em ăn mặn anh ăn chay
Thằng ngu gặng hỏi hôm nay ăn gì?

Em ơi! Tịch mịch trời chiều
Thò tay hẹn ước đôi điều cho vui
Kẻo mai cảnh cũ sần sùi
Bâng khuâng thiên địa ngậm ngùi hồn anh

Một đêm sao ở trên trời
Thi nhau rụng xuống bên đồi cây hoang
Lao xao như nắng thiên đàng
Phấn thông hiu hắt bay vàng hồn tôi
Các em rồi sẽ xa xôi
Mình tôi ở lại bóng ngồi thiên thu

Thiên thu hiện hữu ngay trong cái bây giờ, ngay trong mỗi sát na đây thôi, rất thanh thản nhàn hạ tôi dạo quanh đồi núi thong dong, lòng rỗng rang như mây trắng, nhắc lại hồi xưa, thời Sơn Núi còn lưu trú chùa Trúc Lâm ở Gò Vấp, Sài Gòn, tôi thường ghé chơi, có lần cùng thi sĩ đạp xe rong rêu lên Lái Thiêu, Bình Dương chơi suốt mấy ngày đêm rồi mới về. Thời đó là năm 1973 tôi đang theo học Đại học Vạn Hạnh, mới tập tành làm thơ và học được ở thi nhân rất nhiều về kinh nghiệm sáng tác văn chương.

Phương Bối đồi thông lộng gió mây trời thiên thanh vĩnh thúy, thỉnh thoảng rộn gót chân du sĩ đi về, những chàng lãng tử tứ xứ mười phương ngưỡng mộ Sơn Núi, những bạn bè vong niên thâm thiết đều tìm viếng thăm một bận thân tình như họa sĩ Đinh Cường từ Mỹ về, nhạc sĩ Trịnh Công Sơn, nữ sĩ Thu Nguyệt từ Sài Gòn lên, nhà thơ Nguyễn Dương Quang từ Đà Lạt xuống, nhà văn Bửu Ý từ Huế vào và mới vài tháng trước, thiền sư thi sĩ Tuệ Sỹ trên đường hành cước vân du cũng ghé lại thư thả chơi dăm ba ngày. Gần đây nhất vào tháng 7 năm 2013 tôi lại bầu rượu túi thơ lên Phương Bối, ngồi cùng Sơn Núi khề khà đủ thứ chuyện văn nghệ trong một quán cà phê ở phố núi Bảo Lộc một chiều mưa. Bữa đó tôi có làm bài thơ này tặng thi sĩ nhưng quên đưa, trước khi từ giã:

Gió bụi mù du sĩ ca
Qua bờ khốc liệt khiến nhà thơ câm
Tịnh khẩu rồi lặng âm thầm
Trầm đêm nguyệt động hỡi thâm xứ nào
Tưởng chừng như giấc chiêm bao
Bao nhiêu bọt nước vỡ trào bấy nhiêu
Vọng sầu thiên cổ tiêu điều
Ngút đồi hoang dại khói hiu hắt vờn
Hoa cô độc trổ cô đơn
Rợn màu máu lệ rợn hồn rưng rưng
Lời ru vẳng gió sương rừng
Mộng du trên đỉnh mùa xuân một mình.

Thơ Nguyễn Đức Sơn (chữ nghiêng) trích trong các tập:

– *Bọt nước.* Mặt Đất xuất bản, Sài Gòn 1965

– *Hoa cô độc.* Mặt Đất xuất bản, Sài Gòn 1965

– *Lời ru.* Mặt Đất xuất bản. Sài Gòn 1966

– *Đêm nguyệt động.* An Tiêm xuất bản, Sài Gòn 1967

– *Vọng.* An Tiêm xuất bản, Sài Gòn 1971

– *Tịnh Khẩu.* An Tiêm xuất bản, Sài Gòn 1973

– Những bài thơ rải rác viết sau năm 1975

Nhà thơ Nguyễn Đức Sơn
Tranh sơn dầu của họa sĩ Trần Thế Vĩnh

NGUYỄN ĐỨC SƠN

Trần Thế Vĩnh

Cũng như Bùi Giáng , Nguyễn Đức Sơn được xếp vào trong bộ 3 quái nhân (Bùi Giáng, Phạm Công Thiện, Nguyễn Đức Sơn) và bộ tứ văn chương (Bùi Giáng, Nguyễn Đức Sơn, Thanh Tâm Tuyền, Tô Thùy Yên) trước 1975, chứng tỏ Nguyễn Đức Sơn là một tài năng đặc biệt, ghi dấu ấn đậm sâu bằng đời sống cá tính lạ lẫm quái dị và những tuyệt phẩm văn chương

Một mình một chiếu, thong dong tự tại đi ngược dòng đời bằng khí chất ngang tàng, ngạo mạn ngông cuồng... trong thơ ông lộ rõ một bầu trời hỗn tạp mênh mông của tư tưởng. Có những vần thơ siêu hình mang âm hưởng tánh không, có những vần thơ tình tự đẹp mang mang phiêu lãng, lại có những vần thơ tục và ngông cuồng ngang dọc trần gian

Hãy nghe khí chất này *"Tao viết văn làm thơ/Cho tụi bây quăng viết/Mặc dù tao không đời nào thèm giết/Những cái thứ cà rơ"* hay là *"Con gái/đái ra nước/Sao ta thấm được/Cái buồn ơi là buồn"*

Rồi lại nghe *"Rồi tự ngàn năm gió lên về/Mây buồn đu võng xuống sơn khê/Mưa giăng ướt cả tình xưa cũ/Đồng vọng sầu giăng lên não nề"* và thêm nữa những câu thơ đẹp ngây lòng *"Rồi mai huyệt lạnh anh về /Ru nhau gió thổi bốn bề biển xưa/Trăng tà đổ bóng cây thưa/Mộng trần gian đã hái vừa chưa em"*

Lại nữa những vần thơ siêu hình *"Về đi thôi kiếm chỗ nằm/Mõ chuông đang nện trăng rằm ngất ngư/Thiền sư ăn thịt thiền sư/Niết bàn nhiều giống, chân như nhiều nòi/Tâm teo tóp trí cọc còi/Ma đang thuyết pháp, quỷ đòi giảng kinh/Kìa em tịnh thủy một bình/Cửa không ai viếng, cửa mình tôi thăm"*và *"Một đêm sao ở trên rừng/Đua nhau rụng xuống chào mừng nhân gian/Hồn tôi cây cối liên hoan/Rưng rưng tôi thấy trăm ngàn ước mơ/Tuổi vàng suối mộng trời thơ/Lớn lên tôi chết trên bờ hư không"* và đôi khi có những vần thơ thiền tính *"Sáng mênh mông/Tôi đi thơ thẩn trong vườn hồng/Ồ bông, ồ mộng, ồ không!"*

Có lẽ tâm thức khác lạ của ông và có duyên với Phật pháp nên sau 1975 ông đưa cả gia đình từ giã đời sống trần tục phố phường lên ngọn đồi Phương Bối (Bảo Lộc) để sống một cuộc sống hoang dã rời xa thế tục, tất nhiên cuộc sống đó là một cuộc sống cơ cực khổ ải vật chất nhưng chí ít đổi lại là ông được sống với cá tính của mình hòa tinh thần trong núi rừng mênh mông

"Trên những con đường xanh tươi nhất/Tôi đi và hát một mình/Rừng cây xanh và rừng cây xanh/Trời trong xanh và mây trong xanh/Trên đồi cây xanh dưới đồi cây xanh/Tôi dừng lại để nghe chim hót/Và theo điệu riêng tôi lại hát/Cho rừng thêm xanh, cho ngày thêm xanh" điệu riêng đó đẹp lắm thay!

Cuộc đời thơ đó lạ lắm, Nguyễn Đức Sơn đã sống và đang sống theo cái lạ của riêng mình cũng như cái cách ông thở cũng không ai giống được *"Đầu tiên tôi thở cái phào/Bao nhiêu phiên não như trào theo ra/Nín hơi tôi thở cái phèo/Bao nhiêu phiền não bay vèo hư không/Sướng nên tôi thở phập phồng/Mây bay gió thổi trời hồng muôn năm"*

Tôi chưa được gặp Nguyễn Đức Sơn lần nào nhưng ngay khi đối diện thơ ông, tôi cảm thấy như gặp lần thứ nhất, trong tương lai hy vọng hữu duyên được diện kiến lão thi sĩ ở Phương Bối Am 1 lần (nay ông 82 tuổi) để được thấy ông đi luồn ra luồn vào trong núi như ông đã từng đi

"Khi thấm mệt tôi đi luồn ra núi/Cuối chiều tà chỉ gặp cỏ hoang sơ/Bước lủi thủi tôi đi luồn vô núi/Nghe nắng tàn run rẩy bóng cây khô/Chân rục rã tôi đi luồn ra núi/Hồn rụng rời trước mặt bãi hư vô"

Và đó chính là "Sơn Núi" trên Phương Bối Am.

KHÔNG KHÍ MÚA

Lê Giang Trần

1.
Bầy sẻ bay quần hót rộn vang
Giương mắt tròn xoe những đóa lan
Ý nghĩ như đài phát loạn sóng
Mơ hồ nỗi khuất dạo lang thang...

Trái tim như thanh long ruột vàng
Rồi trắng rồi đỏ những cô nàng
Rõ hình - nhạt bóng - đều đình đám
Như giới thiệu phim sắp trình làng...

Cõi lòng xáo trộn rợp hỗn mang
Như Louisiana bão tropical
Vãi gió tung mưa - trời nghịt xám
Trút xuống nộ cuồng chứa trĩu tâm...

2.
Đôi lúc rơi ta vào bãi rác
Có trái mìn im - nằm ẩn khuất
Chờ chân đạp phải liền nổ xác
(Chưa chắc thoát khỏi dù cảnh giác...)

Nỗi nhớ giống chiếc vòng kim cô

Siết đầu Tề Thiên đau té bổ
(Phép mầu tuyệt chiêu nàng Quán Âm
Dành phạt mỗi khi gã cuồng ngông...)

Nỗi yêu A Tử - mặt nạ sắt
Du Thản Chi chụp vào khuôn mặt
(Không còn bày tỏ nét cảm xúc
Trước xinh tươi khêu gợi đài các...)

3.
Ý tưởng phóng ra những đường quyền
Trí óc hoa mắt đỡ xiểng niểng
Đòn hư phế tích - đòn dự kiến
Thế tình yêu, cô độc, sầu miên...

Đôi khi trôi ta như mộng du
Pha vàng trăng pha trắng sương mù
Buốt gió đẫm mưa tan vào rượu
Xám mây xanh biển đỏ rừng thu...

Không thương tích sao đau nhừ tử
Tập trung vào trái tim âm u
Trong tim chứa những hình bóng cũ
Hiện hồn vần vũ ngợp đêm sâu...

4.
Chợt thấy ta đang diễn kịch câm
Tế bào máu huyết vỗ tay rân
Xả nhạc ngập tràn nhà vắng lặng
Không khí hồi sinh múa nhộn nhàng...

Vô hình không tiếng nóng khốc khô
Nỗi chi mà nhũ đọng thành thơ?
Hoang vu muối chín hồn trăn trở
Ngất ngưỡng buồn bay rợp nữ ma...

(061020, ngày nhà thơ

Nguyễn Đức Sơn quy tiên)

Nguyễn Đức Sơn và Tiêu Dao Bảo Cự trước nhà TDBC
(Ảnh: Tiêu Dao Bảo Cự)

NGUYỄN ĐỨC SƠN QUA MẮT NHÌN CỦA TIÊU DAO BẢO CỰ

Tiêu Dao Bảo Cự

Trên đường đi xuống xã X công tác, Hoài gặp lại một người bạn cũ, nhà thơ Mây Đầu Non. Hai người đi ngược chiều và đến lúc gần chạm mặt nhau, Hoài mới nhận ra anh. Hai người nhìn nhau chằm chằm và Hoài kêu lớn:

– Mây Đầu Non phải không

Anh bạn thắng xe đạp, nheo mắt nhìn Hoài một cách diễu cợt, rồi lắp bắp theo thói quen cố hữu của anh:

– Chớ... chớ... không phải hay sao ông làm quan rồi lơ... lơ cả người quen.

Hoài nhìn kỹ anh bạn. Nét chung anh ta vẫn như xưa. Chiếc đầu húi cua gần như trọc. Đôi mắt nheo nheo linh quái, chiếc mũi khoằm và đôi môi mỏng giật giật liên tục khi nói lắp. Chiếc áo sơ-mi trắng nhưng đã ngả vàng, sờn cổ, chiếc quần xanh bạc màu và đôi dép da đen tróc xi bám đầy bụi. Chiếc xe đạp cà khổ không vành, với boóc-baga thô kệch chở một bao gì lớn tướng, buộc bằng một sợi cao su đen bản to gần bằng nửa bàn tay. Anh và chiếc xe đạp toát lên một cái gì mệt mỏi, tàn tạ. Hoài nói với anh, giọng cảm động:

– Sao ông lại nói thế. Tôi mà quan gì, chỉ là thứ cán bộ tép riu.

– Lâu lắm rồi mới lại gặp ông. Không chừng đến bốn, năm năm rồi, kể từ ngày ông bị quân cảnh bắt quân dịch đưa đi dạo đó. Mới đây có người quen nói ông mới trở lại đây, tôi có ý tìm nhưng chưa gặp.

– Chỉ sợ... sợ... Ông quên thôi. Ông... Ông là cộng sản mà. Tôi đã mấy lần thấy ông nhưng ông không thấy tôi hay cố tình lơ lơ nên tôi cũng không gọi. Vậy là huề. Tôi đâu có nợ gì ông?

– Nếu thật thế chắc là vì tôi không thấy ông. Tôi đời nào lại tệ thế. Chắc ông hiểu tôi chứ.

– May ra là vậy. Nhưng có người khác cùng loại như ông đã lơ tôi đấy. Cán bộ cộng sản mà.

Hoài không giận vì biết tính của Mây Đầu Non. Anh ta là thế và từ xưa đã không biết kiêng nể ai bao giờ. Hoài hỏi:

– Bây giờ ông ở đâu? Bà xã và các cháu có khỏe không?

– Kỳ này tôi thật sự ở trên núi. Mây Đầu Non mà. Ông biết đồi cây mai không? Tôi đang dựng lều ở trên đó và sống như người rừng.

Mây Đầu Non chỉ vào chiếc bao ở phía sau xe đạp:

– Nguồn sống của tôi đây. Măng, sim, đót, củi... Mùa nào trong rừng có gì gia đình tôi đi lấy đem về đổi gạo, mắm. Chủ nghĩa xã hội của các ông cho tôi tự do, hạnh phúc, thế còn gì bằng. Bà xã và bốn đứa con tôi cũng như tôi, đều là "sơn nhân" cả. Chưa chắc lương cán bộ của ông đã bằng nghề của tôi đâu nghe. Thôi bây giờ tôi phải đi giải quyết cái này đã. Lúc nào rảnh rỗi tôi dẫn ông lên chỗ tôi chơi. Ông dám đi không?

Hoài suy nghĩ về công việc sắp tới, giờ giấc không chủ định và chắc sẽ rất bận rộn. Anh nói:

– Tôi đang đi công tác dài hạn, nên thời gian chưa sắp xếp được. Chỉ có chiều nay còn rảnh. Ông xuống phố mất bao lâu?

– Thế thì tốt rồi. Sau trưa tôi về. Khoảng 1 giờ, ông đợi tôi ở ngã ba này được không?

– Được rồi. Tôi sẽ chờ ông ở đây từ 1 đến 2 giờ.

Trước khi đạp xe đi, Mây Đầu Non còn quay lại lắp bắp:

– Nhớ... nhớ... đợi đó. Cán bộ cộng sản các ông là... là... hay quên lắm.

Buổi chiều, khoảng 1 giờ, Hoài và Mây Đầu Non cùng tới chỗ hẹn. Hai người đi xe đạp về chỗ Mây Đầu Non ở xã X, cách thị trấn khoảng năm cây số, từ đó theo đường mòn đi vào dãy núi phía tây khoảng năm cây số nữa. Trên đường đi, Hoài ít nói, nhất là khi leo dốc thở không ra hơi, trong khi Mây Đầu Non không ngớt lắp bắp phê phán cộng sản và nói về đủ mọi thứ trên đời, kể cả văn chương, triết học đông tây kim cổ. Có lẽ việc gặp lại Hoài là một dịp cho Mây Đầu Non bùng nổ các tư tưởng chất chứa trong đầu óc mang mang thiên địa của anh.

Cho đến khi Hoài thở dốc, hai người mới đến chỗ ở của Mây Đầu Non, một vùng khá bằng phẳng trên đỉnh ngọn đồi gần sát dãy núi bên trong. Quang cảnh ở đây rất hoang sơ, vài cây thông lẻ loi còn sót lại, đứng chụm vào nhau giữa một vùng cỏ lau bạt ngàn. Ngôi nhà của Mây Đầu Non nằm im lìm đơn độc dưới mấy góc thông.

Chợt một con chó chạy xổ ra sủa và một thằng bé khoảng tám tuổi, tóc vàng cháy để dài phủ vai, mình trần trùng trục đen nhẻm chạy theo con chó la lớn:

– Người! Người! Đi vô! Đi vô?

Con chó vẫn hướng về phía của Hoài sủa dữ dội cho đến lúc thằng bé nắm lấy cổ nó, đánh vào đầu và quát lớn:

– Người! Im đi.

Hoài ngạc nhiên nhìn Mây Đầu Non:.

– Con của anh đấy à? Có phải thằng bé gọi con chó là người không?

Mây Đầu Non cười lớn:

– Có gì mà ông phải ngạc nhiên. Tôi đặt tên con chó là Người vì nó trung thành và tử tế hơn người, còn người hiện nay lắm kẻ không bằng chó.

Nói xong, Mây Đầu Non cúi xuống vuốt ve con chó đang nằm im dưới chân thằng bé. Thằng bé đứng nhìn Hoài chằm chằm. Trong mắt nó, Hoài cảm thấy có cái gì hận thù và man dại đến làm Hoài chột dạ. Thằng bé bỗng chỉ tay vào mặt Hoài la lên:

– Đi đi! Đi đi

Hoài luống cuống quay lại nhìn Mây Đầu Non. Anh ta đứng lên nói với thằng bé:

– Sơn, không được hỗn. Bạn của cha đó. Con vô nhà đi.

Thằng bé lại trừng mắt nhìn Hoài một lần nữa rồi bỏ chạy vào nhà cùng với con chó. Mái tóc dài gợn sóng vàng hoe của thằng bé bay tung trong gió cùng với đám cỏ lau gợi một cảm giác hoang đã lạ lùng.

Mây Đầu Non đi lên trước theo đường mòn dẫn vào nhà, vừa đi vừa quay đầu lại nói:

– Đó là thằng Sơn, con út tôi. Mẹ nó và ba đứa lớn giờ này chắc đi rừng chưa về. Bà xã tôi vẫn nhắc đến ông đấy. Từ khi lên đây các con tôi đều căm thù con người. Ai lạ đi qua hay đến gần nhà đều bị chúng ném đá.

Hoài bước vào căn nhà lạ lùng của Mây Đầu Non, một loại nhà sàn lai nửa kinh, nửa thượng. Tất cả đều làm bằng tre, kể cả các sạp dùng để nằm được đan bằng nứa đập dập. Ngay phía trong cửa ra vào là một sạp lớn có bếp lửa ở giữa theo kiểu đồng bào dân tộc ít người. Phía trên là một gác lửng có cầu thang để leo lên nằm sát góc. Các cột đều đen bóng vì khói và tay người. Trong nhà hầu như trống trơn, một vài chiếc thạp, gùi đủ kiểu để dọc theo vách. Trên các sạp nằm, chăn chiếu rách và quần áo bẩn vứt ngon ngang.

Mây Đầu Non nổi lửa nấu nước sôi và pha chè già vào một chiếc ấm đen nhẻm, rồi rót ra chiếc bát ăn cơm mời Hoài uống:

– Ông đừng chê. Chè già này còn ngon và vệ sinh gấp mấy chè ướp hương của các tiệm dưới phố, làm bẩn thấy mẹ. Ông uống nước rồi ta ra gốc thông nói chuyện cho mát. Chiều ông ở lại ăn cơm với tôi, ông sẽ được thưởng thức những món ăn thuần túy thực vật do tôi tự chế biến bằng rau cỏ, trái cây chung quanh đây

Hoài uống bát nước nóng bỏng họng chưa hết. Mây Đầu Non đã bảo:

– Ta ra ngoài kia nói chuyện thoáng hơn.

Hoài theo Mây Đầu Non ra ngoài, hai người ngồi dưới gốc thông lớn nhất, ở vị trí này Hoài có thể nhìn bao quát toàn thị trấn về hướng đông và thấy rõ quốc lộ chạy ngang phía dưới. Hai bên đường, một số nhà dân với vườn cây ăn trái có vẻ xanh mát, nhưng những dãy đồi chè trùng điệp phía sau trông khô khan trơ trụi vì phần lớn chè mới đốn. Trời chưa chiều hẳn nên nắng vẫn gay gắt, dù có gió nhưng toàn bộ vùng không gian này vẫn bị nung nóng hừng hực, một khí hậu hoàn toàn khác hẳn với vùng này trước đây lúc nào cũng sẽ lạnh kể cả trong mùa khô. Mây Đầu Non vỗ vào cây thông bên cạnh:

– Tôi phải chiến đấu ghê gớm, đúng là chiến đấu, mới giữ được mấy gốc thông này. Bao nhiêu người đã định làm thịt chúng, từ bọn xẻ gỗ lậu cho đến dân kiếm củi và cả một số cán bộ. Có hôm suýt đánh nhau và tôi phải mang dao ra đòi thí mạng bọn chúng mới chịu để yên. Vậy mà đài phát thanh của các ông cứ ra rả chuyện bảo vệ rừng, trồng rừng. Toàn là tuyên truyền láo toét. Cộng sản chỉ giỏi nói chứ không làm, chỉ sính hô khẩu hiệu. Đi đâu cũng thấy khẩu hiệu. Nào là "Nhiệt liệt chào mừng...", "Tất cả vì..." "Muôn năm...". Ai nhiệt liệt chào mừng các ông? Tự các ông tung hô nhau thì có. Từ ngữ nào cũng kêu ghê gớm. Lại còn rêu rao bảo vệ sự trong sáng của tiếng Việt. Tôi không chịu nổi tên của các cửa hiệu. "Cửa hàng mậu dịch quốc doanh" thì tiếng Việt trong sáng ở chỗ nào? "Bị vong lục" là cái quái gì? Lại còn "Cửa hàng may đo", "Cửa hàng ăn uống", may chẳng lẽ lại không đo, ăn xong lại không uống à?. Nghe thật lố bịch và thô tục. Rồi tên của các cơ quan nhà nước, ủy ban nhân dân, Tòa án nhân dân, Kiểm sát nhân dân... Hiệu sách cũng nhân dân, cái gì cũng nhân dân, nhưng nhân dân nằm ở đâu hay chỉ là những con chốt thí. Cộng sản thực ra không khác gì tôn giáo cả, đúng ra là không khác gì Thiên Chúa giáo. Một hệ thống tín điều và một bộ máy ràng buộc ghê gớm. Cộng sản chống được Thiên Chúa giáo nhưng lại thiết lập một hệ thống giáo điều mới, đẩy con người vào chỗ cuồng tín và mất tự do. Cộng sản đã đào tạo một lớp cán bộ cuồng tín, giỏi nói dối và có khi không tự biết mình nói dối. Còn nhân dân thì trở thành một đàn cừu bị xua đi về một tương lai huyễn hoặc...

Mây Đầu Non càng nói càng hăng lên, không còn lắp bắp nữa, nước miếng phun cả ra ngoài.

Hoài nghe anh ta nói với nhiều cảm giác và ý nghĩ mâu thuẫn. Có lúc Hoài thấy tức giận vì bị xúc phạm, vì anh ta báng bổ cả những điều mà Hoài coi là thiêng liêng và chân lý, nhưng cũng có lúc Hoài thấy anh ta có lý, tuy cách diễn đạt cực đoan, thậm chí cả nhưng lời chửi tục, những lời mỉa mai dè bỉu không thương tiếc.

Hoài rất muốn tranh luận với Mây Đầu Non, nhưng chưa được. Anh ta nói không ngừng, không để cho Hoài xen vào. Vả lại đã lâu lắm Hoài mới gặp lại anh ta, biết anh ta có nhiều mặc cảm và muốn tìm hiểu thêm tư tưởng, tình cảm của anh ta nên Hoài đành bóp bụng ráng ngồi nghe.

Cuối cùng, Hoài chờ dịp ngắt lời Mây Đầu Non để hỏi anh ta:

– Nhận thức ông như vậy thì sắp tới ông sẽ làm gì? Ông có ý định sáng tác gì mới không?

Mây Đầu Non nhìn Hoài chăm chăm:

– Làm gì à? Trước hết là kiếm sống đã, kiếm sống một cách lương thiện bằng sức lao động của chính mình. Mơ ước của tôi là tôi sẽ trồng thông lại toàn bộ khu vực này, không cần nhà nước nào cả. Tôi sẽ xây dựng một thư viện ở cuối dốc bên đường quốc lộ nơi đó bất cứ ai đi ngang muốn vào đọc cũng được, và có thể tìm thấy bất cứ tác phẩm đông tây kim cổ nào, từ Shakespeare cho đến Tagore, Nietzsche và J. P. Sartre, Marquès và Dostoievski, Kinh thánh của Thiên Chúa giáo và Kinh Kim Cương của Phật giáo... nghĩa là bất cứ danh tác nào của nhân loại. Đó sẽ là kho tàng của trí thức và tự do. Còn sáng tác ư? Dĩ nhiên tôi sẽ viết, viết để lật mặt tất cả những gì giả trá, phi nhân bản hiện nay. Nhưng với điều kiện là phải được an toàn. Ông cũng là cộng sản, ông sẽ đi tố cáo tôi với cấp trên hay sẻ bảo vệ tôi?

Hoài không trả lời và bỗng dưng cảm thấy thương hại Mây Đầu Non. Phải chăng đây là một con người không tưởng, một kẻ hư vô chủ nghĩa, nạn nhân của mọi chế độ và là nạn nhân của chính anh ta. Dưới chế độ cũ. Mây Đầu Non đã phải trốn quân dịch, sống chui lủi khổ sở như một con chuột, có khi phải cạo đầu vào ẩn trong chùa nhưng cuối cùng cũng không thoát khỏi tay quân cảnh. Anh ta đã phải vào tù, đi lao công đào binh. Cuộc sống của bản thân và vợ con nghèo xơ xác đến mức khốn cùng.

Văn chương của anh thời đó là tiếng kêu của sự cùng quẫn, bế tắc, những giấc mơ điên rồ, những tiếng vang dài trong núi sâu và đêm khuya, những lăn lộn bên bờ vực tử sinh... Còn bây giờ anh ta sống ra sao trong ngôi nhà sàn nửa kinh nửa thượng nơi đèo heo hút gió này? Rồi còn vợ con nữa. Thế mà anh ta mơ ước chuyện trồng thông, chuyện xây dựng thư viện, chuyện sáng tác dài hơi. Anh ta điên hay anh ta đích thực là một con người chân chính không thể sống giữa cõi đời trá ngụy này? Ôi, Mây Đầu Non mà mỗi ngày phải đạp xe xuống phố chợ để bán từng trái sim, mụt măng kiếm sống thì còn gì là Mây Đầu Non nữa. Mây Đầu Non mà phải đọc sách với một ngọn đèn dầu tù mù và như anh ta nói, có đêm khi đọc một trang sách hay, đèn sắp tắt vì hết dầu, anh ta phải cầu nguyện cho ngọn đèn cố cháy thêm một phút nữa để đọc xong trang sách.

Trước khi về, Hoài còn gặp vợ và ba đứa con lớn của Mây Đầu Non đi rừng về. Ba đứa con gần như bằng nhau và còi cọc so với tuổi của chúng. Hai đứa để tóc dài phủ vai và một đứa đầu trọc lóc, tất cả đều mặc quần đùi, đi chân đất, thân hình đen nhẻm.

Còn vợ của Mây Đầu Non, chao ôi, hầu như Hoài không còn nhận ra người phụ nữ xinh đẹp với cặp mắt xanh biếc và hàng mi dài rợp bóng liêu trai năm nào. Trước mắt Hoài là một phụ nữ ốm tong teo, quần áo rách rưới, tóc vàng cháy, đang còng lưng dưới bó củi nặng. Khi chị vứt bó củi ngước lên, Hoài mới nhận ra giữa khuôn mặt gầy guộc lem luốc bụi than, một phần đôi mắt xưa nhưng đã nhuốm nỗi u hoài mù mịt, trong đó vẫn ánh lên nét hoang dã căm hờn như trong đôi mắt của mấy đứa con.

Hoài chia tay gia đình Mây Đầu Non như trốn chạy mặc dù vợ chồng anh ta cố sức giữ Hoài ở lại. Hoài viện cớ tối còn phải bận họp đội công tác. Một nỗi buồn lạ lùng và những dấu hỏi phân vân xâm chiếm Hoài. Hoài rời khỏi núi đồi lúc hoàng hôn chập choạng và khi chiếc xe đạp lăn bánh trên đường quốc lộ, anh tưởng như mình vừa rời một cơn mơ.

*

Một chiếc xe Jeep mui trần và một chiếc xe tải cỡ trung đậu kín đáo dưới tầng cây nơi một ngã rẽ trên quốc lộ gần địa đầu cuối huyện, chỗ tiếp giáp ngọn đèo hiểm trở. Một số cán bộ hỗn hợp gồm công an, quân đội, thuế vụ, các đoàn thể đang phối hợp làm công tác quản lý thị trường, chủ yếu bắt chè và cà-phê buôn lậu chuyển về Sài Gòn. Theo sự phân công của ban chỉ đạo huyện,

Hoài có mặt trong nhóm người này để nắm tình hình tuy anh không trực tiếp làm công tác này.

Thời gian qua, việc thu mua sản phẩm và đóng thuế, nguồn thu nhập tài chính chủ yếu của huyện bị sút giảm nghiêm trọng. Bao nhiêu nghị quyết đưa ra và được tổ chức học tập, phát động trong nhân dân có rất ít hiệu quả. Chè, cà-phê là những mặt hàng nhà nước độc quyền quản lý, phải xuất khẩu để thu ngoại tệ. Nhân dân phải làm nghĩa vụ thuế đối với nhà nước. Phải thắt lưng buộc bụng khi đất nước còn khó khăn. Sống và làm việc theo hiến pháp và pháp luật... Cán bộ đi nói rã miệng, các loa truyền thanh oang oang suốt ngày đêm nhưng hơn nửa năm rồi mà huyện chỉ thu mua chưa tới 20% kế hoạch. Có xã chỉ đạt 5%, gần như hoàn toàn không quản lý được sản phẩm. Huyện ủy, ủy ban nhân dân huyện đã mở nhiều hội nghị để xem xét vấn đề và cuối cũng đã rút ra kinh nghiệm là phải dùng đến biện pháp mạnh. Nhân dân chưa giác ngộ, bọn con buôn bất chấp pháp luật, không loại trừ đây là âm mưu của đủ loại kẻ thù, phản động đang phá hoại ta về kinh tế nên không được hữu khuynh. Phải cứng rắn, thực hiện chuyên chính vô sản.

Huyện quyết định mở một chiến dịch quản lý thị trường trong thời gian ba tháng. Đây là một chiến dịch thực sự, vì huyện thành lập một ban chỉ đạo do chính đồng chí chủ tịch ủy ban nhân dân huyện làm trưởng ban, trưng tập cán bộ và phương tiện các ngành dứt hẳn công tác chuyên môn, chuyên trách làm công tác này trong một thời gian. Các tổ công tác được thành lập và trấn giữ các nút chặn trên mọi ngả đường ra vào huyện, chưa kể các tổ kiểm tra đột xuất dùng xe lùng sục mọi ngả đường, kể cả đường trong xã, trong xóm. Huyện còn tổ chức một trại cải tạo lao động để đưa bọn con buôn bị bắt vào nhốt một thời gian. Toàn huyện sôi lên vì chiến dịch này. Ngày nào xe cũng đưa về hàng chục tấn chè, cà-phê nhập kho. Tiếng cãi cọ, mắng chửi, khóc lóc vang lên khắp mọi ngả đường.

Một nhóm người vừa lách ra khỏi bìa rừng bước ra quốc lộ. Họ gồm hơn chục người, có cả đàn ông, đàn bà, ông già và trẻ con. Họ mang vác nặng nhọc và thở phào, cười nói vui vẻ khi đi ra đến đường lộ rộng thênh thang. Họ không thể tiếp tục đi xuyên rừng vì phía trước là ngọn đèo hiểm trở. Đây là nhóm người buôn lậu chè, cà-phê, tơ kén. Người mang ba-lô, kẻ vác bao tải, người xách túi. Đi đầu là một anh thương binh hỏng một mắt, mặc đồ bộ đội đã sờn củ, chân đi dép râu, ngực đeo huân chương. Anh khoát lay về phía sau:

– Rán lên bà con. Thoát rồi.

– Chưa thoát đâu. - Một giọng nói lạnh lùng cất lên làm cả nhóm giật mình. Họ đã bị số cán bộ quản lý thị trường bao vây.

Một cán bộ công an mặc sắc phục tiến đến trước đám đông, giọng nghiêm khắc:

– Các người đã bị bắt quả tang buôn lậu hàng quốc cấm. Tất cả đưa hàng đến đây và trình giấy tờ cho cán bộ kiểm soát.

Nhóm người buôn lậu hoảng hốt đứng đờ ra một lúc, chưa ai phản ứng gì vì quá bất ngờ. Một lúc sau, anh thương binh tiến lên, cố ra vẻ đĩnh đạc:

– Các đồng chí không có quyền bắt. Đây là sản phẩm của dân làm ra, dân có quyền tiêu thụ. Tôi là thương binh đây, đói phải đi làm thuê. Ai dám bắt, thử bắt coi.

Một sĩ quan của huyện đội trong số cán bộ tiến lên trước mặt anh thương binh, nhìn anh từ đầu đến chân:

– Thương binh hả? Thương binh ngụy hay cách mạng? Thương binh cách mạng đã có chế độ chính sách của đảng và nhà nước. Thương binh cách mạng đâu có tiếp tay cho con buôn. Đưa giấy tờ đây coi.

Con mắt còn lại của anh thương binh long lên:

– Đồng chí đừng ỷ là sĩ quan nghe. Sĩ quan mà đã đi chiến đấu chưa hay chỉ ngồi cạo giấy? Nhìn đi! anh vỗ tay vào ngực. Huân chương chiến công hạng nhất đây này. Đã thấy cái này bao giờ chưa? Cái này không đem bán được nên phải đi kiếm ăn. Được không?

Trong lúc hai người đối đáp, số cán bộ còn lại xông vào đám con buôn để giật các bao hàng của họ. Cuộc giằng co om xòm vang lên.

– Bỏ xuống.

– Đưa đây.

– Chè nhà mà. Có buôn lậu đâu.

– Có mấy ký bán nuôi con đói. Các anh tha cho.

– Đồ ăn cướp.

– Ngoan cố hả?

Hai cô gái ăn mặc diêm dúa, mặt son phấn tay xách túi nhỏ có vẻ là con buôn chuyên nghiệp kéo anh cán bộ thuế vụ ra phía sau thầm thì, người nhét vào túi anh một xấp tiền, người mở vội bao thuốc ba số 5 mời anh hút. Anh ta lúng túng gạt đi.

– Không được đâu. Đây là tổ công tác hỗn hợp của huyện,

không phải chỉ riêng thuế vụ. Coi chừng ở tù cả lũ đa.

Cuộc giằng co càng lúc càng căng thẳng. Cả hai bên đều hăng lên, ra sức giành giật, chửi rủa. Có hai đứa bé bỏ chạy trở lại vào rừng. Mấy phát súng chỉ thiên vang lên.

Hoài đứng tựa vào thành xe nhìn cảnh náo loạn. Anh cảm thấy tim đau nhói và ngộp thở. Một cảm giác xấu hổ làm anh phải quay mặt đi như kẻ phạm tội. Chợt anh thấy có người đứng xa xa theo dõi cảnh tượng như anh.

"Ai như Mây Đầu Non?" anh lẩm bẩm và tiến lại phía người kia. Đúng là Mây Đầu Non. Anh ta không chào hỏi, liếc xéo Hoài một cái rồi lắp bắp, miệng giật giật liên tục theo thói quen:

– Đẹp mắt quá. Cách mạng lo cho dân dữ ha, ông cán bộ... Dân đói phải đi ăn cắp, buôn lậu, nhà nước lại ăn cướp của dân... Hòa cả làng phải không ông?

Hoài đặt tay lên vai anh ta:

– Ông đi đâu mà tới đây?

– Đi đâu hả? Đây là giang sơn của tôi mà. Tôi đang theo dõi hoạt động của bọn buôn lậu ngang qua vùng tôi ở.

– Để làm gì? Hoài ngạc nhiên.

– Để nhập bọn chứ làm gì nữa.

Mây Đầu Non cười phá lên, nước miếng bắn cả vào mặt Hoài. Anh ta hấp háy mắt:

– À quên. Tôi nói ông biết để ông đi bắt hả? Mà thực đấy nhé. Dễ ăn lắm. Không thì tôi sống bằng cách nào? Rừng các ông cách mạng đốt hết rồi. Đất thì hăm sung vào tập thể. Tôi ở trên núi mà có yên đâu. Mây Đầu Non ơi Mây Đầu Non! Mây tan, non lở và Mây Đầu Non rồi cùng đi buôn lậu thôi.

Hoài lo ngại nhìn anh ta. Anh nói một cách thành thật:

– Không được đâu ông ơi. Người ta bắt đi cải tạo lao động chứ không đùa đâu.

Mây Đầu Non trợn mắt:

– Ông tưởng tôi sợ à? Tôi đã từng bị biệt giam, đi lao động đào binh thời ngụy. Bây giờ nếm mùi tù cách mạng cũng không sao. Để so sánh hai chế độ chớ. Nhưng mà ai phải cải tạo lao động? Chính mấy cha cán bộ cách mạng chuyên nói dóc phải lo cải tạo trước đi. Dân người ta lao động thấy mẹ, không đủ ăn còn cải tạo nỗi gì?

Hoài ngoái nhìn số cán bộ đang dồn nhóm con buôn lên xe tải. Cả anh thương binh cũng chung số phận và đang gào lên câu gì đó nghe không rõ. Hoài hạ giọng:

– Này, ông nói nhỏ thôi nghe. Nói với tôi thì sao cũng được nhưng mấy ông cán bộ kia nghe cùng phiền đấy. Sao? Độ này ông đói lắm hả?

Hoài nhìn kỳ Mây Đầu Non. Vẫn chiếc bê-rê bạc màu đội lệch che cái đầu húi ngắn gần như trọc. Chiếc áo sơ-mi cháo lòng sờn cổ, đầy vết bẩn vẫn bỏ trong quần nghiêm chỉnh. Đôi giày ba-ta trắng đã biến thành xám đen loang lổ, cột dây đàng hoàng tuy dây cũng sờn gần đứt. Anh có vẻ già hơn nhiều so với lần gặp Hoài mấy tháng trước. Khuôn mặt đầy vết nhăn sâu cử động không ngừng do tật hấp háy mắt và giật giật đôi môi. Anh ta cũng chăm chú nhìn Hoài. Đôi mắt nâu nheo nheo tinh quái thoáng vẻ mệt mỏi và phẫn nộ, một chút gì hoang đã như mắt thú rừng.

Mây Đầu Non nói với vẻ điều cợt cố hữu:

– Đói à? Ông vẫn biết tôi thường xuyên đói mà. Tôi đói hư vô, đói tuyệt đối, đói cô độc, đói chân lý. Đó là cơn đói tự nguyện của tinh thần. Còn thân xác đói là đói cưỡng bức. Tôi thiếu ăn, không nuôi nổi vợ con và xã hội không cho tôi lao động chân chính để kiếm sống. Ông biết đó, tôi là một thằng đỗ cao học triết, một người viết văn nhưng tôi có ngại lao động chân tay bao giờ? Thế mà hiện nay tôi đang tính chuyện đi buôn lậu đây. Chính chế độ các ông dồn tôi đến chỗ này chứ tôi không muốn đấy nhé. Ông không cãi được tôi đâu.

"Cãi lại anh ta ư?" Hoài nghĩ thầm. "Đâu thể đem chế độ chính sách để giải thích với anh ta được. Anh ta đã chiêm nghiệm chế độ này bằng chính cuộc sống bản thân và gia đình, một cuộc sống khắc nghiệt, bi thảm, cheo leo bên bờ vực, lơ lửng ở sườn non như dả thú kia thì thuyết phục anh ta thế nào được bằng đường lối chính sách?"

Mây Đầu Non tiếp tục tuôn ra hàng trống không để cho Hoài kịp trả lời:

– Ông không cãi được tôi vì ông không phải là cách mạng thứ thiệt, cộng sản thứ thiệt. Ông chỉ là cộng sản theo, cộng sản dỏm. Cộng sản thứ thiệt có đầy đủ mọi loại lý luận và bẻ gãy mọi người bằng chuyên chính vô sản. Chuyên chính vô sản làm cho những thằng ngu dốt với các thứ lý luận giáo điều đủ sức mạnh để đè bẹp mọi lực lượng đối kháng. Chúng nhân danh hạnh phúc của nhân dân để hành hạ con người. Nhân dân trừu tượng mà con người là cụ thể. Chúng không đếm xỉa đến con người vì con người có thể chống đối, làm hại đến chúng nó. Còn nhân dân là một lập thể vô hình ngu muội đương nhiên chỉ biết ủng hộ và đứng về phe bọn ngu dốt cầm quyền. Đó mới là quan điểm đích thực của chúng nó.

Ông Hoài ơi, ông không hiểu được điều đó đâu vì ông là cộng sản dỏm mà, không phải thứ thiệt. Tôi với ông còn lạ gì nhau. Ông là trí thức tiểu tư sản, ông theo đuổi các giá trị nhân văn, còn chúng nó là vô sản. Ông cũng là đối lượng đấu tranh của chung nó đấy. Ông phải coi chừng cái mạng của ông chứ đừng tưởng chúng thí cho cái chức cán bộ rồi mà có ngày vỡ mộng.

Mây Đầu Non liếc nhìn về phía hai cái xe của tổ công tác đang chuẩn bị chạy sau khi số cán bộ đã dồn hết người buôn lậu và hàng lên chiếc xe vận tải. Anh ta nói vội vàng hơn:

– Thôi ông đi làm nhiệm vụ đi, ông cán bộ. Tôi biết ông xấu hổ khi nhìn cảnh ăn cướp này. Còn chúng nó có xấu hổ đâu? Một ngày kia ông sẽ bị chúng triệt hạ vì thứ lương tri trí thức của ông. Ông cứ tin tôi đi.

Hoài quay về với chiếc xe của đội công tác đang chuyển bánh.

Anh đi chậm rãi mặc dù có mấy người trên xe đang vẫy gọi giục anh nhanh lên. Anh choáng váng vì những lời lẽ như dao sắc của Mây Đầu Non đau thấu tim anh. Anh mong cho chiếc xe chạy luôn bỏ anh lại một mình giữa chốn vắng vẻ này. Anh đã bị thương và muốn nằm liếm vết thương của mình như một con thú.

*

Vy đã rời thành phố Sương Mù đi thăm con được một tuần. Hoài lại trở về cuộc sống độc thân. Sáng chủ nhật này Hoài dậy muộn. Khu biệt thự của cơ quan im ắng như những ngày đầu Hoài mới về đây ở. Tối hôm qua Minh Hương đi suốt đêm không về. Thỉnh thoảng Minh Hương đi chơi rồi ngủ lại đâu đó. Anh dễ thân với mọi người, không có gì ràng buộc và phóng thích cô độc.

Hoài trái lại, luôn muốn quay về với chính mình. Đêm qua thức đọc sách khuya nên sáng nay lúc Hoài dậy, căn phòng đã sáng rực. Làm vệ sinh cá nhân xong, Hoài pha cà-phê định ra ban-công ngồi sưởi nắng, chợt thấy có người đang lúi húi làm gì ở ngoài vườn phía xa xa gần đường.

Hoài che mắt nhìn. Đó là một người đàn ông khoác măng-tô xám cũ kỹ, đầu đội bê-rê đen, đang đi chậm chậm nhìn chăm chú xuống bãi cỏ và thỉnh thoảng dừng lại quỳ xuống. Hoài cố nhìn kỹ hơn. Anh ta đang nhổ các cây thông con. Trong khu vườn này, dưới các tàng thông lớn, ngoài cỏ và hoa bay màu vàng bé nhỏ, lác đác có các cây thông và mimosa con mọc tự nhiên.

Người đàn ông làm công việc một cách rất cẩn trọng, vạch cỏ xem gốc cây kỹ lưỡng trước khi nhổ. Gặp gốc hơi cứng, anh ta lấy một con dao cẩn thận xắn chung quanh và bứng lên nguyên bầu. Nhổ được vài cây anh ta bỏ vào một bao ni-lông và mang dần để vào cái túi treo trên chiếc xe đạp dựng gần đấy. Anh ta đã nhổ được khá nhiều nhưng vẫn tiếp tục chăm chú tìm kiếm.

Hoài hơi bực mình khi thấy có người vào khu vực cơ quan nhổ cây không hỏi ý kiến trước. Anh đi xuống lầu mở cửa định ra gặp người đàn ông bảo thôi đi. Đi quá nửa vườn, Hoài giật mình chợt nhận ra người đàn ông đang lom khom không ai khác hơn là Mây Đầu Non, người từ khi lên đây, đã gần một năm anh chưa gặp.

Hoài vui mừng kêu lên:

– Mây Đầu Non! Ông làm chuyện bất ngờ. Tôi định ra bắt ông về tội phá hoại đấy nhé !

Mây Đầu Non ngẩng lên nhìn Hoài rồi thản nhiên cúi xuống bứng tiếp cây thông con:

– Ai bảo ông tôi phá hoại? Mấy cây thông con này ở đây chắc chắn sẽ không lớn nổi và đây cũng nhiều thông quá rồi. Tôi bứng đi nơi khác để "phủ xanh đồi trọc" theo chính sách nhà nước mà ông dám bảo là phá hoại à?

Hoài đến gần kéo tay Mây Đầu Non:

– Thôi để đó vào đây uống nước đã. Ông cần nhiều tôi sẽ bứng giúp cho. Ông lên đây từ bao giờ? Hôm qua ở đâu?

Mây Đầu Non cẩn thận đặt gốc cây mới bứng vào túi đựng cây nơi xe đạp, theo Hoài vào nhà:

– Tôi lên hôm kia. Đi bằng xe đạp đấy. Hơn trăm cây số đi tà tà một ngày cũng tới. Hôm qua tôi ngủ lại chùa. Tôi thì biết tá túc đâu ngoài cửa Phật mặc dù các ông sư cũng có người không ưa tôi. Dù sao tôi vẫn có duyên với nhà Phật và cửa chùa thường mở rộng hơn nơi khác. Tôi đi dọc đường này nhổ thông và nhân tiện lại thăm ông luôn.

Vừa bước vào phòng khách. Mây Đầu Non hấp háy mắt nhìn lướt qua các bức tranh treo trên tường rồi bĩu môi:

– Hội nhà văn mà treo các đồ dổm này à? Trình độ nghệ thuật của các ông đâu mà trưng các thứ bá láp đó lên?

Hoài không phật ý vì đã biết tính Mây Đầu Non. Anh ta hầu như luôn luôn đã kích mọi thứ. Hoài cười xòa:

– Ông lúc nào cũng khó tính. Đó là tranh của anh em họa sĩ trong tỉnh và các đoàn khách tặng nên tụi mình treo trang trí và để làm kỷ niệm chứ cơ quan mới thành lập làm gì có tiền mua các bức tranh nghệ thuật nổi tiếng.

Mây Đầu Non vẫn chưa chịu thôi:

– Nhưng đây là trụ sở của hội nhà văn. Văn chương và hội họa là hai anh em song sinh, là tinh hoa của những bộ môn nghệ thuật. Tất cả có thể bị chôn vùi vào lãng quên nhưng những tuyệt tác về văn chương và hội họa sẽ trường tồn mãi mãi khi nhân loại còn muốn sống như con người. Đừng để người ta nghĩ rằng hội nhà văn các ông không biết thưởng thức và đánh giá tác phẩm hội họa.

Hoài kéo Mây Đầu Non lên lầu:

– Được rồi, ông yên chí. Tụi tôi không đến nỗi nào đâu. Lên đây uống cà-phê sưởi nắng nói chuyện đã.

Hoài sửa soạn pha thêm cà-phê nhưng Mây Đầu Non gạt đi:

– Tôi không uống cà-phê, chỉ uống trà thôi. Trà tôi tự làm có mang theo đây. Ông lấy ấm tôi pha cho.

Sau khi nhấp mấy ngụm trà, không để Hoài hỏi han chuyện gia đình, Mây Đầu Non nói luôn về tạp chí La Ban:

– Tôi đã đọc tạp chí của các ông và mới lên đây cùng nghe dư luận phê phán này nọ. Ôi dào, đã có cái quái gì ghê gớm đâu! Có bài còn tệ quá nữa là khác. Tạp chí văn học gì mà mới mở đầu đâu có mấy bài phát biểu của các ông lớn. Chỗ nào cũng nói đi nói lại chuyện đảng lãnh đạo. Văn nghệ cần quái gì ai lãnh đạo. Văn học thế giới bao nhiêu thế kỷ nay có đảng nào lãnh đạo đâu mà vẫn có vô số kiệt tác để đời? Còn văn học của các nước có đảng cộng sảng lãnh đạo như nước ta có gì hay ho hơn hay chỉ là những công cụ tuyên truyền hàng loạt. Thứ nghệ thuật đồng phục không có sáng tạo, không cá tính, thực ra không thể gọi là nghệ thuật được Đó chỉ là tuyên truyền. Đây đó cũng có tác phẩm đọc được nếu tác giả thực sự có tài năng, còn đại bộ phận đâu nhợt nhạt rập khuôn theo cùng một mô-típ. Mà ngay cả các tác giả có tài năng cùng bị hạn chế rất nhiều vì phải đi theo con đường đã được vạch ra. Theo tôi, nghệ thuật là tự do, phi đảng. Nghệ sĩ là thượng đế trong tác phẩm của mình. Tác phẩm phải sáng tạo, độc đáo, mang rõ cá tính của người nghệ sĩ. Còn nếu sản xuất hàng loạt thì vứt mẹ nó đi.

Hoài cắt lời Mây Đầu Non:

– Bàn chuyện sáng tác còn khối điều để nói. Nhưng này, ông đang nói đến tạp chí La Ban, ông hãy góp ý cụ thể đi. Tụi tôi cũng đang muốn nghe nhiều loại ý kiến. Nhưng có điều ông chú ý cho đây là tạp chí của hội nhà văn mà hội nhà văn này là do đảng lãnh đạo. Nếu là tạp chí của một nhóm tư nhân hoàn toàn độc lập lại khác. Tôi còn nhớ ngày xưa một mình ông cùng chủ trương và thực hiện được một tờ báo. Ông quảng cáo kêu gọi người ta viết nhưng lại cấm giáo viên, sinh viên sư phạm và một lô một lốc những loại người không được gởi bài cho báo ông. Bây giờ đâu phải làm báo theo kiểu đó. Trong hoàn cảnh cụ thể hiện nay, ông nghĩ tờ báo nên như thế nào và ông có thể cộng tác gì không?

Mây Đầu Non trợn mắt nhìn Hoài:

– Làm tờ báo như thế nào là chuyện của các ông chứ không phải của tôi. Tôi không thể nghĩ cách làm một tờ báo có đảng lãnh đạo được. Nếu cần làm một tờ báo thực sự tự do tôi sẽ làm được ngay. Nhưng chế độ này làm gì có tự do thực sự, chỉ có tự do giả hiệu cũng như bao nhiêu quyền chính đáng của con người được nêu ra cũng là lừa bịp cả. Ngay chuyện sáng tác của tôi, hơn mười năm nay tôi có viết được gì đâu mặc dù tôi thừa sức viết không phải hàng ngàn mà là hàng chục ngàn trang. Cũng có khi tôi cầm lại cây bút nhưng viết được vài trang tôi lại xé bỏ vì tôi nghĩ đến cảnh công an ập vào lục xét. Tôi không muốn đi tù về chuyện đó. Nếu các ông bảo đảm đăng và chịu trách nhiệm về bài của tôi, tôi sẽ viết. Chỉ sợ các ông không dám thôi.

Hoài hơi bực mình về lối nói này của Mây Đầu Non, không phải lần đầu anh ta nói như thế. Hoài đánh giá Mây Đầu Non trước đây là một tác giả có tài, độc đáo, nhưng sau này chưa thấy anh ta viết gì. Anh ta luôn bị ám ảnh bởi nỗi sợ hãi sẽ bị bắt về chuyện sáng tác.

Hoài nói:

– Ông cứ viết đi và gởi đến cho tụi tôi rồi tụi tôi sẽ có ý kiến. Không ai bắt ông đâu. Ông sợ hơi nhiều đấy. Nếu ông viết chỉ để trong nhà hoặc cho bạn bè đọc cũng dễ thôi. Nhưng viết để đăng lên báo là cả một vấn đề. Cũng như chuyện viết và "lách" ngày trước, bây giờ làm sao một tạp chí công khai có thể đứng được, tác phẩm chuyên chở được tâm huyết của người nghệ sĩ, tác động được vào tình hình chính trị, xã hội chung, đó là điều rất khó khăn. Về phương diện sáng tác cá nhân, tụi tôi có thể làm như điều ông nói, nhưng với tư cách là người chủ biên tờ báo, tụi tôi phải nghĩ đến những điều khác nữa.

Mây Đầu Non vứt cái mũ bê-rê xuống bàn, tay xoa xoa cái đầu húi trọc, mắt nheo nheo nhìn Hoài với một vẻ gần như khinh bỉ và thương hại:

– Đặt vấn đề như thế thì tôi không cộng tác với các ông được đâu Tôi viết dứt khoát là phải hoàn toàn tự do. Ông đã biết tôi mang cả hình ảnh "người đàn bà ngồi đái" và chuyện "buồn buồn móc đít ngửi", vào trong thơ kia mà. Chấp nhận, thưởng thức được hay không là tùy người đọc. Có thể tác phẩm của tôi chỉ có mươi người đọc, thậm chí một người, nhưng hiểu đến nơi đến chốn còn hơn là làm trò giải trí cho hàng vạn người. Thế kỷ này có thể không có người hiểu tôi nhưng mai sau có người tìm đọc là được.

Tôi cần gì kiểu viết "lách" của các ông? Cuộc đời đầy giả trá chưa đủ sao mà các ông còn đem văn chương tô son điểm phấn cho những con đĩ rạc? Hãy chân thật đi mới có văn chương đích thực. Còn những thứ "ngụy văn chương", tôi xin chào thua. Nhưng thôi, nói thế đủ hiểu nhau rồi. Dù sao ông và Minh Hương vẫn là đảng viên cộng sản, tôi làm sao đi với các ông được mặc dù tôi biết các ông là những kẻ có lòng. Kẻ có lòng thời nay cũng hiếm đấy. Các ông cứ làm việc của mình đi rồi sẽ tới lúc các ông phải xét lại. Còn tôi, bây giờ tôi quyết chí trồng thông. Tôi không cần chính sách, chế độ gì hết. Ông cứ chờ xem. Một mình tôi sẽ trồng mười ngàn cây thông ở khu vực đồi chung quanh nhà tôi ở. Tôi lên tận đây để nhổ thông con, tự tay đào hố trồng từng cây và xách nước từ dưới suối lên để tưới. Đảng và nhà nước của các ông cứ hô hào phủ xanh đồi trọc nhưng chỉ phá hoại, còn tôi, tôi sẽ làm.

Mây Đầu Non đội mũ đứng lên:

– Thôi, tôi đi đây. Tôi phải nhổ một ngàn cây nữa trong ngày hôm nay để sớm mai còn về.

Hoài tiễn Mây Đầu Non xuống lầu:

– Trưa nay ông trở lại đây ăn cơm với tôi rồi tối về đây ngủ nói chuyện tiếp nhé.

Mây Đầu Non vỗ tay vào túi xách mang trên người:

– Cám ơn ông. Cơm nước có đây rồi. Tôi tự lo mọi thứ. Lúc nào đói bụng tôi chỉ việc ngồi xuống bãi cỏ dở đồ nguội ra ăn, khỏi phiền ai cả. Còn tối tôi cũng chưa biết về đâu. Tiện đâu ngủ đó. Có khi tôi sẽ ngủ lại trong rừng cùng non. Ta sẽ có dịp gặp nhau vì thế nào tôi cùng còn lên đây để nhổ thông tiếp nữa. Thôi, đi nhé.

Mây Đầu Non bắt tay Hoài rồi lầm lũi đi ra, dáng vội vàng và quả quyết.

Hoài lên lầu đứng tựa lan can nhìn Mây Đầu Non loay hoay với chiếc xe đạp ngoài xa. Trước khi khuất sau cổng, anh ta còn quay lại giơ tay vẫy. Lần nào gặp nói chuyện với Mây Đầu Non, anh ta cũng làm cho Hoài xao xuyến, gần như chấn động. Một con người lạ lùng, lạc lõng và cô độc. Anh ta sinh nhầm thế kỷ hay đi quá trước thời đại? Những điều anh ta nói về chuyện sáng tác và tự do không phải là những gì Hoài không từng nghĩ đến. Nhưng rõ ràng trong thời đại này, nghĩ và sống như thế là hoàn toàn không tưởng. Anh ta là một người sống hoàn toàn ảo tưởng nhưng lại có ý thức rõ ràng về sự ảo tưởng của mình. Còn Hoài, anh có ảo tưởng không? Phải chăng anh cùng hoàn toàn ảo tưởng nhưng không tự biết, không tự nhận khi hy vọng làm một cái gì cho xã hội bằng văn chương nghệ thuật, bằng bộ máy và tất cả cơ chế, nghị quyết, chính sách của chế độ này? Anh có ngây thơ không và rồi anh sẽ vỡ mộng về sự cả tin của mình?

*

Sau khi gặp học giả Nguyễn Bạt Tụy, Minh Hương và Hoài hết sức quan tâm đến trường hợp của ông. Ông là một nhà nghiên cứu kỳ dị, có những quan điểm hết sức độc đáo về ngôn ngữ học. Những bài viết trước đây của ông đã gây ra tranh luận giữa các nhà chuyên môn không những trong nước mà cả ở nước ngoài. Tuy chưa được xem công trình của ông cũng như chưa có điều kiện sưu tầm lại các tư liệu cũ liên quan đến những hoạt động trong học thuật của ông trước đây, Minh Hương và Hoài cảm thấy có trách nhiệm trong việc nêu vấn đề của ông ra trước công luận, từ đó, tìm cách xuất bản công trình nghiên cứu một đời của ông mà hai anh dự đoán sẽ là một đóng góp không nhỏ cho học thuật ở một lãnh vực không mấy người có điều kiện dấn thân vào. Nếu ông không muốn tự viết về trường hợp của mình, hai anh sẽ viết hoặc thực hiện dưới hình thức cử phóng viên đến phỏng vấn. Tuy nhiên, dự tính của hai người đã không thành. Tạp chí La Ban chỉ mới đăng một bài nghiên cứu về phong tục tập quán của ông, sau đó sau khi ra số 3, tạp chí La Ban đã bị rút giấy phép xuất bản. Việc rút giấy phép xuất bản tạp chí La Ban hầu như là một việc đương nhiên phải đến. Người ta cảm thấy không thể chỉ đạo được tạp chí này cũng như những người phụ trách nó. Người ta đã khó chịu khi đại hội thành lập hội nhà văn đón tiếp nhà thơ Hữu Lần một cách nồng nhiệt, khó chịu hơn khi La Ban đăng thơ Trần Dần, càng không thể chịu đựng được khi La Ban số kế tiếp lại đăng thơ Hữu Lần, một bài thơ tố cáo mạnh mẽ trước đây chưa hề được công bố.

Bài thơ "Tục đèo Cả" nói về người anh hùng đèo Cả năm xưa sau khi chiến thắng trở về thành phố:

Giữa thủ đô Hà nội
Có một anh xe ba gác
ngực
đầy
huân
chương
trên chiếc áo sợi đôi
màu cổ chiến trường
màu
bết
khô
quánh

đỏ
như đem đóng
vinh quang
vào ngực
bằng đinh!
Cả Hà Nội vỉa hè
theo sát
vây quanh
Công an
xông dùi cui
đến quát
Đeo huân chương
để
chủ
tâm
bôi bác?
Anh ba gác kia
cúi nhìn xuống ngực
trả lời:
là đeo
vinh
đeo
dự
sáng
ngời
Công an trợn mắt
nghiến mồm:
– là
thâm độc

bôi
đen
chế độ!
Anh ba gác
bình
tĩnh
rù
rì
Ta làm gì có màu đen hơn
ta
chỉ
có
nguyên...
và anh rũ rượi ho ra
máu đỏ
Im lặng rùng mình
Người công an
định lấy tư thế
quát
thật rắn
thật to
và phát ra thất thanh
tiếng méo
mồm cùng méo
– Người là ai?
Anh ba gác
vẫn bình tình
từng lời
từng lời.

Ta là ta
cũng
đã
là
mi.
– Ta là lịch sử
đóng
chặt
hơn đinh
dù chậm hơn rùa!

Trong chế độ này sao có người dám làm thơ như thế, hơn nữa là một lay "Nhân văn" cũ, La Ban lại dám cho đăng. Đã thế còn in theo kiểu bậc thang xuống dòng liên tục, giấy đâu đem đăng thơ bôi đen chế độ? Đó là chưa kể các bài vở khác ở La Ban số 2 và 3 càng ngày càng tỏ ra một quan điểm cấp tiến đáng ngại, muốn xem xét, lập lại mọi vấn đề đã được khẳng định lâu nay theo quan điểm chính thống của đảng. La Ban số 3 đã công bố lần đầu tiên một tư liệu cũ gọi là "Đề cương để dẫn thảo luận ở hội nghị đảng viên bàn về sáng tác văn học" trước đây đã bị cấm phổ biến và những người chuẩn bị nó đã bị trù dập.

Bên cạnh đó, hội nhà văn và tạp chí La Ban chính thức lên tiếng về vụ Nguyên Ngọc, tổng biên tập báo Văn Nghệ trung ương, bị phê phán và cách chức, lại là một dấu hiệu đáng ngại nữa trong quan điểm của những người hoạt động văn nghệ ở đây.

Từ khi Nguyên Ngọc về làm tổng biên tập báo Văn Nghệ của hội nhà văn Việt nam, tờ báo đã có những khởi sắc theo hướng đổi mới thực sự. Những phóng sự đi sâu điều tra các tội ác, đặc biệt ở nông thôn, những truyện ngắn lấy nguyên mẫu từ các nhân vật lịch sử để từ đó đặt vấn đề xem xét lại quá khứ, những bài thơ chống tiêu cực mạnh mè, những bài lý luận phê bình văn học công khai xem xét lại các giáo điều, đánh giá lại các thành tựu văn học đã qua... Xu hướng này được đông đảo bạn đọc hoan nghênh nhưng những người lãnh đạo bắt đầu lo ngại. Văn nghệ vốn là một lãnh vực rất nhạy cảm và sự chuyển động trong văn nghệ chính là báo hiệu của những chuyển động xã hội. Thế là người ta chỉ đạo để dập tắt xu hướng nguy hiểm này. Ban chấp hành hội nhà văn Việt nam đã họp, ra nghị quyết, phê phán tuần báo Văn Nghệ đã có "những lệch lạc nghiêm trọng", phân tích một số tác phẩm được đăng tải để chứng minh, cho rằng tờ báo đã "làm đổ vỡ lòng tin vào sức sống của chủ nghĩa xã hội" và quyết định "uốn nắn, chấn chỉnh tuần báo Văn Nghệ về nội dung và tổ chức". Đây là một đòn nặng giáng xuống văn nghệ đổi mới. Nếu là trước đây, khi mọi chuyện còn bưng bít và uy quyền của đảng còn tuyệt đối, sự việc đã xong xuôi, nhưng ngày nay tình thế đã khác. Các nhà văn, trí thức, độc giả bình thường khắp cả nước đã lên tiếng phản đối nghị quyết sai trái của ban chấp hành hội nhà văn Việt nam. Ban chấp hành hội nhà văn thành phố Sương Mù và tạp chí La Ban là một trong những tổ chức đầu tiên chính thức lên tiếng với tư cách tập thể, sau một cuộc tọa đàm và đưa ra một kiến nghị mạnh mẽ. Kiến nghị yêu cầu luận báo Văn Nghệ phải là diễn đàn đổi mới, không bị quy chụp về chính trị đối với những quan điểm cấp tiến. không đồng phục, lên án việc làm của ban chấp hành hội nhà văn Việt nam và kêu gọi toàn xã hội cùng lên tiếng ủng hộ cho đổi mới mà vụ việc tuần báo Văn Nghệ chính là một điểm nóng.

Sau cuộc tọa đàm, Minh Hương và Hoài đang ngồi trao đổi về các biện pháp đấu tranh đòi tiếp tục xuất bản tạp chí La Ban, thì Mây Đầu Non xuất hiện. Anh ta lại đi xe đạp từ huyện lên để nhổ thông con về trồng tiếp. Sau lần đầu gặp Hoài ở cơ quan hội, Mây Đầu Non đã đi mấy lần nữa và cũng đã làm quen, chuyện trò về văn nghệ với Minh Hương. Vừa lên khỏi cầu thang, thấy Minh Hương và Hoài đang ngồi ở ban-công, anh ta la lớn ngay:

– Các ông dở quá! Các ông dở quá? Tạp chí La Ban sẽ không ra gì nếu không đăng lại bài "Ai điếu cho một giai đoạn văn nghệ" của Nguyễn Minh Châu đã đăng lên tuần báo Văn Nghệ trung ương. Bài này quan trọng và có giá trị hơn tất cả các nghị quyết của đảng. Các ông thấy không? Văn chương mà chỉ biết mặc đồng phục, hát tụng ca thì còn gì là văn chương nữa. Hãy đọc ai điếu, hãy chôn vùi nó đi. Tay Nguyên Minh Châu này khá quá.

Tôi vốn không thích các nhà văn bắc kỳ nhưng ông Nguyễn Minh Châu này được lắm. Có thế chứ. Rồi có lúc người ta cũng phải tỉnh ngộ. Tôi hy vọng một thời kỳ mới đã bắt đầu mở ra. Bài viết như thế mà được đăng thì những sáng tác của tôi may ra có thể xuất hiện. Lâu nay các ông bảo tôi gởi bài nhưng tôi vẫn chưa tin các ông dám đăng nên tôi không gởi. Đây tôi đưa các ông xem mấy bài thơ mới làm.

Mây Đầu Non lục tung chiếc túi cũ kỹ rất hài hòa với bộ quần áo xập xệ sờn cũ anh đang mặc, đưa cho Minh Hương và Hoài một xấp giấy khổ lớn. Hoài mở ra, trang đầu tiên là một bài thơ hai chữ, chữ viết tay to và phóng khoáng, chiếm hết trang giấy:

Đụ mẹ
Cây bông
Hắn không
Lao động
Ai trồng
Chật chỗ

Mày nhổ
Xem sao
Máu trào
Thiên cổ

Những bài thơ còn lại theo nhiều thể loại khác nhau nhưng bài nào cũng có giọng điệu ngang tàng rất đặc biệt kiểu Mây Đầu Non, không thể lẫn với ai được.

Hoài chuyển mấy bài thơ cho Minh Hương. Minh Hương xem qua rồi thở dài:

– Muộn rồi ông Mây Đầu Non ạ! Ông ở chốn hẻo lánh nên hơi thiếu thông tin. Bài viết của Nguyễn Minh Châu đã bắt đầu bị phê phán và tạp chí La Ban đã bị rút giấy phép xuất bản. Mây Đầu Non trợn mắt, nổi sùng lên, lắp bắp:

– ĐM... Thế... mà nói đổi... đổi mới cái con c. gì?

MUỐN ĐÁNH MỘT GẬY

Bắc Phong

bà lấy tui lúc ở chùa
thân mồ côi cháu của sư trụ trì
tui muốn đánh một gậy vì
tội đẻ chín đứa cho thi sĩ nghèo

(*) Thi sĩ Nguyễn Đức Sơn (1937-2020)

SƠN NÚI VÀ PHƯƠNG BỐI

Nguyễn T. Long

www. banvannghe. com, Friday, March 25, 2016

Trong giới văn học miền Nam trước 1975, ngoài Bùi Giáng, có lẽ hiếm người có nhiều giai thoại như ông Sơn Núi.

Đó là nhà thơ Nguyễn đức Sơn (sinh năm 1937), được coi là một trong ba kỳ nhân của thời đại cùng với Bùi Giáng và Phạm công Thiện. Họa sĩ Đinh Cường đã vẽ nhiều chân dung của ông này, có bức như "họa hồn", thật tuyệt vời!

Năm 2007, nhân tham dự chuyến về Việt Nam làm Lễ Trai đàn Chẩn tế của Thầy Nhất Hạnh (NH) tại cả 3 miền, tôi có dịp về Việt Nam và cư trú tại Tu viện Bát Nhã (Lâm Đồng, Bảo Lộc) một thời gian.

Đọc sách "Nẻo về của ý" của Thầy Nhất Hạnh trong thập niên 60 (thế kỷ trước) khi còn học Trung học ở Saigon, tôi bị "ám ảnh" vì cái tên nơi chốn đó mà Bảo Lộc thì cách Phương Bối không xa.

*

Nhớ lại cái thời một chân trong sân trường, một chân trong quân trường, phong trào "Về nguồn" của Phật giáo (sau bao nhiêu năm bị khống chế, đàn áp) đã nở rộ và ảnh hưởng đến các thế hệ đi sau như thế nào sau 1963.

Viện Đại học Vạn Hạnh (thành lập năm 1964) với Bản thệ do thầy Thích Minh Châu biên soạn (khi còn là Thượng tọa) năm 1970 nhấn mạnh về cuộc cách mạng nội tâm của cá thể sáng tạo, cuộc cách mạng của ý thức, của tư tưởng toàn diện trong con người.

Cho tới nay, ít ra là ở Việt Nam, chưa bao giờ nó vẫn đúng như thế.

*

Nghe tôi ngỏ ý muốn ghé thăm Phương Bối, một vị thầy trẻ ở Bát Nhã (thầy PB) nói hôm nào ông sẽ dẫn đi, ông có gặp nhà thơ Sơn Núi ở đó rồi.

Chỉ là độc giả ham đọc sách, thích xem tranh, thỉnh thoảng vẽ vời vớ vẩn... , tôi không bao giờ cảm thấy có nhu cầu gặp gỡ các vị "nổi tiếng" cả. Giới nghệ sĩ có môi trường sinh hoạt riêng của họ, có những giao cảm cá nhân riêng tư với nhau mà tôi chẳng muốn phiền, trừ lần gặp gỡ Phạm thiên Thư vì ông mở quán cà phê ("Hoa vàng" thì phải?) ở đường Bắc Hải, Chí Hòa, nên tò mò muốn biết (nay chắc cũng đã đóng cửa từ lâu như tiệm ăn ở Hà Nội của Nguyễn huy Thiệp ngày nào.) Chỉ có mộ của Trịnh công Sơn là tôi chưa thăm viếng được.

Trong bản đồ không có địa danh Phương Bối. Nó chỉ là một cái tên[1] do Thầy Nhất Hạnh và các cộng sự viên đặt ra cho một nơi

---

[1]*Phương là thơm, là qúy, Bối là lá bối đa, một thứ palmier lá dài. Ngày xưa chưa có giấy người ta viết kinh trên thứ lá ấy. Phương Bối nói lên được ý hướng qúy trọng và nền văn hóa đạo Phật...* (xem trang 18 – *"Nẻo về của ý"* – Nhất Hạnh, viết xong năm 1966 – Nhà XB Lá Bối – USA – không ghi năm XB hay tái bản)

chốn tu tập gọi là Phương Bối Am, cách rừng Đại Lão khoảng 3km.

Hôm thầy PB chở tôi đi bằng xe gắn máy, ra tới chợ Bảo Lộc thì thầy quên cái ngã rẽ đi về Phương Bối. Hỏi mãi chả ai biết ông Sơn Núi là ai, ở đâu... , nhưng rồi cũng có người chỉ cho đường lên Đại Lão, nghe cái tên quen thuộc, thật là mừng húm! Quanh co một hồi thì thầy PB nhận ra đường cũ, cứ thế mà thẳng tiến.

Ngọn đồi cao, xe chạy thật mệt nhọc giữa nắng trưa, không dám quay cổ lại nhìn. Mãi lên tận đỉnh đồi (mà Phương Bối thì có nhiều đồi, không biết là đồi nào), có một cái chòi, một ông già ngồi võng ở phía trước. À ra đây là ông Sơn Núi! Một cái mũ ni, một khuôn mặt đen đủi, khắc khổ, quần áo xuềnh xoàng nhưng cặp mắt lúc lờ đờ, lúc trợn chừng của ổng bỗng chợt có thể trở nên tinh quái lạ thường!

Ông nheo mắt cười khi thấy thầy PB (người quen), nhưng không cười với tôi (người lạ) mà chắc người lạ thì đã xuất hiện nơi ông ở hà rầm! Với một "ẩn sĩ" như ông, đó không phải là điều đáng khích lệ. Ông mời ngồi trên mấy khúc cây cưa thành ghế và đun nước pha trà. Khay, tách, bình trà... , cái gì cũng cũ kỹ, bụi bặm. Sau hồi chuyện trò thăm hỏi, thầy PB giới thiệu tôi đến từ phương xa, muốn thăm Phương Bối. Ông vui vẻ nhận lời.

Cuốc bộ khá dài. Đây là cái cốc xưa của Thầy Nhất Hạnh, đây là Thiền thất... , tôi chỉ thấy mấy căn chòi xiêu vẹo, gạch, gỗ lỏng chỏng, chỉ có cái hồ chứa nước đường kính có đến 5 mét là "trơ gan cùng tuế nguyệt" vì nó bằng xi măng! Toàn bộ, chỉ còn lại ít nền đất đá. Tôi có cảm tưởng như khi đi xem Phật tích ở Ấn Độ hay đền Parthenon ở Athens cũng chẳng khác gì.

Sơn Núi dẫn qua nhà gia đình ông, đắp gạch trần, không có vôi vữa gì cả. Chung quanh nhà trồng rau, sống tự túc. Bà vợ ông xuất hiện, khó đoán được tuổi tác, có khuôn mặt hao hao giống Francoise Hardy thời 60's (năm ấy (2007), ca sĩ này cũng ngoài 60 rồi!). Cậu con trai khoảng 18, 20 tuổi được ông gọi ra, giao việc gì đó, người dong dỏng cao, nhìn mặt thì biết là Tây lai ngay lập tức. Ông bảo con ông không đi học trường nào cả, ở nhà, ông dậy học. Sau này, đọc tiểu sử, mới biết ông có 9 người con mà phần lớn đều nương náu nơi cửa Chùa[2].

*

Liên hệ của ông Sơn Núi với Làng Mai về Phương Bối như thế nào tôi không rõ, tư liệu cho biết ông lên đây lập cư từ 1979 và cái khó khăn rõ ràng nhất là với chính quyền sở tại thì không phải chuyện nhỏ. Không "điên" như ông thì khó lòng đương đầu nổi với cường quyền và cũng chưa tới lúc mà các quan chức, đại gia cần thu hồi đất đai cho người ngoại quốc thuê mướn, lúc đó ông có thể đồng hành với Đoàn văn Vươn sớm!

*

Lên đến đỉnh đồi, chả biết có phải là đồi Thượng như Thầy Nhất Hạnh đã tả ngày xưa đó chăng, tôi thấy một toàn cảnh (panorama), chụp hơn 180 độ cũng chưa đủ, thật là hùng vĩ với các đồi thông xen lẫn các thảm cỏ xanh, vàng xa tuốt cuối chân trời. Cái yên lặng, bất động, trầm tĩnh của buổi trưa khiến thời gian và không gian như cô đọng lại. Thiên nhiên có sự cuốn hút của nó không thể cưỡng lại được. Tôi thấy choáng ngợp như một điều kỳ ảo vì (lỡ) quen sống trong thành phố.

---

[2] Nguyễn Đức Sơn – *Lão quái dị trên đồi Phương Bối* – Tác giả: Ban Mai – 27/10/2015 – Blog Phùng Nguyễn

Trân đường về, ông chỉ cho những kỳ hoa dị thảo ông đã trồng. Có cây (mà kiến thức thực vật học rất là khiêm nhường của tôi) trông như một loại thông, cao đến khoảng hai thước, có một bông hoa trên ngọn. Ông bảo đó là hoa vông vang. Tôi buột miệng nhắc truyện "Hoa vông vang" của Đỗ Tốn. Ông nói, dzậy sao? Sau này đọc lại văn phong thời Tự lực Văn đoàn của Đỗ Tốn tôi thấy nhận thức và cảm xúc mỗi thời mỗi khác, có thể thời ông bà già tôi đọc thấy... mê!

Đã có nhiều người viết nghiêm túc về thơ của tác giả "Sao trên rừng", tôi không rành về cái mục này lắm, chỉ có vài nhận xét thô thiển: thơ ông nhiều khi ngôn từ ngắn gọn, chữ nghiã cộc lốc nhưng khá là triết lý siêu hình, gọi là Thiền cũng được! Dù sao thì tôi thấy cũng "dễ tiêu" hơn là nhiều bài thơ của Bùi Giáng!

Xin cống hiến bạn đọc bài thơ có ghi trong nhật ký ngày 15/02/2007 (nếu không thì làm sao mà còn nhớ nổi?!), nghe ông ngẫu hứng đọc khi dẫn thầy PB và tôi đi ngược dốc về nhà:

Đường lên Sơn Núi,
bên thơm bên thúi.
Trí thức không cần,
đầu ngẩng, đầu cúi.

*

Hóa ra đi thăm Phương Bối (ngày xưa) nhưng lại gặp Sơn Núi (ngày nay), mà không có ông dẫn đường thì chẳng thể nào biết Phương Bối là gì?!

Thế thì Sơn Núi có lập dị, có điên hay không chứ?

Trong một đất nước điên loạn về cuộc nội-chiến-quốc-tế-hoá 20 năm trường rồi sau đó tiếp tục 40 năm điên loạn về một thứ chủ nghiã không tưởng, đảng CSVN tiêu thổ (đốt trụi)[3] hết lịch sử, đạo đức, luân lý, truyền thống dân tộc... như thế, biết ai điên hơn ai ?

Sau cùng hết, Phương Bối có thật không?

Nó không thật mà nó cũng chẳng ảo. Nó chỉ là một quê hương tâm linh, một hải đảo để chúng ta nuôi dưỡng thân tâm, chuyển hóa khổ đau và trị liệu trước khi xuống núi mà sau này Thầy Nhất Hạnh gọi là "Hải đảo tự thân", nơi nương tựa, như Bụt dậy, từ chính mình.

Năm mươi năm sống trên quê người (1966-2016), Thầy cũng không làm gì khác hơn là khai mở và làm sáng tỏ ý thức đầu đời về Phương Bối.

---

[3]*Đại vệ Chí dị – Tiêu thổ đạo đức* – Tác giả: Người buôn gió – 24/08/2015 – Web Sáng Tạo

Chút lời mênh mông - tập thơ cuối cùng của Nguyễn Đức Sơn, vừa ấn hành đầu năm 2020 (Ảnh: Internet)

TẬP THƠ CUỐI CỦA NGUYỄN ĐỨC SƠN

Nguyên Không Tuấn Khanh

Thân nhân của nhà thơ Nguyễn Đức Sơn đã cấp tập cho in các bản thảo thơ của ông, từ năm 2018 cho đến nay. In để cho ông có thể thấy mặt những đứa con tinh thần của mình. Cũng từ thời gian đó, nhà thơ Nguyễn Đức Sơn đã trải qua nhiều cơn bạo bệnh và hôn mê, có lúc đến mấy tháng.

Tập *Chút lời mênh mông*, có lẽ là tập cuối, mà con trai ông, Nguyễn Đức Yên và thầy Thích Ngộ Chánh đã tập hợp lại mọi di bút, thư từ và những bản thơ rời... chưa bao giờ được biết, để góp thành tập, và phát hành trong đầu năm nay. Một di sản quý của Nguyễn Đức Sơn.

Chút lời mênh mông, là thơ rớt bên chân ông, khi đi qua những con đường mòn của Đồi thông Phương Bối. Lang thang và cô độc. Có bài, ông nói với chính mình. Có bài, ông gây gỗ với trời đất, và có bài ông thách thức với đời. Đôi khi đọc mà nghĩ, vì sao một bài thơ lại sâu hun hút đến vậy.

Trong bút ký *Quê hương hiu hắt bến cỏ hồng*, viết về nhà thơ kỳ tài Nguyễn Đức Sơn, hiền giả Thích Phước An có kể lại rằng:

"Vào khoảng năm 1972 hay 1973 gì đó, nghĩa là cách đây gần nữa

thế kỷ. Tôi tìm đến thăm Nguyễn Đức Sơn tại một ngôi chùa ở quận Gò Vấp Sài Gòn. Tôi nhớ ông đã say sưa thuyết giảng cho tôi nghe về cuộc chiến tranh giải phóng dân tộc, và các chủ nghĩa này học thuyết nọ mà ông hy vọng sẽ đem đến điều tốt lành cho dân tộc đã quá đau khổ này.

Nhưng sau năm 1975, tôi lại được tin ông đã từ bỏ Bình Dương, từ bỏ Sài Gòn để về ẩn cư trên rừng núi Đại Ngàn ở Bảo Lộc, và cũng trong khoảng thời gian đó tôi cũng đọc được bài thơ của ông khi ông trở về núi:

Sướng quá đời ta sắp tuổi già
Bao nhiêu học thuyết bước đều qua.
Nay về dắt bóng chơi am vắng
Thơ ấu vườn trăng một tiếng gà

Nguyễn Đức Sơn đã bỏ lại sau lưng những học thuyết mà một thời tuổi trẻ ông đã say mê. Đối với ông, cái duy nhất còn đọng lại trong hồn ông bấy giờ là tiếng gà gáy trong những đêm trăng của thời thơ ấu đã xa xôi mà ông đã lắng nghe được trong những đêm khuya tĩnh mịch ngồi nhìn chiếc bóng của mình in trên vách Phương Bối Am nơi núi rừng đại ngàn Bảo Lộc". (Thích Phước An – Những ngày xuân hoang vu của Nguyễn Đức Sơn)

Nói như vậy, có nghĩa, cuộc đời của Nguyễn Đức Sơn là chuỗi vật vã với hiện thực và lý thuyết, về kỳ vọng và thất vọng, về níu giữ và buông bỏ. Cuối cùng ông chọn cách đi qua, đối diện với tận cùng của vũ trụ, cảm nhận sự vô cùng của thinh không và kiêu hãnh đau đớn về giới hạn của một con người. Thơ ông gánh hết những nỗi niềm đó. Thơ của ông thoang thoảng trong đó, bản lai diện mục của mỗi chúng ta.

Đọc thơ, như có sự gào thét một cách cợt nhả, sự giận dữ như một bài hát ma mị không có đoạn kết. Cách vung vãi từ ngữ kỳ tài của ông như cách ném đi những mầm cây, tưởng vô chừng, thế rồi tạo nên những khu rừng độc đáo, dị ảo.

Tập chút lời mênh mông, giữ lại những điều chưa từng in, chưa từng được biết, như một phần quý giá của văn hóa Việt, như di chúc hoang vu, như trong bài *Chút lời mênh mông*.

Một mai cha chết đừng chôn
Ngại chưa xuất kịp chút hồn thiết tha
Cái gì cha nói chưa ra
Biết đâu còn sót trong da máu này
Tuy nhiên đừng để lâu ngày
Đốt ngay lập tức là hay nhất đời
Con mang tro bụi xa vời
Gửi cho thiên địa chút lời mênh mông.

Họa sĩ Hồ Hữu Thủ, họa sĩ Dạ Thảo, nhà thơ Nguyễn Đức Sơn

NGUYỄN ĐỨC SƠN, NHÀ THƠ NGÔNG ĐỒI PHƯƠNG BỐI

Trịnh Thanh Thủy

Tôi được quen biết nhà thơ Nguyễn Đức Sơn tức Sơn Núi hay Sao Trên Rừng qua bạn tôi, họa sĩ Đào Nguyên Dạ Thảo. Tuy nhiên tôi chưa từng gặp ông dù có thư từ qua lại, dù rất mến thơ của ông vì mỗi người mỗi phương. Mới đây Dạ Thảo cho tôi biết hiện bệnh của ông đang trở nặng, tôi cảm thấy lo lắng nhiều đến sức khoẻ của ông. Tôi chỉ sợ không may thì...

Nếu đồi Phương Bối vắng bước chân ông, trăng Phương Bối tìm đâu ra cái bóng đồng hành để cùng say khướt đổ nghiêng bên những gốc tùng xanh ngắt? Cây ổi đồi cao tìm đâu ra tên đạo chích ăn trộm nửa quả ổi rụng đã bị dòi ăn nửa kia?

Trưa đứng một mình đợi ai lên
Đất trời đâu có dưới và trên
Đồi cao ổi sót rụng một trái
Dòi ăn một bên ta một bên.

(Rụng một trái)

Rừng Phương Bối cũng không thể thiếu đi một ánh Sao, một gã Du Tử có hỗn danh là Sơn Núi, lúc cô đơn thì đi luồn vô núi, khi mệt nhoài, chân rục rã, thì đi luồn ra núi. Thế gian còn ai ngông nghênh hơn một người thơ, khuya nằm nghe đá hát, sáng dậy ngắm hoa nở, để thấy chính mình mênh mang thiên thu một màu xanh.

Ta và đá
Hồn xanh
Như lá
(Thiên Thu)

Tự do là đôi cánh, ngục đá là cái chuồng nhốt đôi chân con chim Hoàng Oanh bay nhảy về phương trời vô tận. Có sống đời cá chậu, chim lồng, tiếng hót con chim mới u uất làm sao khi nó mở miệng chửi cha sự sống.

Khi không ta lại ngồi tù
Tiên sư ai biết một ngày thiên thu
Đêm nằm nắm chặt con cu
Đâm qua lao xá cho mù trăng thâu
(Tạm vui)

Càng sống đời lao xá, tiếng thơ bị dồn nén càng cao cung uất hận. Một Cao Bá Quát ở trong tù còn chửi "đù cha kiếp" khi nghĩ đến "ba hồi trống giục" của pháp trường, huống hồ gì một Nguyễn Đức Sơn chỉ đòi đâm mù trăng thâu lúc ngồi tù. Ai trong đấy không mơ giấc mơ thoát cũi sổ lồng?

Đêm mơ
Trốn về nhà
Ôm con gà
Ta khóc
(Đêm mơ)

Ngôn ngữ ông dùng vừa tân, vừa cổ, vừa lãng mạn, vừa dung tục. Khi trắng, khi đen, phơi bày lồ lộ, lúc mờ, lúc nhạt, thơ thẩn, lượn lờ, kỳ ảo. Có thể nói, có hai cực trong con người ông, khi chánh, khi tà, khi thô ráp, lúc dịu dàng, âu yếm. Là một người viết nữ, tôi đặc biệt chú trọng rất kỹ cái cách mà ông dùng từ ngữ trong thơ ca để miêu tả người nữ của ông. Kỹ thuật gây sốc bằng những từ ngữ được gọi là "tục tằn" được ông sử dụng nhiều trong thơ ông đã tạo nên những tranh cãi không những cho những người đọc thơ ông mà cho cả nhóm chủ trương Văn Học Nghệ Thuật Liên Mạng của chúng tôi vào thập niên 2000. Khi ấy những bạn bè trong nhóm chúng tôi người bênh, kẻ chống những từ ngữ của ông dùng, đã tạo nên những cuộc tranh luận vô cùng hào hứng.

Có lần tôi viết thơ cho ông, nói về những cảm nhận của mình về lối ông làm thơ cho người nữ. Tôi nhận xét rằng ông phải yêu người nữ ấy lắm mới làm nên được những vần thơ như vậy. Ông phủ nhận điều này như một điều thú tội...

Dẫu sao tôi chỉ đọc và nhận xét thơ ông dưới con mắt chủ quan của riêng mình, còn tình yêu của ông và nàng thơ của ông ra sao chỉ có mình ông biết. Tuy nhiên trong cái cách ông mắng yêu và xem tụi con gái chúng tôi và Dạ Thảo là gà, vịt, giun, dế, tôi thấy vui vui một cách thú vị. Ông cũng gọi con ông, vợ ông là con gái, gái con, con nhóc, con cóc, con nhái. Có lẽ ông cũng hiểu hơn ai hết cái tính ngang bướng, ngông nghênh, hành động theo ý riêng của mình không kể hậu quả, thiệt hơn, nên ông lấy bút hiệu là ngôi sao cô đơn mắc đoạ trên rừng. Bửu Ý đã gọi Nguyễn Đức Sơn là hình ảnh của một con tê giác, đơn độc, quắt queo, từ cách ăn nói cho đến dáng đi, húc đầu về phía trước.

Gái con

Con gái
Con cóc
Con nhái
Con cái
Con nhóc
Chưa bóc
Em ra
Hồn ta
Gần khóc
Hay

Gái con
Con gái
Dấu mãi
Trong hang
Cái màng
Thiên địa
Run lịa
Hồn anh
Mong manh
Ngàn kiếp

Người con gái đương xuân như đóa lan rừng thơm ngát vừa hé nở đêm trăng mười sáu. Gã thi nhân ngủ quên trên bờ cỏ ướt, nằm mơ thấy mình là chú bướm đêm vơ vẩn bay đi tìm mật. Gã chợt thấy mảnh hồn mong manh của mình run bắn, đôi cánh bướm bỗng chập chờn hư ảo như ngã vào mông lung khi đối diện cái màng thiên địa tinh tuyền của nhụy hoa. Ôi đẹp làm sao ngôn ngữ xác thân mà Nguyễn Đức Sơn đã dùng để tả người con gái băng trinh còn dấu cái màng thiên địa trong hang!!!

Gái con
Con gái
Cái gái
Con con
Trắng nõn
Trắng nà
Ngọc ngà
Trời đất
Bất nhất
Vạn niên
Gậy thiền
Chưa thọc

Thuật dụng ngữ trong thơ ca càng giản đơn, càng cô đọng, chữ dùng càng phải chắt lọc. Trong bài thơ 12 câu ở trên, hai câu cuối thật sự gây sốc cho tôi khi đọc: "Gậy thiền, chưa thọc." Tôi nghe người ta nói "cái gậy của thằng ăn mày" hay chọc lung tung, nhưng cái câu "Gậy thiền, chưa thọc" được dùng trong ý nghĩa nội dung bài này, quả làm tôi sửng sốt. Ý nghĩa cây "gậy thiền" được giảng theo nhà Phật là cây gậy của trí tuệ, của chánh niệm. Cây gậy của chặt đứt lục căn, lục trần, lục thức. Cây gậy đánh tan vọng tưởng, giúp tâm ta sáng suốt, và biết dùng trí tuệ để khắc phục vô minh để đem lại sự thanh tịnh, tinh khiết trong tâm của chúng ta. "Gậy thiền" được dùng như cái chân thứ ba của con người hay cái gậy của thằng ăn mày của Nguyễn Đức Sơn trong bài thơ ở đây, ắt hẳn không có cái nghĩa của thiền tông mà chỉ có thể được xem là ngôn từ "phạm thánh." Nhưng với ông phạm thánh là chuyện thường ngày và không biết trong lòng ông có vị nào là thánh không nữa.

Bên bờ suối

Anh tặng em
Hai củ khoai lang
Một trái chuối
Ăn rồi
Còn thấy tử sinh
Đắm đuối
(Trưa)

Giấc mơ và đời sống là hai thực thể khác biệt. Bên những vì sao sáng vẫn có những làn sương che mờ ánh sao. Tuy nhiên em ơi dù sống khó, con chim trong thơ ca gã du sỹ vẫn hót véo von buổi trưa nào bên bờ suối. Hắn không quên trao em món quà đơn sơ một trái chuối và hai củ khoai, mà vẫn thấy hạnh phúc của tử sinh sao mà ngọt.

Tôi có vài người bạn đến chơi thăm ông ngày ông còn khoẻ, có kể tôi nghe về hoàn cảnh sống của ông trong rừng Phương Bối rất cơ cực, nên món quà chuối và khoai lang quả là hình ảnh tả chân của ông trong thơ ca.

Sao lạnh quá
Không thấy bóng Hạnh
Đi qua
Đứng từ xa
Tôi đã thấy
Núi khóc
(Chiều ơi)

Cũng có lúc núi cũng phải lạnh, phải khóc hu hu khi không thấy bóng người. Gió đã quên lời hẹn hò, cây đã ngưng tiếng rì rào, trái tim và đôi mắt cùng nhau buông thả...

Cùng với thơ

Chẳng lẽ
Chỉ còn có
Một cách
Là đứng một chân
Trên núi
(Sống)

Ôi sống với thơ là một khốn khó vô biên. Làm thơ và để sống còn cùng thơ mà không chết vì đói, có lẽ là một nan giải đời người. Nhà thơ yêu núi, yêu đá Nguyễn Đức Sơn đã tự hỏi bao nhiêu lần trong tuyệt vọng, làm sao có thể sống với thơ và làm thơ mà không phải ăn, phải uống, phải lăn lộn mưu sinh cho vợ con và gia đình. Và ông đã tìm ra giải pháp "đứng một chân trên núi"!!!

TƯỞNG NHỚ NHÀ THƠ NGUYỄN ĐỨC SƠN (1937-2020)

Nguyễn Hàn Chung

Người bỏ phồn hoa về Phương Bối
Cô liêu quái kiệt Sao Trên Rừng
Bọt Nước, Lời Ru, Đêm Nguyệt Động
Cái Chuồng Khỉ lạnh đến mông lung
Xóm Chuồng, Tịnh Khẩu, Hoa Cô Độc
Kỳ nhân Cát Bụi. Vạn cành thông
Cởi truồng ra vọc cu trên biển
Phượng vẫn tình Sơn Núi tới cùng

Housston TX
Một chiều nghe tin dữ
10/6/2020

Nhà thơ Nguyễn Đức Sơn (Ảnh: Nguyên Trang)

NGUYỄN ĐỨC SƠN, CHÂN DUNG VÀ HUYỀN THOẠI

Nguyễn Mạnh Trinh

www. sangtao. org, 26/06/2012

Nguyễn Đức Sơn là một khuôn mặt thi sĩ lớn của văn chương Việt Nam. Một phong cách văn chương riêng, một mình một chiếu, thơ và văn bộc lộ một tâm thái suy tư khác thường đi ngược lại dòng sống thay vì xuôi chảy.

Ông là người làm thơ mà cuộc sống văn chương và đời thường đã tạo thành nhiều huyền thoại. Những chuyện kể về, những giai thoại nói đến, một chân dung tác giả khác thường được tạo dựng và người đọc, không phải chỉ ở những lớp sau mà ngay ở lớp cùng thời, đã có những nhận định sai lạc về chân dung thực con người thực. Đó là không kể, như ở trong nước, vì lý do lợi nhuận đã có những cuốn sách khai thác quá độ đời tư để đến thành những khoảng cách thật xa với thực tế.

Bao nhiêu quyển sách, bao nhiêu bài báo đã nói về Bùi Giáng, về Trịnh Công Sơn, về Nguyễn Đức Sơn... Và đã có bao nhiêu ngộ nhận xảy ra vì những chi tiết trái ngược nhau từ bài viết này với cuốn sách khác của một chân dung tác giả. Độc giả, có lẽ phải có sự cẩn thận khi tiếp cận với những vấn đề đó.

Thí dụ, như trường hợp nhà thơ Nguyễn Đức Sơn. Có rất nhiều bài viết về ông, của những người quen thân có, quen sơ có và nhiều khi không quen cũng tự nhận là quen có. Trong đời thường, Nguyễn Đức Sơn có nhiều bi kịch. Và nhiều bài viết khai thác những bi kịch ấy. Thí dụ như "Người đàn bà trên đồi cỏ" của Đào Hiếu đăng trên báo Xuân Doanh Nhân Sài Gòn cuối năm 2008.

Đào Hiếu viết về mối tình của Nguyễn Đức Sơn và Phượng đầy thiên kiến và hình như bày tỏ một nhận xét nào không thiện cảm. Và lạ lùng cũng đều nhắc đến Trịnh Công Sơn:

"Nhưng tôi biết nàng rất đẹp.

Trịnh Công Sơn cũng biết nàng rất đẹp.

Nguyễn Đức Sơn thì chửi bới nguyền rủa mọi thứ. Tôi nói: 'Tôi đến đây để tìm một Nguyễn Đức Sơn vĩ đại nhưng tôi chỉ gặp một Phượng vĩ đại. Nếu không có người đàn bà này, ông đã chết rồi Sơn ạ!'...

... Năm 1972, Nguyễn Đức Sơn trốn lính về tá túc ở Bình Dương dạy Anh văn tại một tư thục. Nếu không gặp Phượng hắn sẽ chẳng có tác phẩm nào ra hồn. Phượng rọi hào quang của nàng vào cái đầu mê gái tơi bời của hắn và hắn được cô 'độ' cho thành... thi sĩ. Tác phẩm 'Đêm nguyệt Động' ra đời từ dòng nước cam lồ róc rách tuôn ra từ nhục thể của 'thánh cô Annie Phượng'"

... Nhưng những vần thơ mê gái thượng thừa ấy cũng không lay động được Annie Phượng. Chàng khóc lóc rên xiết quỳ lạy... cũng chẳng ăn thua bèn dùng khổ nhục kế. Nếu như ngày nay thì chàng thi sĩ sẽ quấn chất nổ quanh mình rồi lao vào "đánh bom tự sát" nhưng Nguyễn Đức Sơn thời đó đã trèo lên thành giếng và kêu lên

"Bớ Chúc Anh Đài! Ta chết đây" làm Phượng hoảng hốt. Cuộc hôn nhân bắt đầu như vậy..." Cuộc sống của gia đình Nguyễn Đức Sơn ở Phương Bối Am cũ là một thảm kịch. Sống như những sơn nhân, thiếu thốn tiện nghi đời sống và luôn luôn bị cái đói đe dọa. Một bữa cả gia đình gồm hai vợ chồng và 3 đứa con bị trúng độc vì ăn rau rừng và một đứa con bị chết. Bà mẹ phải lấy áo rách của mình ra vá để khâm liệm cho con.

Một lần khác khi chữa cháy rừng Phượng bị phỏng nặng. Nguyễn Đức Sơn và người con trai lớn Nguyễn Đức Vân phải băng rừng cáng ra nhà thương tỉnh cứu cấp với bệnh tình rất trầm trọng.

Đào Hiếu kể:

"Ba hôm sau Trịnh Công Sơn từ Sài Gòn lên ghé bệnh viện Bảo Lộc.

"Sơn Núi" hỏi "mày lên đây làm gì?"

Sơn Nhạc Sĩ đáp: "Thăm Phượng. Sao nỡ hành hạ người ta đến vậy?".

"Sơn Núi" bỏ đi. Trịnh Công Sơn ở lại với các con của Phượng. Có lẽ hôm đó là một ngày của năm 1982. Tôi không biết và các con của Phượng cũng không biết chính xác là ngày nào và tháng nào. Trịnh Công Sơn đã tặng cho gia đình Nguyễn Đức Sơn 60 triệu đồng. Thời điểm đó số tiền ấy rất lớn. Nó đã cứu Phượng và giành giật Phượng khỏi tay tử thần."

Một nhà văn cũng quen thân với Nguyễn Đức Sơn là Nguyễn Đạt nhận xét về bài viết của Đào Hiếu:

"Và bài báo của Hà Danh (tức Đào Hiếu) lúc tôi đọc ở Sài Gòn thấy có nhiều sự kiện về Sơn Núi, về Phượng quá lạ lùng quá không đúng sự thật như tôi biết. Nói chung đọc xong cả bài "Người đàn bà trên đồi cỏ" tôi muốn đề nghị tác giả nên chuyển thể thành một vở tuồng cải lương và Hà Danh rất có khả năng trở thành một soạn giả cải lương ăn khách nhưng khác hẳn với những sọan giả tuồng cải lương như Viễn Châu. Tôi chưa thấy Viễn Châu dựng khống một sự kiện liên quan trực tiếp tới nhân vật vụ việc nào có thật ở ngoài đời. Nên khi tôi vừa lấy tờ báo ra Sơn Núi liền nói: "đ. m. cái lão đào hang càng đào sâu càng tối đặc!". Tôi không hiểu gì hết. Hóa ra, Sơn Núi gọi nhà văn Đào Hiếu là đào hang và Sơn Núi nói Hà Danh là bút hiệu khác của Đào Hiếu. Tôi rất ngạc nhiên khi biết vậy và khá buồn bởi tôi quen biết nhà văn Đào Hiếu và mến ông. Tôi thấy Đào Hiếu là một người rất văn nhã lần gặp gần nhất tại một quán cà phê trên đường Trần Quốc Thảo tôi nhận lời viết về Nguyễn Đức Sơn cho trang web của ông, hình như tên là "Lề bên trái". Sau đó tôi được nhiều người bạn cho biết những gì Đào Hiếu viết không bảo đảm trung thực nên tôi không thể viết bài về Nguyễn Đức Sơn cho báo mạng của nhà văn Đào Hiếu được dù đã nhân lời.

Sơn Núi nói: "không thể hiểu lão đào hang ở chỗ nào ra cái vụ việc "nhạc sĩ hàng đầu về đầu hàng" họ Trịnh cho tôi sáu chục triệu đồng nhờ đó Phượng thoát chết." Phượng, Nguyễn Đức Lão con trai út anh của hai cô em sinh ra sau chót năm nay 27 tuổi, và Tiểu Khê con gái út của Sơn núi cũng không hiểu người viết bài về họ lấy ở đâu ra vụ việc Trịnh Công Sơn tặng Nguyễn Đức Sơn sáu chục triệu đồng vào cái năm một chín tám mấy đó số tiền ấy rất lớn. Phượng nói: "Trịnh Công Sơn ghé lên đây hai lần trong một chuyến đi chơi ở Đà Lạt. Lúc lên tặng một thùng mì chay ăn liền lúc về tặng một thùng "légume"Đà Lạt, vậy thôi, chớ làm gì co vụ việc sáu chục triệu đồng." Sơn Núi xác định thêm: "Ông không tin cứ hỏi Bửu Ý, người rất sùng mộ Trịnh Công Sơn và rất không ưa tôi, coi Bửu Ý nói sao về vụ việc Trịnh Công Sơn cứu tử hoàn sanh bà xã tôi với số tiền sáu chục triệu đồng". Ngay sau khi đọc bài báo tôi hỏi họa sĩ Trịnh Cung bạn thân của Trịnh Công Sơn có biết vụ việc nhạc sĩ họ Trịnh tặng Sơn Núi 60 triệu? Trịnh Cung bảo không biết vụ đó. Thế thì tôi cực kỳ ngạc nhiên không thể hiểu nhà văn Đào Hiếu lấy ở đâu ra cái tin động trời đất đó. Trong bài ký tên Hà Danh ông viết đại ý rằng ông không nhớ rõ, những người con của Phượng cũng không nhớ rõ ngày tháng nào nhưng là những năm của thập niên 1980 và 60 triệu đồng cũa Trịnh Công Sơn tặng thời gian đó là lớn lắm. Tôi hỏi Sơn Núi – Đào Hiếu 'phịa" chuyện ấy thì quá sức bậy, người trong vụ việc có thể thưa kiện ở tòa án không hiểu sao Đào Hiếu lại phịa như vậy nhỉ? Sơn Núi nói ngay" Thì lão muốn gia nhập "fan club" của Trịnh Công Sơn mà ông không thấy một loạt bài đánh bóng Trịnh Công Sơn trong tờ báo này hả? Này lão đào hang viết" Tôi thấy Phượng đẹp /Trịnh Công Sơn cũng thấy Phượng đẹp. Phải lôi lão "nhạc sĩ hàng đầu về đầu hàng" cùng khen Phượng đẹp thì Phượng mới đúng là đẹp".

Tôi không biết nhà văn Đào Hiếu gặp Phượng từ năm nào, chứ từ vài chục năm nay, Phượng quá hom hem gầy guộc. Tôi xót xa khi thấy Phượng "lai", là lai người dân tộc Tây nguyên ở vùng sâu vùng xa chứ không được như người dân tộc ở thị xã B'lao này. Bài báo "Người đàn bà trên cỏ", câu chuyện tào lao trá ngụy, Sơn Núi và tôi thà nói chuyện bậy bạ thô tục còn hay hơn sáu chục triệu lần."

Một thực tế văn học là nhiều khi những huyền thoại văn chương lại phát nguồn từ những bài viết khơi khơi như thế. Ở trong nước với người đọc của dân số hơn 80 triệu một thị trường béo bở thì việc để câu khách lôi kéo độc giả cho mục đích bán sách bán báo, đã có bao nhiêu bài viết về Trịnh Công Sơn, về Bùi Giáng, về Phạm Công Thiện, về Nguyễn Đức Sơn. tràn lan như một mốt thời thượng. Thành ra, con người nghệ sĩ của văn chương nhiều khi bị nhòa nhạt đi vì những bài viết kiểu của ông "lạc đường" Đào Hiếu này.

Nguyễn Đức Sơn, một nghệ sĩ quái dị. Một trong những nhà thơ tiêu biểu của hai mươi năm văn học miền nam. Một trong những nhà văn luôn đi tìm trong cuộc sống những câu trả lời không thể trả lời. Một trong những người không thể thỏa hiệp với cuộc đời và đi ngược dòng sống với thái độ hung hăng gây gổ. Một trong những người sống trong những bi kịch của loài người. Một trong những người sống phân hai giữa đời thơ và đời thường, giữa tu tập và buông thả, giữa dục tính và lãng mạn. Thế giới của Nguyễn Đức Sơn là một thế giới kỳ quặc mà con người phân chia thành nửa này nửa kia luôn luôn chống đối nhau và không bao giờ thỏa hiệp với nhau. Nguyễn Miên Thảo đã viết về mẫu người thi sĩ đặc biệt này:

"Nguyễn Đức Sơn là một người đầy cá tính mà nếu không hiểu thì tưởng là khó tính. Tính cách của ông khác người luôn luôn mâu thuẫn với chính mình. Tôi nghĩ sự "va chạm" nội tại đã đưa ông tới đỉnh điểm của sáng tạo trong tác phẩm của ông. Tâm địa của ông thì rộng bao la nhưng hay... thù vặt, rất mê chủ nghĩa Cộng sản nhưng không ưa "cách mạng" sẵn sàng chửi cả những người khen ngợi ông dù người khen rất thật tình và có nhân cách nhưng trong bụng nguyễn Đức Sơn thì sướng rơn. Tôi ví dụ một câu chuyện nhỏ. Sau khi tập thơ Những Bài Tình Đầu ra đời, nhà văn Tam Ích, một nhà văn đứng đắn và nổi tiếng thời đó viết một bài phê bình khen thơ Nguyễn Đức Sơn hết lời. Nguyễn Đức Sơn viết một bức thư ngắn nhờ tôi đem về Sài Gòn trao tận tay nhà văn Tam Ích. Nội dung lá thư không phải là lời cám ơn mà vỏn vẹn một dòng chữ như sau: "Bởi vì ông là nhà văn đứng đắn nên tôi không biết chửi ông như thế nào." Nhà văn Tam Ích nhận thư không giận lại viết thêm một bài ca ngợi Nguyễn Đức Sơn là thiên tài mặc dầu không nói ra nhưng tôi biết Nguyễn Đức Sơn sướng trong bụng lắm. Sướng không phải được khen mà vì có cơ hội để chửi người khác..."

Và chuyện kể về mối tình của chàng thi sĩ dị thường kỳ quặc:

"Cuộc tình của Nguyễn Đức Sơn và cô học trò Nguyễn Thị Phượng chín mùi khi nào thì quả tình tôi không hay biết. Một hôm vào khoảng giữa năm 1967-1968 gì đó tôi không nhớ đích xác Nguyễn Đức Sơn nhờ tôi lên báo với thầy Thanh Tuệ in gấp tập thơ Đêm Nguyệt Động để kịp ngày đám cưới. Và khoảng mười ngày sau đám cưới Nguyễn Đức Sơn- Nguyễn Thị Phượng được tổ chức tại chùa Tây Tạng Thủ Dầu Một Bình Dương.

Từ sáng sớm một chiếc xe con 4 chỗ ngồi đỗ trước nhà Nguyễn Đức Sơn, Sơn trong bộ com-lê màu sẫm sang trọng đầu húi cua đã chờ sẵn đón những người trên xe bước xuống đó là Đại Đức Thích Thanh Tuệ, chủ nhà xuất bản An Tiêm, giáo sư nhà văn Bửu Ý và Đại Đức Thích Nguyên Tánh tức nhà thơ Phạm Công Thiện, Khoa trưởng Văn Khoa Đại Học Vạn Hạnh. Khi biết tập thơ Đêm Nguyệt Động không in kịp Nguyễn Đức Sơn chào đón đoàn nhà trai một câu chửi 'Đ. m. thầy thầy có biết ngày hôm nay là ngày trọng đại của tôi không?' Thầy Thanh Tuệ cười trừ còn mọi người thì đã biết Nguyễn Đức Sơn là ai rồi.

Đám cưới cử hành tại đại điện chùa Tây Tạng. Thượng tọa Thích Trí Bốn trụ trì chùa, cậu ruột của cô dâu Nguyễn Thị Phượng đại diện nhà gái vừa là chủ hôn (Phượng mồ côi cha mẹ về ở với cậu từ nhỏ). Đại Đức Thích Thanh Tuệ đại diện nhà trai, Đại Đức Thích Nguyên Tánh (tức nhà thơ Phạm Công Thiện) và nhà văn Bửu Ý phụ rể. Trong khi niệm hương lễ Phật, Thượng tọa Thích Trí Bốn và Đại đức Thích Thanh Tuệ quì phía trước, Sơn và Phượng quì phía sau. Sơn dùng miệng mum hết chân nhang khi cắm nhang vào lư ba cây nhang của Sơn lùn tịt không giống ai. Khi qua làm lễ cáo tổ tiên Sơn láy mắt với tôi, tôi nghĩ Sơn bày trò gì đây nhưng không nghĩ ra. Bàn dọn cỗ là loại bàn tròn bằng gỗ mạt bàn rời đặt trên cái giá bốn chân hình chữ X, Sơn và Phượng quì trước bàn cáo tổ tiên lậy bốn lạy Sơn lạy thêm một lạy trồi người tới trước khi đứng dậy đầu dội vào cạnh bàn cỗ bàn bị lật đổ không còn một món. Những người dự lễ cưới không ai không cười trừ Bửu Ý.

Một tuần lễ sau đám cưới tôi từ Sài Gòn về Bình Dương thăm vợ chồng Nguyễn Đức Sơn vừa bước vào nhà tôi thấy Sơn cầm một con dao dí Phượng vào sát vách. Tôi kêu lên. Sơn làm gì vậy? Sơn vứt dao choàng vai tôi bước ra ngoài "Moa muốn đo sự sợ hãi của Phượng như thế nào!..."

Trong bài viết của Thái Ngọc San, một nhà văn Việt Công nằm vùng trước năm 1975 khi viết về đời sống gia đình của Nguyễn Đức Sơn trong truyện ngắn "Bầy Thú Hoang Dã" đã phác họa những người trong gia đình không khác lắm so với những thú rừng hoang dã. Gia đình đông con, vợ thì yếu dại làm sao mà không nghèo khổ cơ cực. Thái Ngọc San nhìn vào bề mặt đời sống ấy mô tả và có chút phê phán rằng nguyễn Đức sơn có dã tâm của loài thú và tự mình tạo ra những bi kịch đời sống cho gia đình mình. Nhận xét ấy là của người không đi sâu được vào phần trong của cuộc sống ấy.

Nhưng có người viết nhìn bằng con mắt quan sát khác. Chân dung thi sĩ Nguyễn Đức Sơn là một chân dung đặc dị , mà những chi tiết thường khi trái ngược nhau từ những quan sát nhận xét khác nhau. Nhà văn Nguyễn Đạt một người có rất nhiều gần gũi với đời thường Nguyễn Đức Sơn viết:

"Hiển nhiên qua cách nhìn nhận như Thái Ngọc San ở truyện ngắn này thì chỉ ghi lại cái bề mặt của cuộc sống Nguyễn Đức Sơn và mặc nhiên với những trách cứ phê phán của người quan sát thiếu tâm tình.

Trong gần gũi Nguyễn Đức Sơn nhiều ngày tháng chúng tôi hiểu rõ nhà thơ Nguyễn Đức Sơn không hề có dã tâm của loài thú để tạo nên đời sống như Thái Ngọc San đã ghi nhận Đó là cuộc sống cực chẳng đã phải như vậy mà thôi muốn khác đi cũng không được. Nguyễn Đức Sơn không biết làm gì khác để thay đổi cuộc sống như bầy thú hoang dã, ông lại càng không thể tính toán bon chen giành giựt với nhân thế. Trên trái đồi rộng bốn năm héc-ta ông không biết và cũng không ưa trồng loại cây nào cho có lợi nhuận ngoài cây thông mà ông yêu thích. Cũng vì Nguyễn Đức Sơn chăm chút nuôi trồng thông từ mấy chục năm nay trái đồi mang tên Phương Bối ở thôn Đại Lão xã Lộc Châu bây giờ gần như là nơi duy nhất để ngàn thông còn tồn tại trên cao nguyên hoang sơ Bảo Lộc...

Sự thật mà chúng tôi biết Nguyễn Đức Sơn đầy tình cảm yêu thương con người như mọi người thiện tâm khác. Lần Phượng bị bệnh thập tử nhất sinh phai giải phẫu tại bệnh viện Chợ Rẫy, chúng tôi ngồi bên ông ngoài hành lang trước phòng giải phẫu.

Ông rất căng thẳng chờ đợi kết quả phẫu thuật. Chợt có tiếng cô y tá kêu lớn tên ông nước mắt ông tuột ra chảy dài trên khuôn mặt. Ông ngỡ cuộc phẫu thuật thất bại. Phượng đã chết! Hóa ra không phải cô y tá gọi ông để báo tin lành. Và Nguyễn Đức Sơn cẳng nhảy lên như đứa trẻ vui mừng tột độ.

Lần một đứa con của Nguyễn Đức Sơn bị bệnh nằm liệt giường chúng tôi cũng có mặt trên đồi Phương Bối. Ông cuống cuồng chạy xuống đồi hỏi người này người kia để chữa chạy kịp thời cho con. Có người bày cách cho người bệnh ăn thịt cóc sống. Ông hét vang như hóa điên vì gặp ngay người bán thịt cóc đi ngang qua. Mang thịt cóc về cho đứa con ăn ngay chợt ông nhớ cả gia đình vốn ăn chay trường ông vội thắp nén hương niệm Phật xin xá tội. Đứa con vừa nuốt miếng thịt cóc lập tức nôn mửa thốc tháo. Ông lại cuống cuồng lại chạy xuống đồi kêu xe ôm, ôm con ngồi lên xe đưa vào bệnh viện. Ở bệnh viện lúc đứa con đã an toàn đã đi đứng trở lại bấy giờ mới để ý ông chỉ mặc quần cụt mà lại thủng rách cả đũng. Nhưng Nguyễn Đức Sơn lúc đó vui rộ lên nói lắp bắp những câu hí lộng về cái quần thủng rách...”

Đời sống của một thi sĩ như Nguyễn Đức Sơn đầy những biến cố của bi kịch. Là người ngông cuồng kiêu ngạo không coi ai ra gì và ăn nói lỗ mãng dung tục hay chửi thề? Là một người nổi loạn vô chính phủ dùng văn chương để quăng quật vào đời sống những hằn học chất chứa? Là một người không thừa nhận bất cứ một trật tự nào trên thế giới nhưng lại coi thi ca như một tôn giáo linh thiêng?

Tuệ Sĩ đã hỏi về khuôn dáng Nguyễn Đức Sơn:

“Anh là ai? Là một nhà thơ hiện sinh, nổi loạn, quậy phá? Dưới ngòi bút phê bình anh không thể khác đi được: hiện sinh, nổi loạn, quậy phá, du côn. Tôi cũng không nghĩ khác hơn những ảnh tượng và những ấn tượng mà ngòi bút có thể vẽ, có thể miêu tả. Một gã du côn, một tên phạm thánh. Và còn nhiều từ khác nữa. Nhưng làm sao có thể biết được, một người không đến với ta từ con đường trước mặt, hay bằng tiếng gọi từ sau lưng, mà là một cái gì đó, ở đâu đó."

Với tôi, trong cảm quan của riêng mình, tôi thấy khi đọc thơ hoặc truyện ngắn của Nguyễn Đức Sơn, tôi mường tượng thấy hình như thế giới của ông không phải là của mặt đất hiện hữu này. Ông sống như để muốn biểu lộ những suy nghĩ bị khép kín bị đóng băng. Thành ra ông như một con tê giác (tượng hình mà nhà văn Bửu Ý gán cho ông) cứ húc vào hư vô như một phản ứng tự nhiên của một người hình như không còn lý đến căn cước của mình mà vẫn phải sống, vẫn phải trôi theo dòng đời trong khi muốn ngược lại để bơi vào cái khu vực thâm u của chính mình nhưng cũng chưa hề hiểu rõ điều gì là huyễn ảo và điều gì là thực tế.

NGUYỄN ĐỨC SƠN, LÃO QUÁI DỊ TRÊN ĐỒI PHƯƠNG BỐI

Ban Mai

www. sangtao. org, 29/10/2015

Khi thấm mệt tôi đi luồn ra núi
Cuối chiều tà chỉ gặp cỏ hoang sơ
Bước lủi thủi tôi đi luồn vô núi
Nghe nắng tàn run rẩy bóng cây khô
Chân rục rã tôi đi luồn ra núi
Hồn rụng rời trước mặt bãi hư vô.

(Nguyễn Đức Sơn – Một mình đi luồn vô luồn ra trong núi chơi)

Nhà thơ Nguyễn Đức Sơn được người đời phong hiệu là ba kỳ nhân trong làng văn nghệ Miền Nam trước năm 1975 cùng với Bùi Giáng và Phạm Công Thiện. Cuộc đời của ông dị thường giống như những nhân vật quái dị trong kiếm hiệp Kim Dung. Họ quái dị không phải chỉ ở ngoại hình, động tác mà chủ yếu là ở cách sống và hành xử không giống ai, đi ngược lại lẽ thường của cuộc sống. Nếu như trong Tiếu ngạo giang hồ nhân vật Tiêu tương dạ vũ Mạc Đại tiên sinh, thân là chưởng môn phái Hành Sơn, nhưng luôn xuất hiện với bộ dạng một người ăn mày gầy gò đau khổ, chơi một cây dao cầm cũ kỹ và miệng luôn hát bài Tiêu tương dạ vũ, ông được xưng tụng là "cầm trung tàng kiếm, kiếm phát cầm âm" (Trong đàn giấu kiếm, kiếm phát tiếng đàn), võ công lợi hại nơi chốn giang hồ. Nói như nhà văn Vũ Đức Sao Biển "Con người quái dị ấy thoạt ẩn thoạt hiện, mang phong cách của một đạo gia Lão Trang, ung dung tiêu sái giữa cuộc đời. Duy có tiếng đàn và điệu ca Tiêu Tương dạ vũ của tiên sinh luôn luôn trĩu nặng nỗi u buồn, chưa thoát khỏi vòng hệ luỵ của cuộc sống, như dòng nước có đi mà không bao giờ có lại. Mạc Đại là hình ảnh tiêu biểu của một thứ trích tiên bị đoạ". [1]

Cuộc đời nhà văn Nguyễn Đức Sơn cũng kỳ dị tương tự như vậy. Ông sinh năm 1937 tại làng Dư Khánh, tỉnh Ninh Thuận. Từng theo học Đại học Văn khoa Sài Gòn nhưng nửa chừng bỏ học, làm thơ sớm với bút hiệu Sao Trên Rừng, còn trẻ nhưng chớm hoài nghi và thắc mắc những câu hỏi siêu hình. Trước năm 1975 ông mưu sinh bằng nghề dạy kèm ngoại ngữ, ở trong chùa Tầy Tạng, thị xã Thủ Dầu Một, tỉnh Bình Dương. Kết hôn với cô Nguyễn Thị Phượng, cháu của sư trụ trì chùa, Phượng là cháu mồ côi đẹp như Đầm Lai, nên bạn bè thường gọi là Phượng lai.

Sau năm 1975, ông thất nghiệp, không thể dạy kèm tiếng Anh vì không ai học, thời gian ấy tiếng Nga đang là mốt thời thượng, ngự trị tất cả các trường trung học, đại học, tôi nhớ hầu như các giáo sư dạy tiếng Anh và tiếng Pháp chính qui đều bị thất sủng, giảm biên

---

[1] Vũ Đức Sao Biển, " Kim Dung giữa đời tôi"

chế hay chuyển sang các công việc khác, như làm văn phòng, thư viện thì thầy giáo dạy kèm tiếng Anh như ông thất nghiệp là việc đương nhiên. Sống lây lất mấy năm tại Bình Dương, đến năm 1979 ông dẫn cả nhà lên ngọn núi Phương Bối, Lâm Đồng, sinh sống. Thời ấy, sống trên dãy núi Đại Lào hẳn nhiên mưu sinh bằng nghề làm nương làm rẫy. Hãy tưởng tượng một người đàn ông ốm yếu với chiếc xe đạp cọc cạch, hàng ngày thồ đống củi gần 10 cây số đến chợ làng bán để nuôi đàn con nheo nhóc 9 đứa và một người vợ ốm yếu thì cuộc sống của ông cùng quẫn và nhếch nhác đến mức nào. Nhiều người, lên án ông đã để con mình thất học. Theo tôi, có lẽ vì một lý do nào đó nên một thầy giáo, một nhà thơ như ông lại chủ động không cho con mình đi học, không cho con mình bén máng đến chốn bụi trần, sống xa lánh tách biệt với xã hội, đi ngược lẽ thường của cuộc sống là một lý do chẳng đặng đừng, nhưng cái thế bắt buộc phải vậy. Từ đó, gia đình ông ăn chay trường, con ông hầu như đều tu tại gia, trong các am thất trên núi, giai đoạn đói khát một người con trai của ông hái trúng nấm độc, ăn và chết, gây cho ông một cú sốc.

Dân trong vùng Đại Lào đồn thổi ông là người quái dị, ham đọc sách nhưng lại đối xử hà khắc, gia trưởng với vợ con, đêm về nghe tiếng ông hò hét vang xa khắp rừng thông. Tính ông ngông cuồng, nói chuyện chửi bới, văng tục một cách tự nhiên trước mọi người, không kể bất cứ ai, còn thích làm trò khỉ, banh mồm, nhăn răng, trợn mắt. Ông sống riêng một mình trong một tịnh thất nhỏ làm bằng gỗ, chưa có bất cứ người nào bước chân vào, vì ông đái chung quanh góc nhà nói là để diệt mối. Những chi tiết này, làm tôi nhớ đến những dị nhân sống trong các tịnh cốc kiếm hiệp Kim Dung. Thực hư cuộc đời của ông ra sao tôi không biết, nhưng với riêng tôi, người có tâm hồn nâng niu từng bước chân con đi, dõi theo từng bước con lật tập phải là người có tình cảm sâu lắng, tuy bên ngoài bao giờ ông cũng hành xử trái ngược với lòng mình, tâm hồn ông là một trời mâu thuẫn, hãy xem ông nhìn con tập lật:

Nắm tay lật úp đi con
Co thân tròn trịa như hòn đá lăn
Muốn cho đời sống không cằn
Tập cho quen mất thăng bằng từ đây
(Nhìn con tập lật)

Xem cha đốt cỏ ngoài rừng
Nâng niu mẹ ẵm theo mừng không con
Có vài chiếc lá còn non
Gió xua lửa khói nổ giòn trên không
Nắng tà trãi xuống mênh mông
Bước theo chân mẹ cha bồng hư vô
(Đốt cỏ ngoài rừng)

Ngày xưa, trong bài Mai kia ông từng viết
Mai kia tan biến hận thù
Giữa đêm sao chiếu mịt mù phương đông
Cha về ôm cả biển sông
Duỗi chân duỗi cẳng nằm không một đời
Cho con cha hứa một lời
Đuổi mây thiên cổ rong chơi tối ngày
Thu nào tóc bạc òa bay
Có con chỉ trỏ mới hay tuổi già
Cúi hôn trời đất đậm đà
Cha tan theo bóng trăng tà vạn niên

Thời thế đổi thay, ông có biết rằng ngày sau, con ông sẽ nghĩ về ông như thế nào khi cho con hình hài và cuộc sống như vậy.

Trong Mùa hạ, về Phương Bối, Hàm Anh viết:

(Phương Bối Am là một vùng đồi rộng ở Bảo Lộc từ Sài Gòn đi quốc lộ 20 lên Đà Lạt, qua cầu Đại Lào, bên tay trái, đi sâu vào xã Lộc Châu tới con dốc dẫn lên một vùng đồi rộng là Phương Bối Am. Thầy Nhất Hạnh đã xây một thiền thất giữa đồi thông mênh mông, thơ mộng ấy. Sau năm 1975, ngôi nhà bị sập, cả vùng đồi tan hoang, chỉ còn lại cái bể cạn lớn, khô nước, trơ bốn vách tường xi măng). Sơn đã đưa gia đình lên đó, che cái mái tranh, vách ván, cả nhà chui vào ở. Sơn, Phượng vợ Sơn cùng chín đứa con, bảy trai hai gái: Thạch, Vân, Thảo, Thủy, Không, Lão, Yên, Phương Bối, Tiểu Khê..." Những đứa trẻ lớn lên cũng hoang dại như núi rừng, không cách chi sinh sống được, nên tất cả đều lần lượt được gửi vào nương náu nơi cửa chùa. Ngoại trừ Thạch đã có cuộc sống riêng và cắt đứt liên hệ với gia đình, Thảo nằm kia từ lâu lắm, nấm mồ chơ vơ trên ngọn đồi yên ả mây bay. Vân từ chối cơ hội sang Pháp tu học, tạm quay về để gom tất cả bốn người em trai, nuôi ăn học lại dưới một mái nhà tại chân Phương Bối, trong đó Thủy đang theo học cao cấp Phật học tại Sài Gòn. Yên, Không, Lão rời chùa về nhà theo thế học". [2]

Và Phượng, người đàn bà đẹp một thời, nay tiều tụy xanh xao vẫn một lòng lặng lẽ bên ông như một cái bóng, chấp nhận cùng ông đi suốt cuộc đời cơ cực.

một ngày đau khổ chín trong tôi
tôi đến bên cây lẳng lặng ngồi
cây thả trái sầu trên nước lắng

---

[2] Đinh Cường, "Nguyễn Đức Sơn – ngọn lửa tịch mịch" tr45, TC Quán văn số 24

mặt hồ tan vỡ ánh sao trôi

thôi nhé ngàn năm em đi qua
hồn tôi cô tịch bóng trăng tà
trời sinh ra để chiều hôm đó
tôi thấy mây rừng bay rất xa
(Tôi Thấy Mây Rừng)

Một đêm trăng mờ ảo
anh tìm về thăm em
phố buồn như hoang đảo
gió ngừng ru bên thềm
ánh đèn sao le lói
căn phòng sao đìu hiu
anh lặng người thầm hỏi
kiếp người sao tiêu điều

anh đi vòng sau nhà
một mình như bóng ma
giật mình anh nghe thấy
có tiếng gì bay xa

rồi đêm trăng mờ ảo
anh lại về thăm em
như lá vàng lảo đảo
anh lui về trong đêm
(Đêm Thu)

Nhà thơ Nguyễn Đức Sơn là bậc tiền bối, tôi là kẻ hậu sinh không cùng thế hệ, lại chưa đọc hết những sáng tác của ông, nên không dám bình luận, chỉ biết rằng ngày xưa ông được làng văn sắp xếp là một trong tứ trụ thi ca của miền Nam cùng với Bùi Giáng,

Thanh Tâm Tuyền, Tô Thùy Yên chắc chắn phải có được sự cảm phục của nhiều người trong văn giới, vì ngày ấy nếu không có thực tài thì không ai công nhận.

Nhà văn Võ Phiến, đã có nhận xét độc đáo về Nguyễn Đức Sơn:

"Hầu hết những ai bắt đầu xun xoe vào làng văn đều muốn tỏ ra khác người, nghĩa là ngông nghênh. Để có thể tha thứ những bậy bạ hư hỏng ở một kẻ nào, ta tắc lưỡi kêu: hắn trót có tí "máu văn nghệ" trong người. Trong đám văn nghệ với nhau thì nhố nhăng nhất phải thú thật là những chàng thi sĩ. Một nhà nho như ông Tản Đà mà để xứng danh thi sĩ ông cũng làm trò con nít: gửi thư lên chị Hằng, gánh thơ đi bán chợ trời v. v. Còn Chế Lan Viên thì thấy trăng sáng vội kêu: "Ta cởi truồng ra, ta cởi truồng ra " Nguyễn Đức Sơn không cần phải làm như thế. Hãy xem cốt cách của ông: điềm nhiên giản dị hơn biết bao:

đầu tiên tôi thở cái phào
bao nhiêu phiền não như trào ra theo
nín hơi tôi thở cái phèo
bao nhiêu mộng ảo bay vèo hư không...
(Một mình nằm thở đủ kiểu trên bờ biển)

Cứ thế ông thở "đủ kiểu. Rồi qua một bài thơ khác ông lại "khoái trí nằm thở nữa". Một đằng cố gắng làm ra lạ đời nên phải cởi truồng, phải chọc trời ghẹo trăng cho to chuyện; một đằng vốn có bản lĩnh tự nhiên, nên chỉ nằm mà thở thong thả cũng đủ độc đáo chán. Trong thơ, ta đã mấy ai nghe những tiếng thở cái phào cái phèo ngang tàng như vậy? (Nhất là đọc cho đến hết bài "thở đủ kiểu" ta giật mình thấy không phải đó là cái ngông vô cớ, ta không ngờ những hơi thở ấy lại đưa ta đi xa đến thế.) Khi Chế lan Viên muốn cho khác thường, ông đòi: "Hãy cho tôi một tinh cầu giá lạnh", còn Nguyễn Đức Sơn thì chẳng xin một tinh cầu nào, cứ việc nằm ngay trên bờ biển mà vọc c... Khi Chế Lan Viên muốn tỏ ra ngông, ông đòi cởi truồng để tắm trăng; còn Nguyễn đức Sơn thì lại lăn cù trên bờ biển, rồi ngủ quên trên bờ biển, nửa khuya bị mưa ướt, thức dậy tự hỏi mình: "đã đời chưa con?"[3]

Thời trẻ, ông kiêu hãnh, xác định thế đứng của mình bằng cách tự chủ trương tờ "Mặt Đất", trên trang 1 số 1, tháng 11-1965 ông viết:" Đấu trường của bọn trẻ tự động và ý thức nhất. Chủ trương biên tập Nguyễn Đức Sơn, vô gia cư, vô nghề nghiệp, vô địa táng. Tòa soạn lưu động tất hữu, và trường kỳ. Hiện tại không có địa chỉ liên lạc". [4]

Với những lời thơ cao ngạo:
Tao viết văn làm thơ
Cho tụi bây quăng viết
Mặc dù tao không đời nào thèm giết
Những cái thứ cà rơ
(Thì ra)

Nhà thơ Nguyễn Đức Sơn là tổng hợp của những nghịch lý, nơi ông không chỉ có những vần thơ ngông, với lối viết trịch thượng mà ông còn là một nhà thơ xuất thần với những vần thơ đẹp.

rồi mai huyệt lạnh anh về
ru nhau gió thổi bốn bề biển xưa
trăng tà đổ bóng cây thưa
mộng trần gian đã hái vừa chưa em

---

[3] Tràng Thiên. "Nguyễn Đức Sơn ", tr 81-82, SĐD

[4] Trần Hoài Thư, "Có một thời… trích 1 đoạn về Nguyễn Đức Sơn", tr 51, SĐD

(Tịch Mạc)

Một lần tình cờ xem phóng sự trên tivi về người trồng thông trên Đại Lào – Lộc Châu – Lâm Đồng, hình ảnh một ông già gầy gò nhanh nhẹn chống gậy đi trên đồi thông, ngày ấy, tôi không biết đó là nhà thơ Nguyễn Đức Sơn, vì người ta chỉ giới thiệu là người gìn giữ những đồi thông và tự mình trồng ngàn cây thông trên Đại Lào. Nghe nói, ông đã từng bị thương khi bảo vệ tới cùng một tổ chim trên cây rừng Phương Bối do đám người có hung khí tới phá phách.

Nếu không có quỷ ma
Khó bề thấy được Phật
Đó là sự thật của trái đất
Nhưng nghĩ cho cùng tất cả đều trật lất
(Tất Cả Đều Trật Lất)

Hơn ba năm trước, trong một lần tôi đi Đà Lạt tham dự triển lãm phòng tranh của họa sĩ Đinh Cường, ngày ấy đến tham dự có Bửu Ý ở Huế, vợ chồng anh Nguyên Minh – chị Lan, anh Trương Văn Dân – Elêna ở Sài Gòn, anh chị Lữ Kiều – Thanh Hằng, trong căn nhà trên đỉnh dốc cheo leo giữa rừng chiều, lần đầu tiên tôi biết đến tên nhà thơ Nguyễn Đức Sơn, khi các anh bàn đi thăm Sơn Núi ở Bảo Lộc, lúc đó tôi chỉ biết ông là một người bạn của các anh, một nhà thơ trước năm 1975 lập dị sống xa lánh mọi người, không muốn tiếp xúc xã hội, thoát tục như Lão Trang.

Những bài thơ ông viết mang mang chất thiền:

một đêm sao ở trên rừng
đua nhau rụng xuống chào mừng nhân gian
hồn tôi cây cối liên hoan
rưng rưng tôi thấy trăm ngàn ước mơ

tuổi vàng suối mộng trời thơ
lớn lên tôi chết trên bờ hư không.
(Trên bờ hư không)

Lão du sĩ trên núi Phương Bối ngày này vẫn sống trong mộng, canh giữ rừng thông, như ngày xưa trong một bức thư viết cho cha[5]

Sáng mênh mông
Ta đi thơ thẩn trong vườn hồng
Ô bông, ồ mộng, ồ không.

Bây giờ lão vẫn mộng, nhưng là mộng trên đồi thông với tình yêu màu xanh bất diệt.

Trên những con đường xinh tươi nhất
Tôi đi và hát một mình
Rừng cây xanh và rừng cây xanh
Trời trong xanh và mây trong xanh
Trên đồi cây xanh dưới đồi cây xanh
Tôi dừng lại để nghe chim hót
Và theo điệu riêng tôi lại hát
Cho rừng thêm xanh cho ngày thêm xanh
...
Tôi thấy đời như đang bé dại...

Mặc người đời đua nhau nơi chốn phồn hoa, thêu dệt nhiều giai thoại, xem ông như một "con quỷ làm thơ"[6], Nguyễn Đức Sơn, lão quái dị trên rừng Phương Bối, ngày ngày vẫn thong dong với trời thơ của riêng mình, một mình một cõi ta bà.

---

[5] Đinh Cường, tr 44 SĐD
[6] Cách nói của nhà văn ĐPP

TRĂNG ĐẦU NÚI. GƯƠNG MẶT TƯỢNG ĐÁ KHỔ ĐAU. NHỮNG VẾT CẮT THĂM THẲM

Tiêu Dao Bảo Cự

Trích tác phẩm

*"**Mảnh trời xanh trên thung lũng**"*

Trăng Đầu Núi

Trăng Đầu Núi. Đó là tên mới tôi đặt cho Sao Trên Rừng Nguyễn Đức Sơn. Anh là một nhân vật kỳ lạ nhất mà tôi đã từng gặp. Anh luôn là đề tài nói chuyện của bạn bè và những người quen biết khi họ có dịp nhắc đến anh. Tôi quen biết anh đã hơn hai mươi năm qua khi anh và tôi cùng ở chung một thị trấn nhỏ. Thời đó tôi đã viết một truyện ngắn về anh mà bản thảo tôi vẫn còn cất giữ. Tôi viết trên cơ sở hiểu biết về anh và những gì do anh kể. Dĩ nhiên tôi viết về anh theo cách nhìn nhận của tôi.

*

"Thời học trung học, anh ở một thành phố biển. Anh nổi tiếng xuất sắc toàn trường về quốc văn và triết học. Những bài luận quốc văn của anh luôn được điểm mười tám trên hai mươi. Ông thầy quốc văn của anh, một nhà văn lão thành, hết sức tán thưởng và khuyến khích anh nên theo đuổi nghiệp văn. Ông tiên đoán anh sẽ thành công rực rỡ trên lãnh vực này. Thái độ của ông thầy làm anh phấn khởi rất nhiều nhưng cũng đã tạo cho anh một thói xấu: Tính kiêu ngạo. Anh đọc rất nhiều và cố hết sức chống đối, phá đổ những gì anh đã đọc được, đặc biệt ý kiến của các nhà giáo về những tác giả có trong chương trình quốc văn trung học. Buổi chiều anh thường đi miên man trên bãi cát, xuyên qua những hàng dương vắng vẻ, cố gắng moi óc tìm kiếm những luận cứ mới mẻ, những ý nghĩ độc đáo mà anh cho không ai có thể nghĩ ra được. Anh lẩm nhẩm một mình và nhiều khi nhảy cuồng lên la hét như một thằng điên lúc khám phá ra một chân lý hay giải quyết được nghi vấn đã không ngớt ám ảnh anh từ nhiều ngày tháng trước.

Năm cuối ở trung học, bắt đầu tiếp xúc với một số tác giả triết lý, anh đam mê ngay lối suy tưởng triệt để của các tác giả này. Anh đọc tất cả các sách dịch về triết lý có thể có được và miệt mài học sinh ngữ để có thể đọc trực tiếp các nguyên tác. Anh vẫn cố gắng giữ nguyên tắc chống đối lại những gì mình thu nhận được. Anh phản kháng một cách mãnh liệt và nhiều khi đến độ mù quáng hay tuyệt vọng. Bởi kiến thức lúc đó anh chưa bao nhiêu và óc lập luận chưa được vững chắc.

Do đó, anh dần dần trở nên một kẻ lập dị cô độc. Anh không muốn mình giống ai cả. Bố anh, thầy anh, bạn anh, các tác giả lớn. Anh tìm cách đạp đổ hết. Anh muốn tự mình vươn lên như một đại thụ, một ngọn thái sơn ngất trời. Anh chỉ là anh thôi và muốn bay lên chín tầng mây cao để nhìn xuống nhân gian thấp hèn phía dưới. Mọi người chung quanh lần lượt lánh xa anh vì không chịu nổi sự khinh bạc và những phê phán độc địa đầy móng vuốt anh bổ lên đầu họ. Anh càng cô độc càng trở nên kiêu ngạo. Sự thực anh chẳng cần quái gì ai cả. Anh độc hành trên con đường sạn đạo mù khơi chênh vênh của mình bằng những bước chân ngất ngưởng tự hào.

Đậu tú tài xong, anh quyết định hoàn toàn tự do theo đuổi điều mình lựa chọn. Anh sẽ đem chính đời sống mình ra thể nghiệm những gì anh suy tưởng và khám phá. Anh vào Sài gòn với hai bàn tay trắng, ghi danh ở Đại học Văn khoa và bắt đầu làm thơ gởi đăng báo. Anh vật lộn với sinh kế và miệt mài sáng tác với một niềm kiêu hãnh vô biên. Một tạp chí văn nghệ nổi tiếng nhận ra tài năng của anh. Họ đăng ngay những bài thơ anh gởi và hẹn anh đến tòa soạn nói chuyện. Anh hiên ngang bước vào lãnh vực văn nghệ. Những bài thơ đầu tiên của anh là ngôn từ trầm thống của một kẻ cô độc, kiêu bạc và tràn đầy phẫn nộ. Anh bứt tung mọi quy luật thi ca, phóng bút như những đường gươm rồ dại. Đó là điều làm anh trở nên độc đáo và được coi như một trong những kẻ tiên phong khai phá một đường hướng thi ca mới. Anh nhất định viết không giống ai. Những bài thơ của anh ngày càng tục tằn, giận dữ và ngạo mạn.

Trong lãnh vực học vấn, lòng kiêu ngạo cũng làm anh chán ngán giảng đường. Thành thực mà nói, có nhiều ông giáo sư đại học không thể nào ngửi được. Ngồi nghe các ông lảm nhảm những điều nhạt thếch bằng một giọng ấp úng vô duyên, anh ngứa ngáy cả người và chỉ muốn ném chiếc ghế vào mặt những ông thầy đó. Anh tởm luôn cả bọn sinh viên ngồi chung quanh. Giảng như vậy mà chúng cũng ngồi chăm chú ghi ghi, chép chép một cách say mê ngưỡng mộ. Thì ra mảnh bằng đã làm chúng trở nên nô lệ hèn nhát tất cả.

Có lần khi một cơn điên nổi lên, anh đã làm cho một giáo sư và bọn sinh viên xám mặt. Hôm đó anh đi dọc theo hành lang nhìn vào các phòng học. Khi đi qua phòng của lớp dự bị, anh thấy một giáo sư đang cười duyên với sinh viên. Đó là một ông thường mặc đồ lớn màu loè loẹt, đầu chải láng và xức dầu thơm. Anh ghét cay ghét đắng ông này. Anh thò đầu vào cửa hét lớn " Bú l." Anh thấy ông giật nẩy lên như bị điện giật, mặt tái ngắt như gà bị cắt tiết. Bọn sinh viên rú lên. Anh bỏ chạy. Bọn sinh viên túa ra vây lại. Lần đó anh suýt bị đánh và bị lôi thôi mất cả tháng với Hội đồng khoa. Họ không đuổi anh nhưng anh cũng không muốn học nữa. Anh đã quá chán những kiến thức khô cằn mòn sáo trong giảng đường. Anh muốn tự do tung trời sáng tạo.

Anh dấn thân hẳn vào nghề văn. Anh làm thơ, viết truyện ngắn cho nhiều tạp chí văn nghệ. Và nhà văn Annam quả thật khổ như chó. Anh bị điêu đứng vì nhiều chuyện hèn hạ bỉ ổi. Những đàn anh ngày trước mến tài đưa anh lên, thấy anh lên quá, bắt đầu ghen tị và tìm cách dìm anh xuống. Bài anh gởi đến nhiều khi cả mấy tháng không được đăng. Lúc đăng, họ tự ý kiểm duyệt, bỏ bớt hay sửa chữa làm tác phẩm không ra đầu ra đuôi gì cả. Một vài tạp chí bắt đầu viết bài công kích anh, công kích những điều mà trước đây chính họ hết sức thán phục và tán thưởng. Trong những buổi họp anh em văn nghệ, họ hùa nhau đả kích, bêu riếu anh, gán cho anh đủ mọi tính xấu. Nhiều lần anh suýt đánh lộn với một vài người vì giọng lưỡi đê tiện của họ.

Họ làm khó dễ anh cả về phương diện tiền bạc. Những ông chủ

bút, chủ nhiệm, quản lý làm lơ hay hẹn rày hẹn mai mỗi khi anh hỏi tiền nhuận bút. Họ biết anh rất đói rách và muốn anh phải gập mình quỳ gối năn nỉ. Anh vẫn sống được vì từ trước anh vẫn theo phương pháp ăn gạo lứt muối mè của Ohsawa và tự nấu nướng lấy trên một gác nhỏ tồi tàn ở một xóm lao động. Nơi đây lúc nào cũng sặc sụa mùi hôi hám của một con kênh nước đen bẩn thỉu. Dù sao anh vẫn tiếp tục sáng tác. Đó là lẽ sống và niềm kiêu hãnh của anh. Tuy nhiên còn gì buồn khổ bằng một nhà văn đam mê sáng tạo mà không được ra mắt độc giả. Anh tìm đủ mọi cách để xuất bản tập thơ đầu tay, dưới hình thức ronéo. Nhưng vì phải nhờ vả cai thầu văn nghệ và anh làm cho y giận, dù thơ đã in xong đem bày bán, y đã thu lại và xé đốt hết cho hả tức.

Tác phẩm của anh, cuộc đời của anh ngày càng trở nên khốn đốn. Anh bị bủa vây bởi trăm điều nghiệt ngã. Anh cô đơn không cùng và tư tưởng đi dần xuống hố tuyệt vọng. Cái chết ám ảnh anh hằng đêm. Anh nằm co quắp trong bóng tối, hơi nóng mùa hè và mùi sình thối của con kinh nước đen để chiêm nghiệm về lẽ hư vô. Trần gian đã quá chật, quá thấp hèn, đê tiện đối với anh. Anh muốn vươn lên cao, bay đến cõi vô cùng của tịch diệt vĩnh cửu. Anh muốn trông thấy núi cao và vực thẳm. Anh bỏ Sài gòn, đi xe đò không vé lên một thành phố cao nguyên. Anh nhịn đói mấy ngày và tìm đến một ngọn thác. Anh nằm phục trên phiến đá ở đỉnh núi cúi đầu nhìn xuống thác nước cuồng nộ, lắng nghe tiếng gọi của vực thẳm. Anh tưởng tượng đến hình ảnh anh lao xuống hố sâu đầy đá nhọn kia cùng với những bọt nước trắng xóa. Tất cả sẽ mờ phai, tan đi và bay lên vùng mộng ảo chập chờn. Người anh run lên. Anh sung sướng và đau xót khôn cùng. Lẽ tử sinh thật tuyệt vời khổ lụy. Bao lần anh đã chuồi mình nằm vắt vẻo nửa người, dốc đầu xuống vực thẳm. Anh chỉ cần buông mấy ngón tay bám víu nhỏ nhoi vào bờ đá nhám. Anh sẽ thỏa nguyện. Nhưng anh lại trồi lên. Một niềm hối tiếc âm ỉ nào đó đã giữ anh lại với trần gian. Hai ngày sau, anh thất thểu trở về, lòng nguội lạnh như tro tàn, thân thể chỉ còn da bọc xương với đôi mắt sâu và râu ria lởm chởm.

*

Một ngôi chùa đã cho anh tá túc qua ngày. Từ đó định mệnh đã dẫn dắt anh qua nhiều ngôi chùa trên đất nước.

Cửa chùa lúc nào cũng rộng mở nhưng lòng sư nhiều kẻ khá hẹp hòi. Anh cám ơn vô vàn cửa Phật nhưng nhiều lúc không tiếc lời nguyền rủa. Mấy tháng sau anh được giới thiệu về dạy học tại một trường Bồ Đề ở một thành phố miền Trung. Nơi đây anh bắt đầu một cuộc đời mới với những khốn cùng mới.

Anh yêu một cô bé học trò có đôi mắt lai. Tình yêu đến với anh dễ dàng, bất ngờ và cuồng nhiệt. Anh viết những bài thơ và những lá thư tỏ tình. Anh năn nỉ, rên rỉ, hăm dọa, cuồng điên trong cuộc tình này. Không gì ngăn cản được anh, kẻ đã đứng dạng chân giữa hai bờ sinh tử. Anh sống như một ngọn lửa, khi bùng lên sẽ thiêu đốt tất cả. Nàng đã trốn chạy tình yêu thô bạo, lối tỏ tình rừng rú của anh. Tuy nhiên anh là con nhện độc đã bủa lưới trùng vây. Nàng chỉ là con mồi nhỏ bé với đôi cánh yếu ớt. Anh đã cưới được nàng. Sự thực, hoàn cảnh đã giúp anh dễ dàng đạt đến mục đích. Nàng mồ côi cả cha lẫn mẹ, hiện đang sống với một người bà con. Cha nàng là một người lính viễn chinh mắt xanh nào đó đã về xứ. Mẹ nàng đã mất trong chiến tranh. Kể ra như vậy anh cũng xứng đôi với nàng. Đứa con hoang của văn nghệ và đứa con hoang của chiến tranh chung sức xây tương lai dưới một mái nhà.

Nhưng họ chưa thấy được tương lai. Lấy vợ được ba tháng, anh phải đương đầu với một vấn đề mới. Giấy hoãn dịch vì lý do học vấn của anh đã hết hạn. Và anh không chấp nhận chiến tranh. Anh ghê tởm đời sống quân ngũ. Anh chỉ cần tự do, tình yêu và sáng tạo. Anh không muốn ghép mình vào khuôn khổ kỷ luật. Anh không muốn cầm súng bắn ai cả. Giết người là một hành động phi nhân và thô bỉ, dù với bất cứ lý do gì. Anh bắt đầu trốn cảnh sát và quân cảnh. Những người từ trước anh không bao giờ để ý đến bây giờ lại trở nên hết sức quan trọng. Họ ám ảnh anh cả trong những giấc mơ. Anh bắt đầu một cuộc sống bất an. Anh phải luôn nghe ngóng, quan sát mắt trước mắt sau và lủi như chuột mỗi khi di chuyển.

Thế nhưng anh vẫn bị bắt. Và anh đã trốn thoát được. Tất cả ba lần. Một lần nhờ nhan sắc của vợ anh đã làm cho gã lính gác mềm lòng. Hai lần khác do anh mạo hiểm vượt hàng rào kẽm gai bỏ chạy. Trong ba lần bị bắt này, anh đã nếm mùi quân trường và nhà giam. Một địa ngục mầu ô liu và một địa ngục mầu xám. Thà chết còn hơn. Anh tin rằng khi chết, linh hồn sẽ lang thang phiêu bạt giữa trời và đất. Đó mới là chốn đích thật cho những con người như anh.

Sau lần trốn thoát thứ ba, anh mò lên được một thị trấn miền núi. Anh lại xin tá túc ở chùa. Cửa Phật quả là nơi dung thân sau cùng cho những kẻ trốn chạy như anh. Một thời gian sau, anh viết thư nhắn vợ lên. Hai người thuê một căn nhà nhỏ và hành nghề nấu cơm tháng cho học trò và anh em lao động. Anh lo chẻ củi, gánh nước và nấu ăn. Vợ anh phụ trách dọn cơm, tiếp khách. Thị trấn nhỏ bé giá lạnh và đầy sương mù này có vẻ bình yên và ít ai chú ý đến ai. Cảnh sát và quân cảnh hình như cũng hiếm và ít hoạt động. Thật là một khung cảnh thích hợp cho anh. Dù vậy, anh vẫn luôn đề phòng. Anh chỉ đi những ngõ tắt hay băng từ vườn này sang vườn khác. Anh vẫn lủi như chuột khi thoáng thấy chiếc mũ quân cảnh từ xa hay nghe tiếng tu huýt của cảnh sát. Mắt anh đã thành thói quen láo liên quay đảo mỗi lúc ra đường. Anh hạn chế tối đa sự giao tiếp và di chuyển. Ban ngày anh làm việc ở nhà, ban đêm vào chùa viết lách và ngủ lại. Thầy trụ trì khi biết anh là một nhà văn đã có ý tốt dành cho anh một phòng nhỏ yên tĩnh phía sau dãy phòng của các chú tiểu.

Đời sống bên ngoài của anh đã tạm yên nhưng đời sống nội tâm lại bắt đầu lên cơn sốt khủng hoảng. Anh, một kẻ cùng trời phóng đãng, bây giờ phải khép mình làm một gã đầu bếp dơ dáy. Anh, một nhà văn tiền phong của thế hệ mới, đành chôn vùi tài năng sáng tạo ở xó xỉnh rừng núi này. Mỗi lần đọc những bài phê bình văn nghệ có nhắc đến anh, anh lại thấy nhói cả tim gan. Một cơn đau ngầm nổi lên suốt dọc cả hồn xác hành hạ anh không nguôi. Anh muốn thấy tên tuổi mình chói ngời trên các tạp chí văn nghệ, nhưng anh biết một số cai thầu văn nghệ ở Sài gòn không dung anh nữa. Anh khó lòng xuất hiện trên báo của họ. Anh muốn tự mình xuất bản một tờ báo. Trong hoàn cảnh này, điều đó thật là một ước muốn tuyệt vọng. Dù vậy, anh vẫn tiếp tục nuôi dưỡng ý định và miệt mài sáng tác. Những sáng tác mới này phản ánh sự cùng quẫn cay đắng, đang trùng trùng vây phủ như sương mù khí đá của thị trấn heo hút này.

Nghề nấu cơm tháng của vợ chồng anh ngày càng xuống dốc. Dù đã hạ giá xuống mức rẻ mạt, khách ăn vẫn thưa thớt một cách thê thảm. Đã vậy họ không bao giờ đóng tiền đúng kỳ hạn. Đó là điều nguy nhất vì vợ chồng anh không có một chút vốn liếng nào.

Anh đã viết bao nhiêu bố cáo dán lên tường, bằng đủ mọi lối hành văn, sử dụng những hình ảnh cụ thể nhất, mà vẫn không sao có hiệu quả. Thí dụ câu sau đây: "Chủ quán nghèo rớt một lúc hai ba hột mồng tơi nên xin miễn bán chịu và xin quý khách hoan hỉ đóng tiền đúng kỳ hạn". Thực ra những người khách của anh cũng không hơn gì anh. Họ là những học sinh trung cấp đi học xa nhà ngoi ngóp đợi tiền nhà từng ngày. Họ là những phu khuân vác không kiếm được việc làm thường xuyên. Họ là những công chức tập sự đi làm đã ba bốn tháng chưa có lương... Với giá tiền rẻ mạt và muốn phổ biến phương pháp Tân dưỡng sinh Ohsawa, anh nấu cho họ ăn theo nguyên lý âm dương của phương pháp này. Anh chọn những loại rau, quả, củ có đặc tính cực dương, nấu theo cách thức đã được nghiên cứu cẩn thận. Thế nhưng hình như món ăn không hợp khẩu vị của họ, những kẻ đã quen với các món ăn thịt cá đầy dầu mỡ, tiêu ớt trần tục. Họ từ giã ngay quán của vợ chồng anh khi có số tiền kha khá trong túi.

Sự khủng hoảng tinh thần, sự thiếu thốn vật chất. Tâm trạng bất an của một kẻ sống ngoài vòng pháp luật, tất cả đã làm cho anh biến hẳn tính nết. Anh trở nên cộc cằn, thô lỗ và phê phán người khác một cách tàn độc.

Dĩ nhiên anh chỉ có thể cộc cằn, thô lỗ với vợ anh thôi. Anh đối xử với nàng một cách tàn nhẫn và chửi rủa bằng những lời tục tĩu thậm tệ nhất. Ngày trước nàng xinh đẹp óng ả biết bao nhiêu mà giờ đây tàn tạ xấu xí một cách thảm hại. Nhiều lúc anh ngạc nhiên khi nhớ ra rằng nàng mới có mười tám tuổi. Điều đó lại càng làm cho anh bất mãn hơn. Anh bất công với nàng trong đủ mọi chuyện nhưng anh không hề phản tỉnh. Anh chỉ nghĩ đến nỗi đau của riêng mình.

Ngày vợ anh sinh đứa con đầu lòng, nàng phải tự lo liệu lấy hết. Khi chuyển bụng, nàng run rẩy ôm chiếc mền rách đi bộ một mình đến nhà thương. Nàng sinh con so nên rất khó khăn và đau đớn. Các cô y tá không giúp đỡ gì cho nàng nhiều. Nàng phải tự lo cho mình và lo cho con như một con vật cái. Anh không thể đi săn sóc nàng vì trong người không có một thứ giấy tờ nào. Một ngày sau, nàng ẵm con ra về. Mặt tái xanh vì mất máu và thiếu ăn, chân đi không vững, nàng lảo đảo lê từng bước và ngã quỵ ở cổng nhà thương. Một người tài xế chạy ngang đã thương tình dừng lại chở nàng về.

Về được ba ngày, nàng gượng dậy lo cho con vì anh vụng về và không biết gì về việc săn sóc mẹ con mới sinh. Thấy nàng làm việc được, anh bắt nàng phải phụ lo cơm nước cho khách luôn vì anh không dám ra ngoài nhiều. Nàng tuân phục lệnh anh và khóc đến khản cả tiếng, không còn một giọt nước mắt. Anh không hiểu sao lúc đó anh có thể phi nhân tàn ác đến như thế. Anh như một con thú dữ bị thương đã đến bước đường cùng.

Sau khi vợ anh sinh được năm tháng, vợ chồng anh phải đóng cửa tiệm cơm tháng vì quá ế ẩm. Hai người đang bối rối lo lắng vì chưa biết làm gì để kiếm ăn và trả tiền nhà thì may có người quen đề nghị giúp đỡ. Ông ta có một lò bánh mì cũ không sử dụng và một mảnh vườn không ai trông coi nên muốn để hai người đến ở và nhân tiện coi giúp vườn. Hai người mừng rỡ nhận lời ngay. Chỗ ở mới rất thuận lợi cho anh vì biệt lập, kín đáo và có đất trồng trọt. Anh chuyển nghề nấu cơm tháng sang nghề làm vườn. Anh quyết đem sức người biến sỏi đá thành thực phẩm. Anh tận dụng từng tấc đất để trồng trọt. Anh trồng đủ mọi thứ rau trái thực dụng để có thể khỏi cần đi chợ: khoai lang, môn, các thứ đậu, su, chuối, tần ô, bồ ngót, sà lách, mướp, bí, bắp, hành, tỏi, rau răm, rau thơm, ớt, đu đủ, hà thủ ô... Anh xin hay ăn cắp giống ở những vườn anh đi qua. Từng ngày một mồ hôi anh nhỏ xuống trên mảnh đất khô cằn và cây lá mọc lên xanh tươi. Những lúc mệt nhọc, anh thường ngồi dưới một gốc chuối hay dưới một giàn đậu ngắm công trình canh tác của mình và thấy dấy lên một niềm kiêu hãnh. Anh nuôi chính anh và vợ con bằng những thứ anh trồng được. Quan niệm Tân dưỡng sinh của Ohsawa đã giúp ích rất nhiều cho một kẻ khốn khổ như anh trong việc mưu sinh. Đứa con trai anh hơn một năm chưa hề ăn thịt cá và uống sữa rất ít mà vẫn khỏe mạnh, phát triển bình thường. Một dược sĩ đã trố mắt ngạc nhiên khi nghe anh nói như vậy và cho rằng không thể nào tin được.

Thời gian này anh vẫn tiếp tục sáng tác đều đặn. Sáng tác là sự sống thứ hai của anh. Anh không thể nào ngừng nghỉ vì đối với anh, ngưng sáng tác là chấm dứt ý nghĩa đích thực của sự sống. Tác phẩm của anh đã chất đầy cứng một va ly. Anh liên lạc với một nhà xuất bản quen cũ ở Sài gòn. Ông giám đốc nhận lời xuất bản tác phẩm của anh và xúc tiến in tập truyện ngắn thứ nhất. Điều này làm anh vô cùng phấn khởi. Ít ra cũng còn có người biết đến tài năng của anh và anh lại có cơ hội bày tỏ với độc giả, một nhu cầu quá khẩn thiết đối với bất cứ một nhà văn nào, đặc biệt đối với một nhà văn khốn đốn như anh. Hơn nữa tiền bản quyền dù chẳng bao nhiêu nhưng cũng đủ giúp anh dự trữ gạo cho gia đình trong mấy tháng.

Anh bắt đầu giao du với một vài bạn văn và giới trí thức ở đây. Không ngờ thị trấn nhỏ bé này lại là chốn dung thân của rất nhiều tay văn nghệ và trí thức cấp tiến. Họ là những nhà văn trẻ trong quân đội, hoặc cùng hoàn cảnh như anh hay dạy ở các trường trung học. Sự tiếp xúc với những người này làm anh bớt cô độc. Tình thân chớm lên với một vài người đã an ủi anh rất nhiều. Anh khát khao gặp họ để bày tỏ và nghe họ nói. Lòng kiêu căng cố hữu của anh vẫn còn nhưng đã được mài bớt đi rất nhiều. Anh đã chịu bị phê phán và bớt cay độc đối với người khác. Sự tiếp xúc này còn có một khía cạnh nữa. Nó nung nấu lòng khát khao tự do. Anh thèm được như họ. Anh muốn đi lại, ăn ngủ bình thường như bao nhiêu người khác chứ không còn bị ám ảnh bởi sự truy nã đã làm anh luôn bất an khủng hoảng. Mỗi lần có người quen đi xa về, nhất là đi Sài gòn, anh đều đến hỏi thăm họ từng chi tiết về chuyến đi. Anh hỏi về sinh hoạt văn nghệ, về từng hiệu sách, từng góc phố, từng quán café ở Sài Gòn. Anh muốn biết. Anh muốn thấy. Anh thèm khát vô cùng những chuyến đi xa.

Anh bắt đầu theo dõi tình hình qua đài phát thanh và báo chí. Dĩ nhiên nghe và đọc nhờ của chùa chứ anh không thể nào có phương tiện riêng. Tin tức về thương thuyết, hội đàm dồn dập làm anh xôn xao khắc khoải. Anh chỉ có thể thoát khỏi hoàn cảnh hiện tại nếu có hòa bình, không còn cách nào khác. Hòa bình đã trở thành sinh lộ độc nhất cho đời sống anh. Chỉ có hòa bình mới mở ra cho anh cánh cửa hướng về tương lai. Chỉ có hòa bình mới cho anh cơ hội sống lại đời sống đích thực của con người. Chỉ có hòa bình mới giúp anh phát huy hết tiềm năng sáng tạo phong phú của mình. Hòa bình đã trở thành khát vọng thường trực, một ám ảnh không rời trong từng giờ từng khắc. Mỗi lần có tin tức gì đáng lạc quan, lòng anh vô cùng sôi nổi. Anh đi tìm ngay một người bạn để thảo luận. Anh cố tìm một tia sáng giữa bóng tối đang bủa vây đất nước. Anh hăm hở xây dựng một niềm tin dù nhỏ nhoi giữa cơn tuyệt vọng mỏi mòn. Anh khắc khoải chờ đợi. Anh bồng bềnh trôi nổi trên các biến cố.

Anh khám phá ra nhiều điều vô cùng đau đớn. Từ trước anh không bao giờ ngờ rằng sự thành công hay thất bại của một ứng cử viên tổng thống bên Mỹ có thể làm thay đổi sâu xa đời sống của riêng anh và phần nào đó cả dân tộc anh. Anh run sợ hay vui mừng khi biết một điều bất lợi hay tạo ưu thế cho một ứng cử viên đó. Anh theo dõi từng bước đi, từng câu tuyên bố của các nhà thương thuyết tận bên Pháp. Anh mong chờ từng phút kết quả các cuộc mật đàm. Anh lo âu về diễn biến của các cuộc đụng độ ở miền núi rừng giới tuyến hay vùng sình lầy Đồng Tháp. Tất cả đều có liên hệ đến anh. Tất cả đều gắn bó sâu xa với thân phận của một kẻ trốn tránh vô danh nơi thị trấn miền cao bé nhỏ này.

Những khám phá này nhận chìm anh vào một cơn khủng hoảng mới. Anh như một kẻ sa lầy, càng vùng vẫy càng lún sâu xuống. Anh thèm khát tự do và anh bất lực, không tìm ra lối thoát. Anh bị dằn vặt không nguôi. Anh thử trở về với những giấc mộng siêu thoát và hư vô. Anh bắt đầu đi lang thang trong rừng một cách liều lĩnh. Nhiều khi anh nhịn đói nằm dưới một tàng cây suốt ngày, đến tối mịt mới trở về. Anh muốn ngắm trời xanh, nghe chim hót, nhắm mắt ngả mình trên một thảm cỏ mượt. Anh muốn đi ra khỏi xã hội loài người đốn mạt. Anh thích bầu bạn với đồi cao, rừng cây, suối hiền, gió thoảng. Anh dựng một túp lều bằng lá cây trong rừng để đến trầm tư mỗi ngày về lẽ hư vô. Thời kỳ này anh sáng tác được nhiều bài thơ kỳ dị. Những bài thơ kết tinh nỗi khủng hoảng và cô độc vô biên mà anh đã sống trong từng hơi thở:

Khi thấm mệt tôi đi luồn ra núi
Dưới chiều tà chỉ gặp cỏ hoang sơ
Bước lủi thủi tôi đi luồn vô núi
Nghe nắng tàn run rẩy bóng cây khô

Chân rục rã tôi đi luồn ra núi
Hồn rụng rời trước mặt bãi hư vô.
(Một mình đi luồn vô luồn ra trong núi)

Anh tìm vào bầu bạn với núi rừng nhưng rốt cuộc lại lạc loài giữa núi rừng. Anh lạc loài giữa trần gian. Anh lạ lẫm ngay với chính anh. Anh đã điên rồ trong cuộc tìm kiếm nghiệt ngã.

Cả đêm ấy tôi nhảy hoài trong núi
Giữa trăng vàng mờ mịt bóng sinh linh
Trần gian vắng tôi đã về lủi thủi
Cỏ bên hồ thương cảm cũng rung rinh
Tôi nhảy mãi dù trăng sao sắp tắt
Nhảy cà tưng rồi lại nhảy cà tang
Ngại khuya hàn sương giá xuống mang mang
Run lập cập là bắt đầu khổ nhất.
(Một mình đứng nhảy hoài trong núi chơi)

Anh lại thấy mình đang đứng chênh vênh trên bờ vực. Không phải bờ vực tử sinh nữa. Tử sinh đã trở nên chuyện quá tầm thường. Anh phải sống, cần sống và đang sống như một con diều giấy đứt giây lảo đảo nhưng không bao giờ được rơi xuống mặt đất bao dung yên nghỉ

*

Anh lại bị bắt. Thật là một cú đập bất ngờ choáng váng đến tê dại. Từ gần một năm nay anh tưởng mình đã được tạm yên. Những người quen ở đây cho rằng chính quyền đã quá biết anh trốn tránh nhưng vẫn để yên vì cho rằng anh vô hại và nhất là không muốn dồn anh vào bước đường cùng sợ anh sẽ có những phản ứng bất lợi cho chế độ. Dường như đây là một chính sách chung đối với nhiều người có hoàn cảnh tương tự chứ không riêng gì anh. Qua nhiều dữ kiện và suy luận, anh đã dần dần tạm tin như thế nên bớt đề phòng. Đùng một cái, anh bị bắt.

Hình như hai gã cảnh sát đã theo dõi anh từ mấy ngày nay và tiến đến thộp cổ khi anh đi qua quãng đường vắng. Sau này anh được biết anh bị bắt vì một quyết định mới của chính quyền nhằm tảo thanh những phần tử bất hảo như đào binh, trốn quân dịch, du đãng... để ổn định xã hội trước khi bước vào một giai đoạn mới đấu tranh chính trị. Điều đau đớn nhất là anh bị bắt đúng lúc những tin tức về hòa bình đang dồn dập. Các trận chiến quy mô khốc liệt đang đi vào giai đoạn kết thúc. Những cuộc mật đàm và thương thuyết công khai đã chuyển động mạnh tới hồi kết cuộc. Niềm hy vọng đang dậy lên trong anh như ngọn lửa bùng lên sau nhiều ngày tháng âm ỉ đã bị dội một gáo nước lạnh tắt ngúm. Anh rơi hẫng vào một hố sâu muôn trượng của kinh hoàng tuyệt vọng. Anh khó lòng mô tả được xúc cảm của mình trong lúc này. Anh như ngây như dại, như điên như rồ, như mê như lẫn sau một cú va đập ghê gớm làm chấn động cả hồn lẫn xác.

Anh được đưa vào tạm giam ở Ty Cảnh sát trước khi chuyển giao cho Quân cảnh. Một ngày sau, vợ anh dò được tin xin đến thăm. Nhìn vợ con hốt hoảng khóc lóc, lần đầu tiên anh cảm thấy vô vàn thương xót. Đáng lý khi chọn lựa đời sống như anh đã sống, anh chỉ nên chịu đựng một mình. Sự lựa chọn quá đắt giá cho anh đã đành nhưng còn vô cùng khốc liệt đối với những kẻ lệ thuộc vào anh. Anh đã hành hạ, làm khổ vợ con trong những ngày qua, anh sẽ còn làm điêu đứng họ hơn trong những ngày sắp tới. Vợ anh đã có hai con và đang mang thai đứa thứ ba. Làm thế nào người đàn bà khốn khổ không có bà con thân thích đó có thể sống qua những ngày tháng tới để đợi anh về. Có lẽ địa ngục đã mở lối ra trước mặt người đàn bà và ba đứa con đã vì anh mà hệ lụy.

Anh còn lo sợ về những bản thảo anh đã sáng tác suốt bốn năm lẩn lút cùng khốn nơi xứ đày đọa này. Ôi những tác phẩm vô cùng yêu dấu. Anh đã viết bằng máu, bằng hơi thở, bằng nỗi đau thương trùng trùng vây phủ. Những tác phẩm đó một ngày kia phải ra ánh sáng. Để phô bày sự thật ghê hồn về đời sống một nhà văn của một đất nước nhược tiểu dám sống bằng cách đánh cuộc cả đời mình cho một chọn lựa dứt khoát. Một gã lính say nào đó sẽ xông vào nhà hãm hiếp vợ anh, đá tung bản thảo của anh ra đường. Một cơn hỏa hoạn bất ngờ sẽ thiêu tác phẩm của anh thành tro tàn. Nghĩ tới đó, anh nổi gai ốc khắp người, giá lạnh suốt xương da và lòng đau hơn dao cắt. Ai sẽ lo gìn giữ và tìm cách xuất bản những tác phẩm máu thịt – hơi thơ – khốn cùng đó nếu anh bị lưu đày hay chết đi. Anh lo nghĩ đến nỗi sau ba ngày những sợi tóc lơ thơ trên đầu anh đã rụng gần hết.

Dù sao anh có một niềm an ủi, đó là sự giúp đỡ của bạn bè. Trong cơn hoạn nạn anh mới thấy được tấm lòng cao quý của họ. Thực ra anh cũng không thân thiết gì với họ lắm. Có người còn không chấp nhận lập trường văn nghệ của anh nữa. Họ đều nghèo, không thế lực, có thể bị liên lụy nếu dính vào vụ anh, nhưng họ đã gom góp tiền bạc mỗi người một ít đưa cho vợ anh, chạy đôn chạy đáo chỗ này chỗ kia nhờ can thiệp và can đảm đến thăm để an ủi anh trong lúc bất hạnh. Anh không biết lấy gì để cám ơn họ. Vả lại lời nào cũng bằng thừa đối với những tấm lòng đó. Anh chỉ biết ghi khắc vẻ đẹp tuyệt vời của tình người mà từ lâu anh đã hoài nghi chối bỏ. Anh sẽ nghiệm xét lại tư tưởng của mình sau kinh nghiệm sâu sắc này.

Ngày thứ tư sau khi bị bắt, anh được chuyển giao cho quân

cảnh. Anh bị nhốt chung với mấy người thượng trong một hầm đá. Đêm đó trời mưa lớn. Nước vào tứ bề. Phía trên nhỏ giọt, hai bên rịn chảy, ở dưới ngập dần lên. Anh bị ướt như chuột lột và rét buốt tới xương tủy. Mùi hôi thối do phân và nước tiểu hòa tan làm anh ngạt thở. Anh đứng co ro trên mấy chiếc lon sữa và run lập cập té xuống nước mấy lần. Mấy người thượng cũng loi nhoi lóp ngóp. Anh cảm nghiệm đến vô cùng nỗi cực nhục tàn tệ của kiếp người nô lệ. Trong một phút, anh muốn cắn lưỡi cho máu trào, hồn đứt, trả thân xác tồi tàn lại cho cát bụi. Một lần nữa, một cái gì đã giữ anh lại, như lần trước anh dốc đầu xuống vực sâu mấy năm trước. Rồi như một lần chớp lóe sáng trong hầm sâu tù ngục, trong trí óc u mê ám chướng, trong một sát na anh giác ngộ được chân lý. Anh là kẻ thèm khát tự do, đam mê sáng tạo nhưng anh chưa hề tranh đấu để đạt được ước vọng của mình. Anh chỉ là kẻ đầu hàng, chạy trốn. Anh tự tử hay mơ hư không chỉ là những hình thức chấp nhận thua cuộc trong trận phấn đấu giữa đời. Anh để niềm tin lắt lay bám víu vào những biến chuyển thời sự bên Mỹ bên Pháp là buông xuôi trong cuộc chiến đấu giữa lòng đất nước. Anh đối xử tàn nhẫn với vợ con vì anh bị tước đoạt tự do, nhân cách, sống bằng tính ác của con vật bị săn đuổi. Anh phải chiến đấu để được sống như một con người.

Người anh bừng bừng như lửa đốt. Anh không còn thấy lạnh nữa. Những ý tưởng hào hùng chạy trong đầu anh như những luồng điện xẹt. Anh tưởng mình có thể đấm tan chiếc hầm đá kiên cố. Anh cúi xuống nâng một người thượng già lên khi ông run rẩy gục xuống vũng nước cứt đái. Anh biết rõ mình sẽ ra khỏi chốn lao tù bằng bất cứ giá nào.

Sau đó anh được đưa về nhà lao của quân khu đợi ra tòa quân sự lãnh án. Với số tiền của bạn bè giúp, anh đã tìm cách đút lót cho các gã lính gác để trốn thoát nhưng không được. Đối với chúng, tội của anh trong thời chiến quá nặng nề nên không có gã nào dám đồng lõa. Vả lại số tiền anh có cũng chẳng là bao. Tuy nhiên anh đã tâm niệm rằng anh sẽ vượt thoát bằng bất cứ giá nào.

Khi được xe đưa qua tòa án, anh đã bay ra khỏi xe như một con chim. Mấy phát súng nổ theo không làm anh hề hấn gì. Một sức mạnh bất chợt phi thường nào đó đã dồn xuống đôi chân bung mạnh ra làm anh bắn người lên cao, bám vào cổng của một ngõ hẻm. Khi chiếc xe thắng gấp lại, tiếng tu huýt ré lên, tiếng người hét lớn, tiếng chân rầm rập, anh đã mất hút vào trong con hẻm quanh co của một xóm lao động tồi tàn bẩn thỉu. Cám ơn vô vàn con ngõ đen, khung cửa hẹp của tự do tung trời."

*

Trên đây là phần chính của truyện ngắn tôi viết về anh hơn hai mươi năm trước. Tôi cũng không nhớ rõ phần hư cấu chiếm bao nhiêu phần trăm, có lẽ rất ít. Chắc chắn là anh không hài lòng và cho tôi viết không đúng về anh. Nhưng tôi đã nói rõ nhiều lần là tôi viết về anh theo nhận thức của tôi, không thể nào đúng như anh nghĩ hay người khác nghĩ về anh.

Ấy là tôi đã lược bỏ một số ý vì khi đọc lại thấy quá "kinh khủng". Không phải chỉ có tôi viết về anh mà còn nhiều người khác, thường là các bạn văn quen biết. Cuộc sống và con người của anh luôn là một đề tài hấp dẫn. Một số truyện ngắn, bài viết về anh đã được đăng báo, dù không ghi rõ tên, nhưng những người quen biết đọc nhận ra ngay. Thường phản ứng của anh khi đọc những bài đó là chửi thề và chửi tác giả một cách thậm tệ, tuy vẫn giấu ngầm một niềm kiêu hãnh.

Trong cuốn tiểu thuyết "Nửa đời nhìn lại", tôi có viết mấy chương về anh, với tên gọi Mây Đầu Non do tôi đặt. Một tờ báo ở Mỹ đăng mấy bài thơ của anh kèm theo một chương trích trong cuốn tiểu thuyết của tôi mà họ nhận ra nhân vật chính là anh. Một vài bài giới thiệu cuốn sách của tôi cũng có phần phân tích về nhân vật mà anh là nguyên mẫu. Anh nghe nói nên có dịp lên Đà Lạt anh đến thăm tôi và hỏi về việc này. Lúc đó tôi chưa có bản sách in nên đã lấy bản thảo đọc cho anh nghe mấy chương viết về anh. Anh lặng thinh nghe và tỏ vẻ suy nghĩ nhưng chưa có phản ứng gì. Anh yêu cầu tôi khi có sách hãy tặng anh một bản hay cho mượn đọc. Tôi hứa sẵn sàng.

Tôi đã hai lần viết về anh và tôi nghĩ chắc mình sẽ còn viết nữa. Anh và tôi rất khác nhau nhưng hình như có một cái gì đó chung cùng. Có lẽ là sự cô đơn thẳm sâu khi đứng chênh vênh bên bờ vực hư vô mà anh và tôi đã từng trải nghiệm.

Gương mặt tượng đá khổ đau

Tôi đã cho Trăng đầu Núi mượn bản chính cuốn sách "Nửa đời nhìn lại" của tôi sau khi tôi có không lâu. Tôi hơi ngại cuốn sách bị thất lạc vì tôi chỉ có một cuốn duy nhất và chưa photo ra được. Tuy nhiên tôi đã hứa nên đành phải cho anh mượn.

Phải đến mấy tháng sau anh mới mang trả tôi cuốn sách. Trong thời gian đó tôi nghe nhiều người quen nói về chuyện anh và cuốn sách. Họ cho biết anh đã mang cuốn sách cho nhiều người mượn đọc và yêu cầu góp ý. Có người anh chỉ cho đọc tại chỗ những chương viết về anh rồi lấy lại ngay, có người anh cho mượn một vài ngày rồi đến lấy lại chuyển cho người khác. Anh đưa quá nhiều người đọc đến nỗi khi trả lại tôi, cuốn sách đã cũ mèm và sờn rách.

Thế cũng tốt vì nhờ thế mà cuốn sách có thêm độc giả. Đối với những người anh đã cho đọc, anh đều nói ngay là tôi viết về anh không đúng, thậm chí có lúc anh còn chê về mặt nghệ thuật cuốn sách rất kém. Tôi nghe nhưng không giận vì tôi biết tính khí Trăng Đầu Núi, anh đã từng chê phần lớn mọi tác giả và tác phẩm nổi tiếng. Tôi đợi khi gặp sẽ nghe trực tiếp ý kiến của anh.

Lần nào đến thăm tôi anh cũng mang biếu một túm nhỏ trà hay café do anh tự làm từ cây chung quanh nhà. Hồi còn cùng ở với anh trong thị xã, thỉnh thoảng anh cũng mang biếu tôi một ít thức ăn Ohsawa do anh chế biến, có khi chỉ là một chén mít non luộc. Đan Tâm và tôi cũng cảm kích về chân tình của anh.

Khi tôi hỏi ý kiến Trăng Đầu Núi về cuốn sách, anh không trả lời trực tiếp mà chỉ kể lại ý kiến của những người anh đã cho mượn đọc. Phần lớn đều cho tác giả rất dũng cảm khi dám công bố một tác phẩm có nội dung phê phán đảng và nhà nước như thế, tuy mới chỉ là một phần nhỏ của toàn bộ sự thật và ngạc nhiên sao tôi chưa bị xử lý. Có người nói thể loại tác phẩm không thuần nhất nhưng đọc cũng hấp dẫn. Có người nói cuốn sách không mô tả được những cảnh hoành tráng trong một bối cảnh không gian và thời gian rộng lớn, lâu dài nhưng lại đi sâu được vào những tâm cảnh tuy bé nhỏ nhưng phức tạp, tế nhị và có tính điển hình. Trăng Đầu Núi cho đó là những nhận xét sắc sảo.

Tôi gặng hỏi ý kiến của riêng anh, anh vẫn không trả lời mà chuyển sang vấn đề khác. Anh nói thà tôi chửi anh còn hơn là viết về anh không đúng, tôi đã không hiểu anh và không quan tâm đầy đủ đến anh khi đưa anh vào tác phẩm. Anh trách tôi sao trích thơ anh quá ít, chỉ có một bài ngắn loại thơ hai chữ trong khi trích những người khác quá nhiều, lại là thơ bậc thang, in tốn hết bao nhiêu trang sách. Tôi không nhịn được mỉm cười khi anh nói thêm, may ra chỉ có câu chửi thề: " Đù mẹ, đổi mới cái c. c." của anh là đúng. Tôi nói đây là tôi viết về Trăng Đầu Núi theo cách nhìn của riêng tôi chứ không phải là Trăng Đầu Núi tự nhìn nhận chính mình. Tôi còn chưa hiểu hết chính tôi làm sao hiểu anh đầy đủ. Vả lại đây chỉ là một nhân vật tiểu thuyết mà anh là nguyên mẫu thôi, tôi có quyền sáng tạo thêm dù thực ra với nhân vật đó tôi cũng không sáng tạo nhiều lắm.

Anh còn cho tôi biết thêm về thái độ chính trị của những người anh cho mượn đọc cuốn sách của tôi. Điều lạ là phần lớn thuộc nhiều giới tán thành thái độ phê phán nhà cầm quyền của tác giả nhưng một số ít người, lại là những người có liên quan nhiều đến chế độ cũ, chê trách tác giả xu thời, phản bội, hai mặt và có ý ganh ghét. Anh nhận xét những người đó là những người nay làm ăn được và đang có quan hệ mật thiết với những người đương quyền. Tôi cho điều đó cũng dễ hiểu vì thái độ chính trị của nhiều người đã thay đổi nhanh chóng do hoàn cảnh xã hội. Một lớp người ăn nên làm ra trong tình hình mới do cấu kết với nhà cầm quyền lại không muốn có bất cứ một xáo trộn nào và công khai ủng hộ chế độ.

Cũng còn nhiều lý do khác như sự cầu an hay do chuyển biến nhận thức mà người ta thay đổi thái độ chính trị, như trường hợp của TV. TV là người đồng cảnh ngộ với tôi và hiện đang làm việc cho một tòa soạn báo ở Sài Gòn, sau một thời gian cùng với tôi long đong tìm việc dạo nào. Trước đây tôi có tặng anh một cuốn "Nửa đời nhìn lại" của tôi cùng với một tập những bài giới thiệu, phê bình cuốn sách ở nước ngoài. Sau đó không lâu có dịp về Sài Gòn tôi đến thăm anh ở tòa soạn. Thời gian này có lẽ anh đã được tin cậy và giữ một vai trò gì đó khá quan trọng trong tòa soạn. Tôi đến gặp lúc ban biên tập đang họp, cô nhân viên trực bảo tôi ngồi đợi. Vì không có nhiều thời gian, tôi đề nghị cô nhân viên vào báo cho TV ra cho tôi gặp năm phút thôi nhưng cô ta nhất định không nghe, bảo đã có lệnh khi ban biên tập đang họp, không ai được ra vào. Tôi bực mình nên đích thân đến gõ cửa phòng họp và yêu cầu gặp TV. Mọi người trong phòng có vẻ ngỡ ngàng và hơi bực bội nhưng rồi TV cũng ra ngoài gặp tôi.

Anh đưa tôi ra quán café phía trước ngồi nói chuyện. Hỏi thăm về gia đình, anh bảo đang thu xếp đưa vợ con vào vì qua mấy năm làm việc, anh đã tích lũy được vài chục triệu và đang được cơ quan giúp mua một căn nhà trả góp. Về công việc, anh bảo làm ở đây thoải mái, tình hình tự do báo chí cũng khá cởi mở và những người làm báo cũng đang đấu tranh cho dân chủ. Về cuốn sách của tôi, anh bảo bạn bè ai viết được gì anh cũng mừng nhưng anh không thích thái độ của bọn nước ngoài về cuốn sách. Anh bảo bọn đã phản bội tổ quốc, bỏ nước mà đi không có tư cách gì để bàn chuyện đất nước. Tôi kinh ngạc trước sự thay đổi nơi anh. Tôi thử tranh luận với anh một chút nhưng vì thấy quan điểm hiện nay của chúng tôi khác nhau quá xa, nói nhiều chỉ làm đổ vỡ tình bạn nên tôi thôi tranh luận. Sự cách biệt bất ngờ có cái gì cay đắng làm chúng tôi không ai uống hết nổi ly café. Tôi chia tay TV trong nỗi buồn và nghĩ rằng có lẽ mình đã mất một người bạn. Trong sự thay đổi to lớn và gay gắt này của toàn xã hội, có thể người ta sẽ còn mất nhiều thứ nữa.

Trước khi chia tay, Trăng Đầu Núi còn nói lại ý trách tôi sao đã trích thơ anh quá ít. Tôi hiểu anh có nhu cầu bức xúc muốn công bố tác phẩm vì bao nhiêu năm qua nghe nói anh đã làm hàng ngàn bài thơ nhưng chỉ để đó. Tôi thanh minh là tôi rất muốn nhưng không làm được vì anh chỉ chép đưa tôi mấy bài trong đó có những bài không thích hợp để đưa vào tác phẩm. Còn có những bài khác rất hay anh đã đọc cho tôi nghe nhưng khi viết tôi lại không có văn bản. Kể cũng rất đáng tiếc.

Thời gian này, Trăng Đầu Núi hay lên Đà Lạt chơi và đi đây đó vì anh mới sắm được chiếc xe gắn máy. Một chiếc xe kỳ quặc hiệu Monkey gì đó, bánh nhỏ, thấp lè tè mà anh ngồi lên trông như đang ngồi bệt xuống đất. Đây là chiếc xe độc nhất vô nhị tôi đã từng thấy không biết anh đào ở đâu ra.

Tuy vậy anh rất tự hào với chiếc xe phong trần không kém gì anh. Dù sao nó vẫn hơn chiếc xe đạp cà khổ trước đây. Anh có thể đi Sài Gòn, Đà Lạt chở theo vợ và đôi khi một đến hai đứa con nhỏ. Với bộ vó cà tàng muôn thuở, chiếc bê rê đen trên đầu, khăn quàng cổ mầu nâu vắt thõng, áo len xám bạc mầu, đôi bốt đen bết bùn dưới chân, anh có thể ngự lên con ngựa sắt lùn để ngao du cho thỏa chí giang hồ. Tôi không hiểu dạo sau này vợ chồng anh làm ăn sinh sống ra sao ngoài thu nhập ít oi từ vườn trà cũ trên đồi chung quanh nhà nhưng thấy anh thỉnh thoảng đi chơi được tôi cũng mừng cho anh.

Thuở ấy, sau một thời gian sống chui lủi trốn quân dịch, đến ngày thống nhất, anh mang vợ con trở lại thị trấn miền núi cũ. Không còn ở được nơi cái lò bánh mì ngày trước, anh cùng gia đình lên núi ở một nơi không xa thị trấn lắm mà trước đây một nhà sư nổi tiếng anh quen biết đã lập ra một thiền viện nay bỏ hoang hóa. Thiền viện chẳng sót lại dấu tích gì sau cơn binh lửa, chỉ còn lại một bể chứa nước lớn đã vỡ và mấy sào trà còi cọc. Ban đầu gia đình anh ở ngay trong bể nước vỡ, chỉ cần che mấy tấm tôn làm mái là xong. Ra vào bằng lỗ chỗ vỡ, ban tối lấy miếng ván chặn lại càng an toàn giữa chốn đồi núi hoang vu. Thời gian sau anh kiếm thêm được ít cây gỗ và tôn, dựng một cái nhà sàn kiểu nửa kinh nửa thượng, tuy xấu xí nhưng cũng thoáng mát và thoải mái hơn. Tôi đã nhiều lần lên thăm anh tại nhà sàn này. Về sinh kế, vợ chồng con cái anh bắt tay khôi phục lại mấy sào trà, trồng thêm các thứ rau quả mà trước đây anh đã có kinh nghiệm, thỉnh thoảng vào sâu trong núi kiếm củi và hái sim, măng mang ra chợ bán. Hình như anh cũng được bạn bè xa gần giúp đỡ vì nhiều người yêu quý anh và ai cũng biết anh rất nghèo túng.

Điều kỳ lạ là với cuộc sống như thế, vợ chồng Trăng Đầu Núi lại rất đông con. Lâu lâu gặp lại hỏi thăm đã có thêm đứa nữa, tổng số lên đến gần chục đứa. Ấy thế mà anh chị và các con đều ăn chay trường từ bao năm nhiêu năm qua. Ai bảo ăn chay diệt dục quả là sai lầm. Bạn bè đôi lúc nói đùa về "khoản đó" anh còn mạnh hơn rất nhiều người khác.

Trong hoàn cảnh sống đó, gia đình đông con là một bi kịch lớn mà Trăng Đầu Núi dù có thừa nhận hay không cũng chịu trách nhiệm hoàn toàn về việc nuôi dạy con cái. Bạn bè khi nói chuyện với nhau thường trách anh về điều này. Các con anh đều còi cọc vì suy dinh dưỡng, ăn mặc rách rưới và không đứa nào được đi học trong khi anh thông kim bác cổ, chữ nghĩa đầy mình. Mãi sau này mới có vài đứa được gởi vào chùa hay trại xã hội, được học chút ít nhưng đều bị quá tuổi so với bạn bè cùng lớp nên mặc cảm, học hành cũng chẳng ra gì.

Có thể ban đầu anh nghĩ anh và gia đình sẽ sống một cuộc sống khác thường bên ngoài xã hội, theo quan niệm riêng của mình nhưng không thể được. Vợ con anh sinh đẻ, bệnh tật anh phải đưa vào bệnh viện, con cái anh lớn phải ra đời tiếp xúc với xã hội để kiếm sống, đất anh trồng trọt bị lấn chiếm và có lần chính anh bị đập suýt bể đầu khi chống lại những kẻ lấn chiếm và sau đó vụ việc đưa ra pháp luật, anh phải vác chiếu hầu tòa... Anh là Trăng Đầu Núi nhưng lại có vợ con, gia đình nên không thể thoát ra khỏi cuộc sống xã hội. Mà dù chỉ có một mình anh sống ẩn dật trong rừng già như các Yogi trên đỉnh Himalaya cũng không thể được vì anh phải chịu quản lý hộ khẩu và còn tham vọng văn chương. Điều này càng làm cho bi kịch của đời anh, gia đình anh càng lớn.

Tôi chưa nói thẳng với anh nhưng tôi nghĩ cuộc sống như anh không nên có gia đình là hơn vì những người khác sẽ không vì anh mà hệ lụy. Bây giờ con anh có đứa đã lớn, bỏ đi bụi đời và thề sẽ chống lại anh đến cùng dù trước đây nó hoàn toàn chịu khuất phục trước người cha kiêu ngạo và cứng rắn. Những đứa con nhỏ, vợ chồng anh nuôi không nổi phải gởi vào chùa hay cả trại xã hội. Và vợ anh, chao ôi, người phụ nữ này chắc phải chịu nhiều đau thương gấp bội lần niềm đau tư tưởng siêu hình và sáng tạo của anh.

Tôi nhớ mãi khuôn mặt chị hơn hai mươi năm trước khi tôi đến an ủi chị tại nơi ở là lò bánh mì cũ trong lần sau cùng anh bị bắt. Dù chị đã tiều tụy vì vất vả và lo lắng nhưng khuôn mặt trái xoan thon dài của chị vẫn còn nét đẹp mê hồn. Đôi môi hồng với hàm răng trắng đều, chiếc mũi thẳng thanh mảnh và đôi mắt nâu long lanh nước mắt với hàng mi dài rợp bóng liêu trai ánh lên niềm đau và nỗi tuyệt vọng làm tôi nao lòng và lặng người đến độ không sao thốt lên một lời an ủi cho ra hồn. Đó là một vẻ đẹp mong manh đang bị thương tổn và quằn quại trước những chà đạp thô bạo của một phận người.

Mấy năm sau lần tôi gặp chị trước căn nhà sàn trên núi lúc chị vừa gánh củi về, nhìn vào mắt chị tôi lại thấy nhói đau. Giữa khuôn mặt sạm đen và mái tóc rối bù cháy nắng, đôi mắt dài long lanh ngày nào đã u hoài mờ mịt nhưng lại ánh lên một nét căm hờn vẫn còn mang một vẻ đẹp hoang dã. Lần đó tôi đã gần như chạy trốn khi từ chối lời mời của anh chị ở lại dùng cơm.

Và bây giờ, chị đang ngồi trước mặt tôi lặng im nghe Trăng Đầu Núi và tôi nói chuyện khi anh chở chị đến thăm chúng tôi. Chị mặc bộ đồ cũ – với quần jean, áo sơ mi, áo khoác, khăn quàng – loại đồ mà người ta vẫn gọi là hàng sida, cùng với đôi giày sờn rách, toàn thể toát lên một gì cũ kỹ, quá thời, tàn tạ. Và khuôn mặt chị như đã hóa đá. Tôi chưa từng thấy một khuôn mặt nào như thế. Những tượng người của những nhà điêu khắc lừng danh thế giới mà tôi đã được xem chưa bao giờ làm tôi xao xuyến như khi ngắm nhìn khuôn mặt chị bây giờ. Đó là một tượng đá còn sống, một tượng đá khổ đau. Khổ đau từ trong thẳm sâu hồn xác hiển hiện lên từng lỗ chân lông, từng tế bào, từng nét nhăn, từng thớ thịt, trên đôi mắt hầu như đứng tròng, trên hàng mi dài xác xơ, trĩu nặng, trên đôi môi lạnh lẽo như đã vĩnh viễn khép lại nụ cười. Trên khuôn mặt người phụ nữ tôi đã từng quen biết hơn hai mươi năm này, vẻ đẹp liêu trai mê hồn năm xưa đã hóa thân thành nỗi đau thương cô đặc, đúc thành tượng đá thịt da, được phủ lên một lớp bụi thời gian từ thiên cổ.

Tôi hỏi chị vài câu nhưng chị chưa kịp trả lời thì Trăng Đầu Núi đã giành nói trước. Đó vẫn là thói quen của anh, Tôi bỗng thấy giận Trăng Đầu Núi vô cùng. Có phải vì anh, vì cuộc sống chung với anh, cuộc thử nghiệm điên rồ của một kiếp người đã làm chị trở thành như hôm nay. Tôi không nghe Trăng Đầu Núi nói nữa.

Tôi hình dung ra thảm cảnh mà chị đã sống trải trong đời. Qua những gì mà tôi đã chứng kiến và chính anh chị đã kể lại cho tôi nghe. Gần mười lần sinh nở, lần đầu phải tự đi bộ đến nhà thương và tự trở về, lần tự sinh con không cần người đỡ, lần phải được khiêng từ trên núi xuống giữa đêm khuya. Một căn bệnh nan y làm chị đau vỏ óc suýt nữa lìa đời nếu không cấp cứu kịp. Nỗi đau lòng của người mẹ khi nhìn những đứa con lớn lên không giống ai lạc loài trong trường đời khắc nghiệt. Những công việc vất vả của cuộc mưu sinh rút dần sinh lực, xương thịt, vẻ đẹp trời cho. Và những xung đột triền miên với người chồng tài hoa, cao ngạo, theo đuổi một cuộc sống phi thường nhưng đầy nhọc nhằn khổ ải... Thật quá nhiều cho một kiếp người.

Tôi không dám nhìn vào khuôn-mặt-tượng-đá-khổ-đau của chị nữa. Câu chuyện văn chương, triết lý giữa Trăng Đầu Núi và tôi bỗng trở nên tẻ nhạt. Tôi chợt hiểu rằng không có gì quý hơn hạnh phúc của con người. Bất cứ điều gì, dù là chính trị, văn chương, triết lý... nếu phá vỡ hạnh phúc của con người, chỉ có thể trở thành thuốc độc dán nhãn hiệu hoa hòe để lừa bịp mà thôi.

Những vết cắt thăm thẳm

Có lẽ Trăng Đầu Núi không thích nền văn minh kỹ trị nên anh ghét các loại máy móc. Anh rất lúng túng khi gọi điện thoại. Mỗi lần đến nhà tôi có việc cần gọi, anh nhờ tôi quay số liên lạc sẵn rồi đưa điện thọai cho anh nói. Có lần anh nói với tôi anh chưa hề trông thấy cái máy vi tính. Tuy vậy từ khi sắm được cái xe gắn máy, anh đã đi lại được rất nhiều. Tôi không biết cái xe kiểu "con khỉ" thật hay anh đặt tên cho nó để có hơi hướng rừng rú thích hợp với anh. Mỗi lần lên Đà Lạt anh đều đi thăm một vòng Bùi Minh Quốc, Hà Sĩ Phu, Mai Thái Lĩnh và tôi, cũng như nhiều bạn bè khác và các chùa mà anh quen biết. Anh lại có dịp kể cho tôi nghe về các cuộc tiếp xúc với người này người nọ.

Tôi chưa hiểu triết thuyết riêng của anh thế nào vì chưa bao giờ nghe anh nói rõ nhưng anh thường phê phán một số nhà tu hành nổi tiếng. Tôi biết anh thích Phật giáo nhưng lại phê phán kịch liệt các thiền sư được coi là hàng đầu trong giáo hội. Anh cho rằng tư tưởng và hành động của họ không những làm hại đến Phật giáo mà còn gây nguy cơ cho toàn thể nhân loại. Tôi rất muốn biết quan điểm của anh một cách cụ thể nhưng khi tôi hỏi, anh nói nhiều mà tôi vẫn không rõ. Dường như anh chỉ kết luận một cách khẳng quyết mà không hề chứng minh tuy tôi hiểu anh có lý do để đi đến kết luận. Có nhiều ý kiến của anh tôi không đồng tình nhưng tôi không tranh luận vì tranh luận với anh rất khó và tôi cũng không muốn làm mất hòa khí giữa anh và tôi. Chúng tôi không thân nhau nhưng đã có vài mối quan hệ đặc biệt từ mấy chục năm qua.

Ai cũng biết Trăng Đầu Núi cực kỳ kiêu ngạo nhưng những biểu hiện của anh làm cho nhiều người phải sửng sốt. Anh đã từng viết bốn lá thư phê phán một nhà văn nổi tiếng với lời lẽ thậm tệ gần như mạt sát từ tác phẩm cho đến cuộc đời và photo phổ biến rất rộng rãi. Anh lên án thái độ sống và thái độ chính trị của một số văn nghệ sĩ tên tuổi trong đó nhiều người là bạn bè của anh. Trong những ý kiến có vẻ như rất cực đoan của anh tôi vẫn thấy những phần cốt lõi rất có lý. Trong thời đại này muốn sống trung thực và cao thượng không phải là điều ai cũng có thể làm được. Người ta dựa vào thế lực, tài năng, danh tiếng của nhau để sống, để lên mặt với thiên hạ. Trăng Đầu Núi không chịu nổi điều mà anh cho là đáng kinh tởm này, nhất là trong giới văn nghệ. Điều anh nói làm người ta khó chịu, bất bình nhưng không thể không suy ngẫm.

Anh đã dám sống theo cách của mình nên anh có tư cách để phê phán người khác. Dĩ nhiên người ta cũng có thể phê phán ngược lại anh.

Trăng Đầu Núi được một số bạn bè giúp đỡ, nhất là những người ở nước ngoài, nhưng thái độ của anh khi nhận rất đặc biệt. Anh cho rằng không phải anh cám ơn họ mà họ phải cám ơn anh. Một thiền sư nổi tiếng ở nước ngoài nhờ người quen về nước gởi tiền cho anh. Anh bảo không những người mang tiền đến đưa cho anh phải sướng run lên mà vị thiền sư kia khi nghe kể lại cũng phải sướng run lên mới được. Đó là anh nói với tôi và tôi không rõ anh có nói với người đưa tiền cho anh không. Nếu anh có nói và vị thiền sư kia cũng có phản ứng đúng như thế thì đây quả là một câu chuyện thiền thú vị.

Trăng Đầu Núi và tôi ít khi nói chuyện gia đình nhưng cũng có khi anh hé mở đôi điều. Tôi hiểu nỗi dằn vặt đau đớn của anh về gia đình cũng nặng nề và sâu sắc không kém gì những dằn vặt, đau đớn về những vấn đề siêu hình cũng như chính trị thời cuộc và nhân tình thế thái. Anh đã từng nói về chuyện ngộ, giải thoát nhưng tôi cho rằng anh còn nặng nợ lắm. Mối quan hệ giữa vợ chồng anh có những lúc rất căng thẳng, gần đi đến đổ vỡ. Anh cho rằng anh không thể chịu đựng nổi người phụ nữ bảo thủ và độc đoán nhưng tôi sợ rằng chính anh cũng như thế và khi mỗi người đều tự cho mình nắm được chân lý thì thật khó hòa hợp. Ai cũng có thể bảo thủ, độc đoán chứ không nhất thiết phải là người cầm quyền và người cầm quyền lại càng dễ trở nên độc tài chuyên chế. Người ta càng cực đoan trong tư tưởng càng dễ va chạm và trong mối quan hệ hôn nhân, có lẽ khó ai có thể vĩ đại trước mắt vợ, chồng mình. Anh không xác định nhưng tôi mong và tin gia đình anh không thể tan vỡ. Đã cùng trải qua bao cay đắng, khổ đau người ta bị buộc chặt vào nhau không thể chia lìa.

Những đứa con đông đảo trong hoàn cảnh luôn luôn quẩn bách đối với anh đã trở thành gánh nặng không sao kham nổi, từ tinh thần đến vật chất, từ sự bất lực của anh và phản ứng ngoài tầm kiểm soát của những đứa con khi chúng dần trưởng thành. Anh không biết đứa lớn đi bụi đời phiêu bạt phương nào. Anh biết những đứa gởi vào chùa hay trại xã hội không thể nào thích nghi hay vui sống được. Những điều anh đã biết hay không biết đều đưa tới tương lai vô định.

Trong mắt tôi gia đình anh là bi kịch của tận cùng bi kịch trong một xã hội ở đỉnh cao của bi kịch nhưng vẫn còn dồn nén chưa bùng nổ. Hình như anh đã gần sáu mươi tuổi rồi, lứa tuổi đi vào xế chiều của cuộc đời trần gian dù anh tự cho anh vẫn còn rất sung sức để sống và sáng tạo. Khuôn mặt nâu sạm của anh đầy những vết nhăn sâu mà có khi anh rất tự hào. Tôi thấy trên đó những vết cắt thăm thẳm của những trầm tư đau đớn quằn quại nhất của phận người giữa lòng một thời đại đã vang lên lời réo gọi của vực sâu hủy diệt.

Nhà thơ Nguyễn Đức Sơn (Ảnh: Internet)

NGUYỄN ĐỨC SƠN, NHÀ THƠ

Nguyễn Mạnh Trinh

www. sangtao. org, 26/06/2012

Nguyễn Đức Sơn. Bùi Giáng. Phạm Công Thiện, có lẽ là những khuôn dáng thi ca lạ lùng nhất của hai mươi năm văn học miền Nam. Chân dung tác giả và chân dung tác phẩm hình như có nhiều điều quan hệ với nhau và mỗi người tạo ra được cho mình những huyền thoại có khi là của thế giới hiện hữu này nhưng có lúc là của một không gian thời gian khác của một mặt đất khác.

Riêng với Nguyễn Đức Sơn, từ thời kỳ bắt đầu với bút hiệu Sao Trên Rừng đã tỏ lộ một cá tính đặc biệt. Tuổi còn trẻ nhưng thơ đã chớm hoài nghi, đã thắc mắc về những câu hỏi đầy tính siêu hình. Lấy bút hiệu từ một câu thơ trong bài "Trên bờ hư không" có phải là bước khởi đầu của một cuộc du hành mà đích đến còn xa thăm thẳm và chính con người cũng không biết điểm đứng của mình ở đâu tận chỗ nào. Khi trẻ tuổi, trong cái thơ mộng lãng mạn của tâm tư nhưng vẫn cảm thấy rất bao la những bờ vực phân vân từ nỗi hư không còn mất:

"một đêm sao ở trên rừng
Đua nhau rụng xuống chào mừng nhân gian

Hồn tôi cây cối liên hoan
Rưng rưng tôi thấy trăm ngàn ước mơ
Tuổi vàng suối mộng trời thơ
Lớn lên tôi chết trên bờ hư không."

Trả lời cuộc phỏng vấn của tạp chí Bách Khoa do Nguyễn Ngu Í phụ trách, Sao Trên Rừng đã tỏ bày về sáng tác của mình khi được hỏi: Sáng tác để làm gì? Để cho mình hay cho thiên hạ? Để bây giờ hay để cho mai sau?:

"Tôi chưa hề thử đặt cho mình câu hỏi này. Tôi viết vì bị thúc đẩy bởi một lực ở đằng sau và được thu hút bởi một lực ở phía trước. Đó là những ma lực làm tôi cảm khoái huyền diệu xa xăm. Thứ cảm khoái này kéo dài được chứ không ngắn như nhục cảm. Viết được một đoạn hay tôi đi lên đi xuống thưởng thức và khoái trí. Nên tôi nghĩ rằng sáng tác cho mình trước hết. Dùng lý trí phân tích để biết rằng sáng tác cho mình hay cho thiên hạ tôi e nhiều người phản lại ý mình. Có thể nói câu câu hỏi đầu tiên của người phụ trách không có được. Vì lý do tinh thần như tôi đã nói tôi viết cho bây giờ. Và sự thực vì lý do vật chất tôi cũng viết cho bây giờ. Nhưng viết cho bây giờ là thế nào? Chỉ có người viết truyền đơn trong một giai đoạn hay tình thế chính trị nào đó, chỉ có những người viết thiệp mời những người đó mới viết cho bây giờ. Còn người viết phóng sự xã hội (tôi muốn nói đến những phóng viên có học thức và khả năng hẳn hoi và hạng người này rất hiếm thấy) cũng chưa phải hoàn toàn viết là viết cho bây giờ. Vậy tôi nghĩ viết là viết cho mai sau. Hơn nữa nếu tôi biết chắc chắn rằng hằng hằng thế kỷ sau những cái gì tôi sẽ viết trong đời sẽ không có ai đọc, tôi bỏ viết ngay (Tôi biết nhiều người đang bĩu môi khó chịu khi đọc xong câu đó) và nếu bây giờ tự nhiên tôi có một lòng tin chắc chắn là trái đất sẽ sụp đổ và loài người sẽ bị tiêu diệt và đồng thời không có một loài người nào tái thế hoặc từ một hành tinh, một cõi đời nào khác tìm đọc tôi bỏ viết ngay. Cũng nên nói thêm là nếu tôi biết chắc chắn sau này có người vượt tôi một cách xứng đáng tôi sẽ không viết. Tôi không muốn làm Tolstoi để sau này biết có Dostoyevsky dù Tolstoi đã là một hòn núi cao mà ít người vượt qua. Nếu Chateaubriand, nếu Victor Hugo hồi sinh thời biết rằng đến bây giờ học sinh ngao ngán chán chường đọc văn hai ông và giáo sư (tôi chỉ nói những giáo sư có thực tài) phải giảng những đoạn văn kia như một của nợ hai ông đó sẽ làm một người thường rồi. Nói tắt một lời, tôi viết cho mai sau."

Sao Trên Rừng có một bài thơ lục bát được nhiều người truyền tụng. Cũng là những băn khoăn của con người giữa vùng trời biển bao la. Chẳng còn niềm tin. Chẳng còn gì sót lại ngoài cảnh hoang tàn và của biển khuya với tiếng vẳng lại từ tâm thức thì thầm đến ngàn sau. Bài *"Đêm Khơi"*:

"lênh đênh thuyền dạt xa miền
nửa đêm bừng tỉnh man thiên một trời
trông lên thượng đế đi rồi
hỏi mây thái cổ con người vân vi
lối mòn cỏ mộ xanh rì
ngoài ra kìa chẳng còn gì nữa đâu
đảo buồn thổi gió lao xao
ngàn xưa còn tiếng thì thào biển khuya"

Nhà thơ Nguyên Sa đã tạo thành một tiền lệ khi viết một bài thơ để làm thiệp cưới và bài thơ ấy đã trở thành một kỷ niệm tình yêu nổi tiếng." Nga" là bài thơ có những câu như *"hôm nay Nga buồn như con chó ốm /như con mèo ngái ngủ trên tay anh /đôi mắt cá ươn như sắp sửa se mình /để anh giận sao chả là nước biển".* Nguyên Sa đã đem thi ca để làm dấu chứng cho cuộc tình của mình với tất cả những nét mới lạ khác với lề lối thói tục thông thường.

Nguyễn Đức Sơn là thi sĩ thứ hai trong hai mươi năm văn học miền Nam với tập thơ *Đêm Nguyệt Động* để kỷ niệm ngày cưới của mình. Ông đã đi qua tập tục đạo đức thường hằng của phong tục Việt Nam để làm những câu thơ dung tục nhưng có chất chân thực của tâm tư chàng tuổi trẻ. Trước thân thể người nữ, chàng tuổi trẻ ấy như ngạc nhiên trước sự nhiệm mầu của cuộc sống và cả những điều cần che dấu nhất lại có sự linh thiêng riêng biệt. Hình dáng của người nữ nhạt nhòa không rõ nét nhưng những phần ẩn khuất của thân thể lại có những bí hiểm riêng hấp dẫn và không còn nét dung tục nữa. Đó là với riêng Nguyễn Đức Sơn. Nhưng với người bình thường thì không như vậy. Người xuất bản tập thơ *Đêm Nguyệt Động*, ông Thanh Tuệ kể lại:

"Một hôm Sơn đưa cho tôi tập bản thảo Đêm Nguyệt Động và bảo: "Nó là máu huyết và tim óc của tôi. Tôi muốn có nó ngay hôm ngày cưới của tôi" Thời gian này nhà An Tiêm đã in cho Sơn tập truyện Cát Bụi Mệt Mỏi. Tôi đồng ý in ngay cho Sơn và coi như món quà tặng Sơn ngày cưới. Nhưng khi xem lại bản thảo Đêm Nguyệt Động tôi choáng váng, thơ quá ư "tục" thế này làm sao dám đưa cho thợ sắp chữ! Nhưng rồi cũng phải nghĩ được cách là đưa tập thơ vào Chợ Lớn ở một nhà in Tàu để sắp chữ và in. Nhà in này nằm ở đường Trần Điền (Lá Bối và An Tiêm thường in bìa ở đây) Yên chí vì ở đây toàn thợ là Tàu rặc ngoại trừ ông chủ biết chút ít tiếng Việt, cũng đánh vần đọc được đôi chữ Việt, nhiều chữ nhiều dấu rất buồn cười.

Vậy mà hôm vào nhà in sửa bài thấy xấp bài để trên bàn ông chủ nhà in tủm tỉm cười hỏi tôi "Cái cuốn thơ "lấy" sao ngộ thấy nhiều chữ lạ quá."

Riêng với tôi khi nghĩ đến vấn đề thanh và tục trong thi ca tôi lại chợt nghĩ đến những bài thơ của Nguyễn Đức Sơn. Cả mười bảy bài thơ ngắn là mười bảy khám phá của một chàng trẻ tuổi bước vào cuộc đời. Chàng thi sĩ trẻ đã: "thân kính gửi cha mẹ, quyến thuộc và bạn bè xa gần còn sót lại trên trái đất này hay trong lòng tác giả, bất ngờ báo trước giai đoạn phiêu lưu cuối cùng của đời một đứa con trai mà tác giả đã triền miên nghĩ đến để lo lắng, hồi hộp, sao xuyến, sợ hãi, xốn xang, sảng khoái, điên cuồng và tê điếng từ cái thuở mình mẩy bắt đầu thấy ngứa khi tuột từ một thân cây xuống và khi đứng trước một con thú bạn cùng đi hai chân, có tóc dài và một cái gì ngàn đời không thể hiểu nổi."

"Cái gì đó ngàn đời không hiểu nổi" có thể là giây phút của "Vũng nước thánh":

"anh sẽ đến bất ngờ ai biết trước
miệng khô rồi nẻo cực lạc xa xôi
ôi một đêm bụi cỏ dáng thu người
em chưa đái mà hồn anh đã ướt"

Có người cho rằng đó là nước cam lồ của tình yêu là của giây phút mà con người thăng hoa trong từng cảm giác. Nếu so sánh với ngôn ngữ mà sau này các thi sĩ trẻ tuổi nổi loạn trong tình dục thường xử dụng thì vẫn nhẹ nhàng và có chất biểu trưng. Những bộ phận sinh dục, những hình ảnh làm tình, những thân thể người nữ, được xử dụng ác liệt và phần nào quen thuộc ở thời điểm hiện nay. Nhưng ở vào năm 1961 ở đất nước Việt Nam lúc mà Nguyễn

Đức Sơn in những bài thơ này thì quả là một sự kiện làm choáng váng nhiều người, kể cả một người Tàu chưa rành ngôn ngữ Việt. Ở thời gian ấy không gian ấy, Nguyễn Đức Sơn đã bước qua hàng rào cấm kỵ như một hành động ruổi chân mau bước đi trước dòng sống của con người đến hơn nửa thế kỷ.

Có người đã nghĩ khác với Nguyễn Đình Toàn khi ông cho rằng "người đàn bà, người nữ xuất hiện trong thơ Nguyễn Đức Sơn, không mặt mũi nhan sắc, trước cái nhìn (thôi cứ coi là tình cờ) của chàng trai mới lớn, ngồi xuống và "*em chưa đái mà hồn anh đã ướt*". Đọc bài thơ cuối của Đêm Nguyệt Động có phải dường như đã được phác họa hình ảnh một người nữ tuyệt vời với bóng dáng liêu trai với những đường nét mơ hồ đầy gợi cảm;

"năm mười sáu em bắt đầu thấy rát
khắp trong người rờn rợn máu đang căng
hồn hoa đã động tình đêm thứ nhất
em đến nằm phơi mộng giữa vườn trăng
trong bóng lá anh thấy mình chết điếng
cả xác thân rời rụng bãi cô liêu
từ dạo đó anh đâm ra lười biếng
bởi mộng đời còn lại có bao nhiêu"

Hiểu thơ và cảm thơ có nhiều khi giống nhau mà cũng có lúc khác nhau. Bởi vì mỗi người có cảm nhận và nhân sinh quan không đồng nhất. Thanh hoặc tục trong văn chương, vẫn là vấn đề tranh luận. Hai phạm trù ấy có lúc như không có biên giới để phân biệt. Quá một bước sẽ thành một điều khác có khi như phản lại chính tình trạng trước. Ở thế kỷ bây giờ, đọc thơ Nguyễn Đức Sơn dĩ nhiên phải khác ở thời điểm đầu thập niên 60 ở đất nước Việt Nam. Bây giờ có nhiều thi sĩ ác liệt lắm như Vi Thùy Linh ở trong nước hay Nguyễn Thị Thanh Bình, như Lê Thị Thấm Vân, ở hải ngoại... Những diễn tả đôi khi là những khám phá chính bản thân mình và là thử nghiệm của chính cuộc sống. Cái cảm giác tự giải phóng con người khỏi những câu thúc ràng buộc dễ dàng tạo những cực độ để lôi cuốn cả người đọc lẫn người viết vào những mê cung tâm thức.

Nguyễn Đức Sơn khi viết bài bạt tập thơ Tịnh Khẩu cũng có viết về những bài thơ gọi là "tục" của mình. Ông lấy một bài thơ ngắn làm thí dụ. Bài thơ chỉ có 3 chữ:

"Hột
thì le"

Ông nhận xét: "Đố ai không bảo tôi tục tĩu dâm dục bởi vì quả thật tôi có tục tĩu, dâm dục! Đó mới là chỗ chết, là cửa tử cho bao nhiêu bài thơ tức thở kia vì trót đụng tới CÀN KHÔN TỊCH MỊCH. Đừng tưởng làm một bài thơ quá ngắn như vậy dễ đâu. Có thể có đứa nào khác cũng sắp được 3 chữ nguyên con đúng ý như vậy nhưng đó rành rành là đồ giả mà bất cứ ai có con mắt Thơ phải nhận ra ngay tức khắc. Đứa nào bắt chước đi đường tắt chỉ là tự vận. Bởi dù nó bay ra trong đầu tôi không đầy một sát na bài thơ 3 chữ gồm duy nhất một danh từ và một động từ kia phải được hoàn thành ít ra từ trong ba chục kiếp rồi, nghĩa là tính đổ đồng mười kiếp làm được một chữ, chỉ một chữ thôi dù thi sỹ là cái thằng phải ngộ trong nhấp nháy phải làm (tôi nhấn mạnh chữ làm đứa nào cãi, cãi chơi) toàn bộ thơ ca hàng chục ngàn bài của đời mình trong nhấp nháy..."

Rất là... Nguyễn Đức Sơn, cũng vẫn lối nói ngược đời, giải nghĩa mà chẳng có chút nào làm sáng tỏ, ngông nghênh ngược đời. Và thơ, ở trong thế giới của ông quả thực có ngôn ngữ và phong thái của một người đi lạc sống lạc trên quả đất này...

Phần nhiều những bài thơ của Nguyễn Đức Sơn đều ngắn phản ánh những giây phút chợt qua nhanh của tâm tư và mang nhiều chất nguyên thủy hoang sơ của những dấu chân đi tìm một điều gì mà chính thi sĩ vẫn chưa hoàn toàn mường tượng được. Nhưng có những bài thơ dài được in thành một tập thơ mỏng chỉ có độc nhất một bài. Thí dụ như Du Sỹ Ca, như Mộng Du Trên Đỉnh Mùa Xuân. Những bài thơ ấy được chính tác giả giới thiệu một cách đặc dị ồn ào trong hoàn cảnh cũng vô cùng lạ lùng trên tờ giấy lộn gửi cho vợ từ nhà lao tỉnh Bảo Lộc mở đầu cho tập thơ: "anh tin rằng tất cả những đứa làm thơ nào từ đây trở về sau dù đã vang danh thi sĩ từ bao kiếp trước nếu không đọc thuộc lòng ít nhiều bài Du Sỹ Ca này đều chẳng phải là thi sĩ nữa rồi. Qua cơn khủng hoảng kỳ lạ chiều qua khi bị túm lại, khuya qua, hay đầu ngày hôm nay anh cũng không rõ nữa, giữa hàng loạt pháo kích tưng bừng, bò đại nằm dưới sàn gỗ bốn bên toàn tôn lạnh và kẽm gai rào kín mít của trại giam trong thời cực loạn cổ kim không hề có này anh đã tỉnh lại tỉnh vô cùng, nhớ thơ quá nhất là các bài vè bá láp này..."

Bài thơ mà tác giả gọi là "bài vè bá láp" ấy là những câu thơ chỉ có hai chữ nối tiếp nhau để diễn tả một tâm tư bất định, một sửa soạn của bùng vỡ, một phá đổ kinh hoàng của những cơn điên ngầm ngầm trong tâm não:

"Địa cầu
địa cầu
Trăng khô
Đang xối
Trên gối
Thiên thu

U u
Ta hát
Rợn mát
Vô thần
vỹ nhân
Đồ bỏ
Thiên tài
Cặc lõ
Địa cầu
Địa cầu
Càng sống
Càng lâu
Tóc râu
Càng mọc
Ta càng
Muốn chọc
Khiêng đi
Ngay chóc"

Những câu thơ mà khi đọc lên, thấy được cảm giác của một người đang mê lạc vào một không gian thời gian khác mà ở đó nỗi hậm hực niềm phẫn uất trào ra trên ngôn ngữ để mờ nhạt đi cái câu thúc, cái giam cấm của giây phút hiện tiền. Thơ như những tiếng cười cợt, nhổ vào cuộc sống những nỗi niềm của một thời thế lộn nhào nhiễu nhương...

Năm 1972, Nguyễn Đức Sơn đã làm những câu thơ như vậy thì năm 1987, trong khi sống ở chế độ XHCN đã cũng với những câu hai chữ ấy mạnh mẽ phản ứng trước sự trái tai gai mắt:

"Đụ mẹ

Cây bông
Hắn không
Lao động
Ai trồng
Chật chỗ
Mày nhổ
Xem sao
Màu trào
Thiên cổ"

Một bài khác cũng với thi tứ ấy ví von ấy phẫn nộ ấy:

"Bông hồng
Mới nở
Mắc cỡ
Đời hay
Hương sắc
Ai bày
Sáng nay
Ta chết"

Khi nghệ thuật không còn chỗ đứng, khi cái đẹp bị dày vò dẹp bỏ để thay vào những lý tưởng bắt buộc con người phải tuân theo những lý thuyết của những kẻ không tim không óc chỉ nhìn gần mà chẳng thấy xa. Khi Cộng sản chiếm được cả nước, những hoa viên đẹp, những bãi cỏ tươi xanh, những lề đường sạch sẽ được cuốc lên, đào bới nham nhở để trồng những luống khoai lang, những cây khoai mì trơ trẽn chỉ có giá trị tượng trưng nhắc nhở lao động mà không có giá trị thực tế nào. Bởi vậy nên Nguyễn Đức Sơn mới viết: "máu trào. Thiên cổ" hay: "sáng nay /ta chết"...

Khi in tập thơ Tịnh Khẩu, Nguyễn Đức Sơn đã viết: "... Mà có lẽ từ đây về sau, cũng vậy thôi, tôi không tìm được ngôn ngữ để nói về những tác phẩm văn và thơ của tôi nữa. Lửa và Tịch Mịch, hay đúng hơn, Lửa Tịch Mịch đã tràn ngập cả xác hồn tôi từ bao giờ rồi, kể cả, và đôi khi, nhất là, trong những giòng chữ đùa ngịch vô ý thức (hiểu trên cả bình diện luân lý và triết lý) làm cho ngay cả những ai quen hay lạ vốn có thiện cảm mạnh mẽ với tôi đều phải lắc đầu. Khởi điểm của ngộ nhận đó..."

Nhà văn Bửu Ý là một người bạn và có nhiều hiểu biết về cuộc sống của ông trong một truyện có viết và ví Nguyễn Đức Sơn như một con tê giác cứ húc bừa húc bãi bề phía trước như có một ngọn lửa đốt thâm tâm. Ông lao về những đích đến nhiều khi không định hướng bởi sự thôi thúc nào đó. Với người, ông cáu kỉnh gây sự, không lý gì đến bạn mà cũng chẳng ngại ngùng gì với thù, nói và viết theo ý riêng mình kiểu của một kẻ quen sống đơn độc trong cách ăn nói cư xử có sự nghiệt ngã phê phán quá đáng. Nhưng với thiên nhiên thì mở lòng ra, thoải mái rất thong dong ở những vùng biển vùng núi của những quá khứ của cuộc sống đã qua của những mơ ước đã có, đã hằng hiện hữu...

NGUYỄN ĐỨC SƠN, NHÀ VĂN

Nguyễn Mạnh Trinh

www. sangtao. org, 26/06/2012

Từ "Nguyễn Đức Sơn nhà thơ" qua "Nguyễn Đức Sơn nhà văn" chỉ là một khoảng cách ngắn. Ngoài phong vị văn xuôi riêng của những suy nghĩ cực đoan nhìn cuộc đời bằng những nét đen tối với phong cách du côn thì thi ca cũng làm dịu đi cái nồng độ căm ghét cuộc đời qua tâm hồn yêu thương cây cỏ và nhìn thiên nhiên cảnh vật như một người bạn chia sẻ thiết tha. Viết về"người" với những phác họa nhiều khi của khép kín thì viết về "cảnh" lại mở ra. Với tâm hồn của một thi nhân, một thi nhân lập dị...

Nguyễn Đức Sơn đã in ba tập truyện ngắn trong khoảng thập niên 60, 70 đều do nhà An Tiêm của ông Thanh Tuệ in. Những tập truyện này phác họa được một chân dung mà bản sắc và cá tính tạo thành một nét riêng biệt một mình một chiếu trong văn chương.

Tác phẩm đầu tiên của Nguyễn Đức Sơn là tập truyện ngắn Cát Bụi Mệt Mỏi. Một tập truyện mở đầu của một hành trình kiếm tìm chân dung chính mình từ những phần sâu thẳm nhất. Ý kiến về truyện ngắn của ông được in trong tập truyện ngắn này chẳng phải là những điều gì cao xa mà chỉ là xác định thế nào là truyện ngắn và truyện ngắn có phải là một phần của truyện dài không.

"Truyện ngắn khó viết. Truyện ngắn thì ngắn, truyện dài thì dài. Nhưng nếu truyện dài là cái gì đã hoàn tất thì truyện ngắn cũng phải là một cái gì hoàn tất dù nó có mở rộng nhiều chân trời xa xôi. Đó là điểm dễ hiểu nhưng ít người chịu hiểu. Một số ít người được gọi là những người đầu tiên làm văn học nghệ thuật mới ở đây- như nhóm Sáng Tạo- đã mắc lỗi này. Họ viết những truyện ngắn không thể gọi là truyện ngắn. Nó chỉ giống một đoạn nào đó cắt ra từ truyện dài. Truyện ngắn cũng nhất thiết không phải là những truyện ngắn quá ngắn ngủi và nhất là quá vô duyên như kiểu" A very short story" của Hemingway. Truyện ngắn là truyện ngắn. Nó có thể thức riêng biệt của nó dù kỹ thuật nó vẫn biến đổi. Bàn về truyện ngắn chỉ có thể bàn đến cái thể thức đặc thù đó thôi. Không nên đả động đến nội dung vì nó có thể ẩn trùng với hầu hết mọi thể văn xuôi khác."

Những truyện ngắn của Cát Bụi Mệt Mỏi có những nhân vật sống trong thời gian và không gian không xác định đầy nét mơ hồ của những kiếp sống vô định đầy nét đen tối bi quan. Nguyễn Đức Sơn diễn tả bằng phong thái khinh bạc và chen lẫn những hận thù vô cớ của một thứ nghệ thuật siêu ấn tượng. 9 truyện ngắn với những nhân vật mà cái chết như một ám ảnh và là tổng hợp của nhiều khuôn mặt, vóc dáng của nhiều người chung một môi trường sống của một xã hội mà thấp thoáng đâu đó bóng dáng của thời thế chiến tranh. Những nhân vật quay quắt trong đời sống và nhiều chất vô vọng của suy tư dằn vặt.

Nhà văn Thạch Trung Giả đã nhận xét về tập truyện ngắn của Nguyễn Đức Sơn:

"Cát Bụi Mệt Mỏi đã vượt lên mọi tác phẩm ở phong thái phẫn nộ chán chường triết nhân mà bi thương, nhất là ở sự thành thật, tâm tình và hình ảnh được diễn tả bằng một thứ siêu ấn tượng. Tôi thấy một vũ trụ dật dờ xiêu đảo với cảnh rừng biển man rợ miền nhiệt đới (khác với thơ Tàu với rừng trầm lặng mà biển hầu như không có vì những đại thi sĩ Trung Hoa ở sâu vào lục địa). Tôi – sở thích riêng – yêu nhất câu truyện hai vợ chồng trẻ chôn con nơi đã chôn xác chim bên bờ biển. Tôi thấy đề tài kiếp phù sinh được nói lên đáng sợ. Truyện ông bác sĩ nói với đứa con gái nuôi khiến tôi nghĩ đến phái Shivaisme Ấn Độ. Nói chung qua cả thơ lẫn văn Nguyễn Đức Sơn tôi vẫn thấy một hồn thơ. Tôi thích nhất điều này. Tôi còn thấy tác giả có điểm đáng phục là ghê tởm những cái sáo những cái mốt (bây giờ là mốt hiện sinh tuy nếu muốn tìm chất chán chường trước sự phi lý bi đát thì Nguyễn Đức Sơn có thừa, có một cách tự nhiên..."

Nhà văn Thạch Trung Giả nhắc đến truyện ngắn "Buổi sáng trong bệnh viện" mà ông liên tưởng đến phái Ấn Độ giáo Shiva của người Hindu. Bác sĩ Hoan nói chuyện với cô con gái nuôi Hallie trong một buổi sáng khi đứng bên cửa sổ nhìn ra biển và chứng kiến một đám tang của hai vợ chồng trẻ chôn xác một hài nhi vừa chết. Cái chết trong buổi sáng hôm nay tự nhiên đẹp dịu dàng và câu chuyện của một già một trẻ chỉ là những bâng quơ của cuộc sống. Hai vợ chồng trẻ của đám tang nhỏ đã thành một cái cớ để ông bác sĩ nhận định về cuộc sống về cái chết. Có định mệnh nào trong cuộc đời trong băn khoăn của một người lớn tuổi và cô bé lai mười tuổi?

Nguyễn Đức Sơn hay viết về biển, về những bãi cát và về những đám tang. Truyện "Một Vùng Biển" với hai vợ chồng Liêm và

Hạnh chôn đứa con trai mới sinh trên biển cát. Biển và cát, luôn luôn thay đổi và con người cũng như vậy, cũng thay đổi theo. Hai vợ chồng nói chuyện với nhau về đứa con trai vừa mất, về nơi chôn xác chim của thời thơ ấu xa xưa của người chồng. Đi tìm lại thơ ấu trong cái đổi thay của biển và cát, có lẽ cả hai thấy thấm lạnh trong cái hoang vắng của thiên nhiên. Chôn con chim của thời quá khứ để không bao giờ tìm lại thì bây giờ chôn đứa con cũng trong mội trường thay đổi của biển và cát có tìm và giữ lại được hiện tại không?

Truyện ngắn cuối Cát Bụi Mệt Mỏi cũng là một đám tang của ông ngoại nhân vật xưng Tôi. Một gia phả nhơm nhếch của một dòng họ được phô bày và kể lại với sự thản nhiên vô cảm của một người nhìn cuộc sống toàn từ những nỗi bất như ý từ những cuộc cãi vã dằn vặt nhau trong một khoảng quá khứ đầy những biến cố của thời thế. Những bà dì , những ông cậu, những cuộc tranh chấp, dù là người bất thành nhân dạng như bà cô khùng, hay là những người có ăn có học làm những công việc mô phạm cũng là những nhân vật của đời thường, đầy những điều xấu xa nấp đằng sau bóng dáng của đạo đức của miệng tiếng thiên hạ. Nguyễn Đức Sơn kể một cách lạnh lùng như những lát dao giải phẫu vạch trần một xã hội giả trá . Đoạn kết của truyện ngắn là lời lên án xã hôi đương thời: "và đây là ít câu chuyện đậm nét , có tiền có hậu, có hô có ứng bi ai lý thú và rất người, xảy ra xung quanh cuộc đưa tiễn một người đứng đầu trong gia tộc đến nơi an nghỉ đời đời.

"Chuyện mở màn. Dượng tôi và mẹ tôi vật lộn đánh nhau túi bụi khi đám ma sắp khởi hành. Nguyên do dượng tôi ỷ có tiền về trước nói xấu mẹ tôi cho mẹ tôi là bất hiếu và vì mẹ tôi không phải là người đàn bà thích ôn hòa. Kết quả thứ nhất: Dượng tôi – người có

bằng Primaire và biết đàn mandoline đó – chạy trốn vì sợ một người cô của mẹ tôi đòi cột đầu. Kết quả thứ nhì: mẹ tôi vì nhục nhã không dám về miền cao nguyên kia ngay như ý định. Kết quả thứ ba: cậu tôi ngã lăn bất tỉnh vì chưa từng mục kích cảnh đấu võ kỳ lạ như thế. Kết quả thứ tư: người dì khùng của tôi đã thốt lên một câu bất hủ "Chết quách hết là xong nợ".

Chuyện thứ hai. Người con trai độc nhất con bà vợ thứ không chính thức của ông tôi (đồng tuổi với tôi) mà tôi chưa có dịp nói đến vui lòng làm theo tất cả những thủ tục mai táng làm tôi rùng mình phát lạnh khi nghe kể lại. Cậu đã không ngại kề mũi hít hơi nước xì ra từ cái thân thể đã bắt đầu ung thối sau mấy ngày khâm liệm. Người vợ của cậu tuy mới cưới nhưng cũng tỏ ra một dâu con có tình có nghĩa. Từ lúc ông tôi nằm xuống giường bệnh cho đến khi tắt hơi mợ luôn luôn có mặt.

Chuyện thứ ba. Khi đám tang xong xuôi mọi thứ nghi lễ phiền phức mẹ tôi trở về không quên mang theo một thùng nước mắm ngon, một bao muối trắng với hy vọng bán lại kiếm đủ hai vòng tiền xe đi và về.

Chuyện tối hậu. Tất cả mọi người già trẻ – kể cả tôi – đều không giấu được nét mặt vui tươi khi nghe biết hai ông thầy địa lý lừng danh ở đây tiết lộ rằng ông ngoại tôi chết đúng ngày giờ rất tốt và do đó con cháu sẽ làm ăn thi cử rất vượng."...

Tập truyện ngắn Cái Chuồng Khỉ của Nguyễn Đức Sơn nhà xuất bản An Tiêm in năm 1969 cũng là một tập truyện đặc biệt và truyện Cái Chuồng Khỉ đặc biệt mang dấu ấn của một bút pháp hầu như chỉ có một không có hai của văn chương Việt Nam. Mộc Linh, nhân vật nữ và Dự, nhân vật nam, trong một cuộc dạo phố vào thăm vườn bách thú vì không biết làm gì. Dự, một người lúc nào dường như cũng muốn nổi loạn một cách vô thức và không tìm được mục đích cũng như ý nghĩa của tình yêu hay tình người. Vào xem chuồng khỉ, chọc phá những con khỉ trong lồng với sự thù ghét tiểu nhân, nhìn hành động làm tình của cặp khỉ với nhau để hiểu rõ hơn tâm tính của một người luôn ghen ghét ganh tị cả với những ai, những gì không đáng. Dự có những ý nghĩ thật kinh khủng qua lăng kính đời sống nhiều méo mó. Từ những con thú trong vườn bách thú đến những con vật ở chợ trời những suy nghĩ để liên tưởng đến đời sống con người là những suy tư biểu lộ một nhân dáng không giống với những người bình thường. Anh ta không trân trọng gì với tình yêu, nhìn những người khác bằng con mắt soi mói để bôi đen, để muốn đập vỡ tan đi cái thế giới đang lăn, đang quay này: "Tôi còn đang lăn đang chạy đang mở ra. Tôi còn đang dự tính dù những dự tính của tôi sẽ tan biến cùng sự hủy diệt của tôi trước mặt hư vô. Dù sao tôi cũng muốn chết trên đường. Tôi chắc chắn sẽ không có một địa điểm một cái mức ăn thua để về đó chết. Tôi muốn chết cái chết của một người chạy đua trên đường về đích dù nó cũng không có ý nghĩa gì hết. Tôi vẫn khát vọng cái đích dù chẳng có một cái đích nào thực thụ tuyệt đối cho tôi ở cõi đời này cả. Tôi thèm một cái đích không có... đích. Tôi chạy. Thế thôi."

Mầm mống tự hủy đã làm cho nhân vật của Nguyễn Đức Sơn có quyết định: "... Dù sao tôi cần lập lại tình cảm căm thù của tôi chưa dồn nén đến tận cùng vì nếu thế tôi đã tự sát lâu rồi. Mỗi lần tôi sống trong tình cảm kia tôi phải hành động một cách vô tri nào đó để giải thoát. Như buổi sáng nay tôi cho taxi chạy lung tung để quên đi một vấn đề sắp giải quyết và biết mình bất lực. Tôi đã gặp nhiều vấn đề mà mọi người thường bỏ qua nhưng đối với tôi tôi hăm hở giải quyết dù để không bao giờ giải quyết được gì cả. Với tôi nghĩ một cách thiển cận tự tử là một vấn đề tối thậm phi lý. Nghĩ một cách xa xa hơn nữa, tự tử vẫn chỉ là một hành động tối thậm phi lý. Nhưng nghĩ cho cùng tự tử chính là một hành động cao đẹp viên mãn nhất khi người ta đã suy gẫm và xác nhận cái bất lực trước tuyệt đối. Bởi tự tử là một hành động quay ngược trở lại bất cứ một thứ định mệnh và số phận nào."

Tập truyện gồm 6 truyện ngắn và hầu như không khí truyện của tất cả đều giống nhau của một không gian đời sống ngột ngạt vô vọng và được xóa nhòa bôi đen đến độ nhàm chán. Chính trong cái bức bội ấy đã tạo cho ông một văn phong riêng của những nỗi khó chịu nặng nề cứ đeo theo từng lời kể, từng câu văn lạnh lùng. Có khi từ những khởi động uể oải của bố cục truyên, những đoạn sau đã diễn tả nhiều hơn và có năng động tính hơn. Bởi cũng khó với một cốt truyện là những điều vụn vặt tầm thường và là cái cớ để tác giả nói lên được tâm cảm của mình qua nhân sinh quan đầy nét triết học và suy tưởng...

Tập truyện thứ ba là Xóm Chuồng Ngựa xuất bản năm 1971. 5 truyện ngắn được viết trong một thời kỳ mà cuộc chiến đang ở một cực độ. Truyện ngắn Ý Tưởng Chiều Tà được chọn in trong tuyển tập "Những truyện ngắn hay nhất của quê hương chúng ta" và cũng là một truyện ngắn được coi là mang tính nổi loạn của Nguyễn Đức Sơn. Hơn nữa nó còn được coi là thông điệp dấn thân của một nghệ sĩ theo cách nhìn ngắm nhận định của nhiều người.

Ý Tưởng Chiều Tà là một chuyến đi rồi trở về của nhân vật tên Tâm. Anh ta đi đến xứ sương mù trên một chuyến xe lửa mà anh tưởng là đang tiến vào một cuộc sống khác với tiếng còi tàu như nhắc nhở đến thân phận mình.

"Tâm cảm thấy mình đã đầu hàng. Tâm cảm thấy mình muốn nhắm mắt nằm xuống suốt những chiều tà còn lại trong đời. Chàng đột ngột từ giã đột ngột các bạn, bỏ đứt một chân dạy học ở một tư thục mà chàng phải mỏi mắt kiếm được để đáp chuyến tàu suốt Sài Gòn – Đà Lạt lên đây sau khi nhận được thư Nga. Tâm đã quyết định để cho thân thể trí óc và tâm hồn anh nằm xuống vĩnh viễn. Anh đã cảm thấy rất mạnh sự vô nghĩa cùng cực của tất cả mọi hành động phản kháng và ước ao. Anh đã tính đầu hàng..."

Ngắm nhìn sương mù rồi những tia nắng nhạt của hoàng hôn, nghĩ về đời sống tự nhiên Tâm đổi ý. Không thể nào yên nghỉ với đời sống của thỏa hiệp. Của những dự tính của một gia đình sung tác êm ấm với một người vợ của một cuộc sống bình thường. Anh sẽ phải cắt đứt liên lạc với những người bạn với những công việc mà Nga cho là điên cuồng với cái suy nghĩ của những đứa con gái của" Tất cả con gái đều không thể nào nhìn thấy trái đất này nó quay nó quay , không thể nào thấy đau nhức và phẫn nộ trong một chiều tà êm ả vạn niên với từng đợt nắng nhỏ vô cùng rực rỡ."

Tâm muốn trở lại Sài Gòn để không muốn mình nằm xuống an phận thỏa hiệp dù với tình yêu. Nhưng chuyến xe lửa cuối cùng đã khởi hành. Muộn rồi. Như một tình cờ của số phận , chuyến xe đi muộn đã mang một hành khách bất đắc dĩ trở lại với đời sống của những người chọn lựa phải "đứng" để không" nằm". Đoạn kết câu chuyện:

"Tâm lại bối rối. Thật may hay rủi." Nga ơi" tâm kêu vọng lên nhỏ vừa đủ nghe. Hay đúng ra tiếng kêu chỉ ở trong hồn anh. Anh không rõ nữa như anh đã thực sự phản bội và lừa dối Nga." Nga ơi có thể, rất có thể lắm Nga ạ là ngày nào kia anh sẽ thống hối khi anh không bao giờ được về ngôi biệt thự của em nữa vì nhiều lý do. Xa

mái tóc em đôi mắt em hồ nước trong như gương những đám rong rêu ven hồ và nhất là những chiều tà êm ả vạn niên mà chỉ có khung cảnh nhà em mới tạo nên một cách kỳ ảo anh sẽ tiếc suốt đời. Nhưng anh không muốn phản bội lý tưởng và con đường của anh con đường chỉ thỉnh thoảng mới rợp bóng chiều tà còn hầu hết nó sẽ chạy qua sa mạc rát bỏng nhảy dựng chân qua đấu trường để chứng kiến giờ khắc uy nghi nhất đời mình, qua đại dương để đón nhận cuồng phong bão táp qua những đêm trăng hàn lạnh và cô tịch trên một bờ biển hoang vu nào đó để tiếp nhận sự mong manh vô nghĩa của kiếp người.

Vâng Tâm không chắc chuyến tàu này may hay rủi cho anh. Anh chỉ biết rằng suốt đời chắc không bao giờ Nga biết đến chuyến tàu kỳ cục này. Cũng như Nga làm sao biết được rằng Tâm đã nhìn thấy rất rõ trái đất này nó quay nó quay nó quay."

Từ khi còn trẻ, Nguyễn Đức Sơn đã làm báo và tạp chí Mặt Đất chỉ ra được vài số với khuôn khổ đặc biệt chỉ gồm 4 trang giấy khổ lớn nhưng cũng gây được nhiều chấn động trong văn giới. Tạp chí Mặt Đất được giới thiệu: "Đấu trường của bọn trẻ tự động và ý thức nhất. Chủ trương biên tập Nguyễn Đức Sơn, vô gia cư, vô nghệ nghiệp, vô địa táng. Tòa soạn liên lạc tất hữu, và trường kỳ. Hiện tại không có địa chỉ liên lạc." Lá thư ngỏ gửi các thân hữu xa gần của tạp chí xuất bản Mặt Đất cũng gây ra nhiều phản ứng mà có người còn gọi là" tiếng kêu trầm thống của một thế hệ không tiếng nói":

"Cùng các bạn,

Sau bao nhiêu năm dài dằng dặc suy tính nát nước để dựng lên ngay một nền văn nghệ rực rỡ phải có ở miền Nam chỉ tạo ra được ngoài tầm những thế lực xuất bản đang hoạt động, chúng tôi không thể trông chờ một phép lạ hiển linh nào ngoài giải pháp rất không anh hùng chút nào; ngửa tay mượn tiền của các bạn. Nếu các bạn tin tưởng một trăm phần trăm khi lực làm việc sôi sục hằng hằng trong chúng tôi xin các bạn nhắm mắt bấm bụng gửi bưu phiếu có thể có được của các bạn về sớm cho chúng tôi (đề tên Lê Mong, 68 Phạm Phú Quốc, Blao nhờ chuyển lại ở ngoài bì). Chắc chắn chúng tôi sẽ hoàn lại các bạn một cách tròn trĩnh và hậu hĩnh dù muốn dù không và trong thời hạn ngắn nhất có thể. Xin các bạn yên tâm không sợ mất vốn chúng tôi cam chịu nhiều tốn phí để những tác phẩm dịch thuật cũng như sáng tác độc sáng của chúng ta có kỹ thuật ít ra phải bằng An Tiêm và nghệ thuật trình bày phải thật tiến bộ. Không thể dù dừ dụ dự đợi thời thế thêm chút nào nữa chúng tôi đánh bạo viết mấy dòng đau đớn ít nhiều trên cho các bạn dù các bạn không thể hưởng ứng chút nào trong thời kỳ quá khó khăn này. Hãy tưởng tượng nếu phụ lòng các bạn chút xíu nào thôi chúng tôi còn biết làm gì hơn ngoài việc độn thổ

Trân trọng và tha thiết.”

Thế giới sáng tác của Nguyễn Đức Sơn dù là nhà văn hay nhà thơ cũng là một thế giới nhiều bí hiểm. Khi trả lời câu hỏi kinh nghiệm sống và sáng tác thích nhất ông phát biểu:

“Sartre nói: “Je n’ai pas besoin de faire de phrases... Se mefier de la litterature. Il faut ecrire au courant de la plume; sans chercher les mots”(La Nauseé tr. 77). Như vậy đúng. Vì mới theo kịp ý tưởng nhất là khi chúng xuất hiện hai ba cái một lần và xuất hiện quá mau. Viết như vậy thì sống khỏe lắm. Có điều khác mọi người là tôi không viết nhật ký. Mệt lắm. Trong giờ phút hân hoan hay đau đớn quặn người tôi lặng người cảm xúc. Nhất định tôi không ghi lại. Vì

sẽ không đúng và khổ sở lắm. Tôi rất kỵ và gần như kinh tởm những người bạn đồng lứa đã làm văn nghệ hoặc muốn làm văn nghệ. Vì nhiều lý do phương hại đến sự sáng tác của tôi. Lý do thứ nhất: tất cả tình cảm, hành động, cử chỉ, những cử chỉ thật nhỏ nhặt của họ cũng đều có tính toán, sắp đặt hết. Điểm này làm tôi phát ngấy. Lý do thứ nhì: tôi không tin tưởng ở bất cứ ai hết nhất là khi hầu hết đều có vẻ tự mãn trong lúc họ thiếu hoàn toàn căn bản. Điểm này làm tôi khổ sở vì suốt đời e không có lấy một người bạn đồng hành – dù đồng hành không phải là đi chung với nhau. Còn sáng tác thích nhất? – Chưa có. Riêng về thơ tôi chỉ mới cho đăng một ít thơ cũ làm trong bước đầu để kiếm những khoản tiền nhỏ nhưng nhiều khi tối cần. Mơ ước hiện tại của tôi là những nhà in nhỏ nhưng có nhiều chữ sắc, nhọn, đẹp gởi đúc từ Pháp chẳng hạn. Và có giấy có bìa đẹp một cách nghệ thuật hẳn hoi như của bao nhiêu sách ở Pháp, ở Mỹ. và những nhà xuất bản cai quản và điều khiển bởi những tâm hồn mới có học thức, có thực lực và cấp tiến. Và sự – không-gặp-nhiều-khó-khăn để được đăng lên tạp chí hay in thành sách. Chừng ấy điều kiện, nền văn học Việt Nam chắc chắn sẽ được củng cố phát triển rực rỡ và hùng cường. Những tác phẩm vô vị, những tờ báo lá cải, nhất là những bọn trẻ vô tài bất tướng, chắc chắn sẽ bị đào thải. Viễn tượng kia có xa lắm không để cho những "sáng tác thích nhất" của tôi mà người phỏng vấn đã hỏi sẽ ra đời. Tôi đã lạc đề nhiều qúa và xin dừng..."

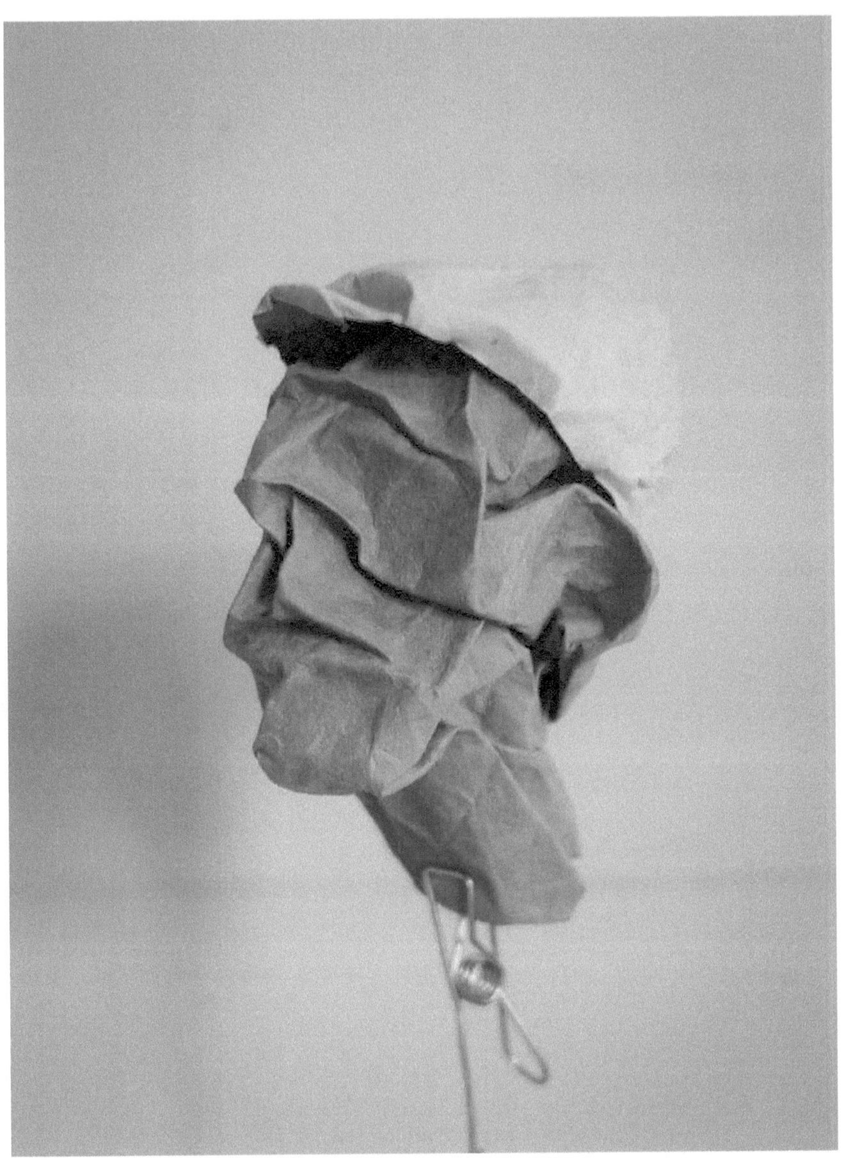

Đời người ngắn đến mức một chàng trai muốn (một lần) lên đồi thăm một ông già mà cũng không kịp.

———

I use an unfolded sheet from a failed model to make the portrait of the great poet of former Southern Vietnam who has just come home among the stars.

Hien Chuong (Folias)

VỚI SƠN NÚI
LƯU TRỌNG VĂN

Lưu Trọng Văn

Một người đàn ông nhỏ thó, gầy guộc như cành thông đội chiếc mũ nồi đi chiếc xe đạp mini cũ rích tìm gặp cha gã tại Bảo Lộc.

Cha gã cũng gầy guộc như cành thông. Trên con đường đất men bãi cỏ, hai cành thông biết đi, gió cao nguyên xô đẩy thỉnh thoảng va và đụng nhau.

Rồi ông đem cơm ra ăn với... muối một cách bình thản, ngon lành, cha mạ gã gắp thịt vào bát của ông, ông thoăn thoắt gắp thịt trả vào bát của gã.

Đó là mùa đông 1983.

Ông - Sơn Núi - Nguyễn Đức Sơn.

Nghe thơ Núi nhé.

"Mai kia tan biến hận thù
Giữa đêm sao chiếu mịt mù phương đông
Cha về ôm cả biển sông
Duỗi chân duỗi cẳng nằm không một đời

Cho con cha hứa một lời

Đuổi mây thiên cổ rong chơi tối ngày
Thu nào tóc bạc oà bay
Có con chỉ trỏ mới hay cái già

Cúi hôn trời đất đậm đà
Cha tan theo bóng trăng tà vạn niên".

Sao lại có mai kia tan biến hận thù?

Hận thù nào đây? Và tan biến hết hận thù thì cúi hôn trời đất đậm đà để ra đi, để biến... Sao cúi hôn được trời?

Với Núi thì *"vĩ nhân đồ bỏ thiên tài cặc lõ"* trời đâu trên cao, trời là đà như đất. Cái chính là Núi yêu, yêu đất trời mình, xứ sở quê hương mình.

Dễ hiểu thế mà.

Cái chính vì yêu quá đi, yêu đến điên lên mất, yêu đến chỉ muốn biến tục thành thơ mà cả đời Núi khinh mạn cái đểu, cái giả dối thế gian, bỏ tất cả lên đồi trọc, núi hoang trồng cây, gieo thơ để tự xoá hận, tự xoá thù.

Thiên tài cặc lõ.

Câu thơ của Núi đó. Với Núi thì vĩ nhân trong ngoặc kép xưa nay là đồ bỏ, đồ vứt. Còn cặc lõ càng vĩ đại càng... thiên tài.

Kẻ nào được Núi ví mặt L hay mặt cặc lõ tức là Núi ngợi ca đó, vì với Núi thì trên cõi đời này chỉ tình yêu của L và cặc lõ mới vĩnh viễn xoá hết hận thù để con người thong dong:

"Cha về ôm cả biển sông
Duỗi chân duỗi cẳng nằm không một đời"

THAY LỜI TỰA CHO TẬP "THƠ VÀ ĐÁ"

Văn Học Press xuất bản, 12/2019

(Ba ngôn ngữ: Việt – Anh – Nhật.
Dịch sang tiếng Anh: Nguyễn Phước Nguyên;
Dịch sang tiếng Nhật: G/s Bùi Chí Trung;
Biên tập: Đào Nguyên Dạ Thảo)

Tuệ Sỹ

Trong buổi sơ ngộ, Sơn tự giới thiệu, hay một người khác, là Sao Trên Rừng; tôi đã biết anh, một người làm thơ. Một con người đang sống thì phải làm một việc gì đó để sống. Nhưng làm thơ, là làm gì?

Suốt buổi sáng hôm ấy, anh nói liên tục. Và tôi thì đang làm một việc, như mọi người đang làm. Anh làm những gì anh đang nói. Tôi làm những gì tôi đang nghĩ.

Năm mươi năm sau, lang thang độc hành trên đoạn đường thiên lý, tôi ghé thăm Sơn Núi, bước nhầm nhà; được xua đuổi như một kẻ bán nhang lường gạt. Tôi nhầm nhà, bởi vì đi tìm một Sơn Núi chưa từng hiện hữu; bị xua đuổi như một kẻ lường gạt, bởi đi tìm đâu đó một ngôi sao vọng tưởng như vẫn còn lấp lánh trên rừng già âm u ma quái.

Tôi đã hư cấu một huyền thoại hoang đường từ một con người

quái dị, trải qua những thăng trầm bi kịch sinh tồn. Mỗi một con người tự đắm mình, chìm nổi, trong dòng sông sử tính của bi kịch sinh tồn. Nhìn lên quãng không gian hư vô bàng bạc, nó tự gán định mệnh của mình vào một ngôi sao bất thực. Sao Trên Rừng, lẻ loi, cô độc, soi bóng trong giọt sương mong manh trên đầu ngọn cỏ, tìm đâu ý nghĩa tồn tại của nhân sinh:

Mai sau tắt lửa mặt trời,
Chuyện linh hồn với luân hồi có không?

Suốt buổi sáng hôm ấy, anh vẫn nói liên tục, và tôi vẫn lang thang với những ý tưởng mơ hồ trong hai câu thơ mà không biết ai đã đọc cho nghe.

Rồi 50 năm sau, tôi từ bóng tối tử tù bước ra, để cùng anh lang thang trên các đường phố Saigon đầy rác và bụi bằng chiếc xe thổ mộ từ thời tiền sử của anh; nó sẵn sàng vứt tôi xuống đường như một định mệnh mù quáng nào đó đã ném tôi và anh vào giữa cuộc tồn sinh mà anh nguyền rủa bằng những ngôn từ phạm thánh. Anh tự gọi mình là Sao Trên Rừng, trong buổi đầu, với những thắc mắc siêu hình, như một ngôi sao lẻ loi, cô tịch, in dấu tồn sinh mà loài người vừa mới ra khỏi bóng tối tịch mịch man dại của sử tính, từng bước đấu tranh sinh tồn, tâm tính hồn nhiên như giọt sương mai trên nụ hoa hồng trong nắng sớm. Chỉ trong thoáng chốc, sử tính tàn bạo trong tia nắng, giọt sương mai chảy tan, nước mắt và máu nhuộm màu gót chân lịch sử, từng dấu ấn khổ lụy nhân sinh.

Không phải tôi đang huyền thoại hóa một con người, thăng hoa những lời thơ phạm thánh. Nhưng bởi, gần 50 năm hòa bình mà những giọt máu hận thù chưa đóng vảy trên vết thương dân tộc. Những người làm thơ đang làm gì trên vết thương nhức nhối ấy? Làm cái không làm, nói những lời không nói; mỗi người trong góc tối đơn độc của mình, như từng viên sỏi bị vất bỏ lăn lóc bên vệ đường bởi những bóng ma được khoác cho màu áo thánh nhân, hiền sĩ, những bóng ma oan ức được vinh danh anh hùng dân tộc.

Mọi lời thơ, mượt mà như hơi thở của tình yêu đầu đời, hoặc gay gắt cuồng nộ của gã lang thang vô lại, hay âm thầm theo bước chân của tên tử tội đi lần đến pháp trường, hoặc được nghe từ nắng trưa rực cháy vinh quang bởi những ngọn lửa tham tàn điên đảo, hay từ trong bóng tối lao tù, đâu đó, vẫn còn ngưng đọng trong quãng lặng chuỗi giai điệu phạm thánh.

Ánh sao lấp lánh phút chốc tan vỡ thành những viên sỏi.

Tôi đã cách điệu hóa chuỗi tương tục sử tính từ thơ của Sơn là như vậy. Không ghi dấu ấn nơi đó thành những tâm tình thời đại, những âm vang của lịch sử một thời, hay bất cứ ý nghĩa nào. Chỉ là một cái nhìn phiến diện. Bởi vì, mặc dù tôi đã biết anh từ thời những người yêu thơ gọi anh, hay anh tự gọi, là Sao Trên Rừng, tôi có rất ít thơ của anh để đọc. Thỉnh thoảng anh chỉ cho tôi nghe một vài bài, đã chỉ đủ cho tôi viết một đoạn ngắn, không phải cá biệt về Sơn, mà từ thơ Sơn quay lại suy nghĩ về chính mình: làm thơ là làm gì, thơ là gì, là sự lựa chọn ngẫu hứng, hay định mệnh quái ác đã ném ta vào thế giới điên đảo vọng tưởng, quái tượng ma quái nhảy múa trên những đám côn trùng sâu bọ bê bết máu lăn lóc trong bóng tối âm thầm?

Từ buổi bình minh của nhân loại, thơ là những bản tình ca trong cuộc tình hôn phối chư thiên và nhân loại, từ những nhớ nhung trằn trọc bởi yểu điệu thục nữ, quân tử hảo cầu. Tôi cũng đã đọc thơ Sơn từ những buổi đầu như vậy. Nhưng rồi, cùng với những bước leo thang của chiến tranh tàn bạo; những ngôi sao trên bầu trời thanh bình bỗng chuyển mình thành những cụm hỏa châu, soi sáng hố hầm bom đạn dẫy đầy xác chết. Làm thơ, là làm gì? trong ánh hỏa châu, trong tiếng khóc của bà mẹ mất con, của người vợ mất chồng?

Thơ Sơn, Sao Trên Rừng, biến dạng thành những viên sỏi, những tảng đá vô tri vô cảm, để phạm thánh, để nguyền rủa cả một xã hội mà anh xem là cái chuồng khỉ. Anh xách cái chuồng khỉ ấy, trên những tờ giấy báo nhăn nhó, ném cho tôi mà không nói một lời. Và ra đi.

Anh chạy trốn chiến tranh, trong những hũ gạo, trong những vách tường hai lớp. Bị tống vào quân lao, bị đẩy ra chiến trường làm lao công tải đạn, có thể bị giết chết như một con chó lạc loài. Rồi với sự giúp đỡ của những người đồng cảm, những người hầu như chưa hề biết đến một câu thơ của anh, anh được ngụy trang trong chiếc áo thầy tu, trốn khỏi chiến trường chết chóc, và tiếp tục sống tạm bợ di chuyển từ chùa này sang chùa khác, để tránh những trận càn quét quân dịch.

Cho đến khi hòa bình được tuyên bố, anh lại lẩn trốn xã hội và vẫn tiếp tục nguyền rủa xã hội trong một thứ chủ nghĩa xã hội không có con người, nói như Trần Đức Thảo sau 20 năm im lặng. Cả gia đình anh sống bên ngoài xã hội như một bộ lạc tiền sử.

Tôi không thể nói gì về thơ Sơn, cũng không thể nói gì về bi kịch tồn sinh ấy. Bởi, đời sống thực của Sơn là những chuỗi nghịch lý của thương và ghét, yêu và hận.

Đọc thơ Sơn, như người điên mất trí nhớ ném từng viên sỏi vào hồ nước để nhìn những đợt sóng lăn tăn. Tôi thật vô cảm với những chữ thơ khô khan như sỏi đá vô tri, tự bộc lộ thơ thành đá, đá thành thơ, hay thơ là đá, đá là thơ. Sỏi đá vô tri thì chìm xuống đáy nước, và những gợn sóng nhấp nhô trên mặt nước gợi hứng cho cảm xúc lãng mạn một cách phù phiếm.

Tôi đã hẹn sẽ đến thăm Sơn trên đồi Phương Bối. Thế rồi, những đoạn đường thiên lý độc hành của tôi lần lượt biến dạng; cọp, beo, chồn, cáo, cũng lần lượt biến mất. Chúng biến đi đâu? Sơn, một con người của nghịch lý, của những mâu thuẫn thiên thần và ác quỷ, bỗng chốc nghiêm nghị như một triết gia bản thể luận, tuyên bố một chân lý vừa khám phá: chúng tất cả đang lần lượt đầu thai trong thế giới loài người.

Trong những cái mâu thuẫn ấy, tôi đang chôn chân trong cát bụi bốc theo dấu vết xe ngựa thị thành, vẫn mơ về đỉnh đèo Đà Lạt, ngắm nhìn những đợt phù vân tan hợp trên đỉnh Trường Sơn, giữa rừng khuya nằm đợi một ngôi sao lẻ loi, cô độc và một câu hỏi mập mờ:

Mai sau tắt lửa mặt trời,
Chuyện linh hồn với luân hồi có không?

Bây giờ, tai và mắt anh không bận đến nghe và nhìn cái xã hội, cùng với bạn bè, mà anh nguyền rủa, và cũng không còn những câu hỏi vớ vẩn đã từng đè nặng lên thảm kịch nhân sinh. Còn tôi thì vẫn lặng lẽ giữa những lớp khói bụi của văn minh, dồn dập bởi những đợt sóng nổi chìm, mơ hồ giữa hai bờ mộng thực, quanh quẩn trong thế giới mộng ảo, và vọng tưởng. Thỉnh thoảng, bắt gặp đâu đó giữa tập thơ, những bài thơ, đoạn thơ, cảm cái vô cảm:

Gò đống
Ngang qua
Ma

Một lũ
Đang ngồi cú rủ
Không thấy đứa nào hỏi
Trái đất
Mới hay cũ.

Phiếm du cùng Sơn Núi lên Đà Lạt trước khi tiễn Người trở về với tro bụi.
(Chân dung cùng tác phẩm của thi sĩ Nguyễn Đức Sơn do họa sĩ Dạ Thảo thực hiện)

THAY LỜI KẾT CHO TẬP "THƠ VÀ ĐÁ"

Văn Học Press xuất bản, 12/2019

Đào Nguyên Dạ Thảo

Trong khi ngồi đánh máy lại từng bài thơ trong nhật ký của Nguyễn Đức Sơn, nhìn lại ngày ghi 18/11/69 (trùng ngày Sinh của ông 18/11/1937 tròn 82 tuổi), và so lại ngày trên bản thảo chuẩn bị gửi cho nhà xuất bản in sách.

Tính cho đến ngày hôm nay, 18/11/2019 là đúng 50 năm. Hay nói cách khác là nửa thế kỷ đã trôi qua, những kỳ nhân như Nguyễn Đức Sơn của thế kỷ 20 còn sót lại qua đến thế kỷ 21 này còn có được bao nhiêu người?

Là thế hệ ở giữa các bậc tiền bối và thế hệ trẻ đi sau, tôi cảm thấy mình có nhiệm vụ ghi chép lại để lưu giữ và phổ biến những thi phẩm, văn chương quý giá của nhà thơ Nguyễn Đức Sơn để lại cho hậu thế. Mặc dầu quen biết vợ chồng ông từ năm 2000, mười chín năm rồi, nhưng mãi đến bây giờ mới thuận duyên để làm tập thơ Nguyễn Đức Sơn này. Đây chỉ mới là một phần trong nhật ký chưa từng công bố của ông đã được cất giữ hơn 50 năm qua.

Bẵng đi một thời gian hơn 10 năm không liên lạc, tình cờ tôi đọc một bản tin online: *"(27/07/2019) Nhà thơ Nguyễn Đức Sơn hiện vừa nhập viện với nghi vấn xuất huyết não, do lúc sức khỏe suy yếu, bị té. Tình trạng được coi là nguy hiểm. Gia đình đã chuyển từ bệnh viện ở Bảo Lộc qua Đà Lạt. Xin thông báo cho quý thân hữu văn nghệ gần xa được hay.*" Ngay lúc đang ở Đà Lạt, tôi vội vàng chạy đến bệnh viện vào thẳng phòng cấp cứu hồi sức thăm ông, nhìn thấy ông nằm mê man đang thở bằng bình dưỡng khí và có một đường khâu vết thương còn chỉ trên trán. Cầm tay ông, tôi cảm được cái bắt tay choàng vai thân mật mỗi khi ông gặp tôi thay cho câu hỏi thăm sức khỏe nhau.

Một tuần sau quay trở lại thăm ông, gặp Nguyễn Đức Yên, Phương Bối, và Tiểu Khê. Trên đường Yên tiễn tôi đi ra từ giường bệnh đến cổng bệnh viện, Yên đã nhắc đến tác phẩm Cái Chuồng Khỉ của Nguyễn Đức Sơn đã được tái bản ở Mỹ. Chỉ có thế thôi mà trên suốt chặng đường bay dài về đến Houston, trong đầu tôi cứ lảng vảng ý nghĩ làm sao đây để có thể in được tập thơ cho Sơn Núi, làm món quà cuối tặng ông khi ông còn có thể nghe và cầm được quyển sách của ông, là đứa con tinh thần mà ông đã ước nguyện làm từ 50 năm trước.

Chỉ bằng linh cảm tôi thấy mình có thể xuất bản và phát hành tập thơ Nguyễn Đức Sơn.

Sau khi trăn trở, suy nghĩ và xác định sẽ làm gì, và phải làm như thế nào, tôi gọi điện thoại về cho Nguyễn Đức Lão nói ý định, thì Lão cho biết khi cha còn mạnh khỏe, Nguyễn Đức Sơn đã viết di chúc và ủy quyền lại toàn bộ những tác phẩm bao gồm thơ văn và nhật ký, cũng như số tác phẩm được công bố hay chưa từng công bố cho con gái là Nguyễn Đức Phương Bối rồi. Tôi liền gọi ngay cho Phương Bối. Sau khi cùng bàn thảo và định hướng về hình thức nội dung sẽ in trong nhật ký của ông, qua hôm sau Phương

Bối gửi cho tôi lá thư viết tay.

Đọc xong những dòng thư này của Phương Bối, tôi muốn làm ngay tập thơ Nguyễn Đức Sơn như một món quà tặng ông khi còn có thể, để sau này mình không hối tiếc nói: "Phải chi hồi đó !"

Phương Bối cũng gửi cho tôi xem di chúc và giấy ủy quyền có người làm chứng, có chữ ký cũng như dấu tay của Nguyễn Đức Sơn. Thế là tôi và Phương Bối bắt tay làm việc ngay đúng vào ngày 11/09/2019.

Đầu tiên là Dạ Thảo nhận được ngay hơn 600 files ảnh, Phương Bối chụp từ nhật ký thơ của Nguyễn Đức Sơn bằng điện thoại gửi qua tin nhắn. Phải mất hơn 3 ngày tải hình xuống, phải chỉnh sửa lại vì cái lộn ngược cái lộn xuôi rồi mới đọc được. Thêm hơn 1 tuần ngồi đánh máy lại, mà Phương Bối dặn rất kỹ là cha không cho phép sửa bất kỳ một câu, một chữ nào, dầu là một dấu phẩy, dấu chấm, chữ viết hoa hay không viết hoa trong thơ của ông; mà chỉ được phép sửa lỗi chính tả thôi, cũng như bài nào đọc không rõ hay không phù hợp thì không in.

Nếu như bên nớ, mấy quyển nhật ký thơ của Sơn Núi, Phương Bối đóng lại thành một túi thơ thì bên ni Dạ Thảo đánh máy xong in ra cũng đựng đầy một cái hồ lô. Phải đọc thơ Sơn Núi như thế nào đây để cảm được tình tiết, thời gian, không gian mà phân loại, sắp xếp chia dàn bài có trình tự để in một tập thơ theo đúng tiêu chuẩn quy định. Đến đây xin thưa là lần đầu tiên Dạ Thảo in sách. Nên Dạ Thảo phải áp dụng phương pháp vẽ một bức tranh bằng thơ Nguyễn Đức Sơn.

Cứ tưởng tượng trước mặt là khung bố trống không vô hình hay là quyển sách chỉ có những trang giấy trắng.

Bố cục tổng thể của bức tranh được phác thảo bằng bút chì như thế nào thì tập thơ hiện ra dàn bài của từng chương như thế ấy. Chi tiết và sử dụng gam màu sao cho hài hòa phù hợp với nội dung thể hiện biểu cảm từng nhân vật trong tranh, chính là những chuỗi thơ, bài thơ, câu thơ, mẫu chữ, cỡ chữ, sẽ được dàn dựng sắp đặt ra sao lên trang giấy. Với tính cách khác người của Sơn Núi thì Dạ Thảo cũng có những ý tưởng thiết kế trình bày để không nằm trong những khuôn mẫu bình thường.

Vừa nhìn thoáng qua thủ bút những bài thơ của Nguyễn Đức Sơn, lối viết một câu hai ba chữ rồi xuống hàng, Dạ Thảo đã liên tưởng ngay đến thể loại thơ Haiku. Vậy là nảy ra ý dịch thơ của Nguyễn Đức Sơn sang tiếng Nhật. Chia sẻ ý tưởng và hội ý với giáo sư Bùi Chí Trung, hiện anh đang là trưởng Phân khoa Caohọc Giao Lưu Văn Hóa Quốc Tế tại trường Đại học Aichi Shukutoku thành phố Nagoya, Nhật Bản. Ngoài ra anh cũng thường xuyên tham gia những buổi đọc thơ của Câu lạc bộ thơ Quốc tế ở Nagoya.

Anh Bùi Chí Trung đã ở Nhật 50 năm (18/11/1969, cũng là ngày anh lên máy bay sang Nhật du học) nên thật tình anh cũng chưa được đọc thơ của Nguyễn Đức Sơn, nhưng sau khi đọc xong bản đánh máy mà Dạ Thảo gửi sang, anh đã nhận lời dịch ngay và còn nói: *"Nếu thơ của Nguyễn Đức Sơn được tự do phổ biến trong thời gian 50 năm qua thì ông đã đóng góp giá trị rất lớn cho nền thi ca văn học của Việt Nam. Nhưng ngược lại, với cách sống tự cô lập mình với xã hội, nên thơ của ông không bị ảnh hưởng vào trào lưu thế giới bên ngoài mà vẫn giữ được chất thơ nguyên thủy của Sơn Núi từ xưa đến giờ."*

Khi dịch thơ, để đưa qua gần giống thể loại Haiku là những vần thơ có 17 âm tiết nối kết. Anh Bùi Chí Trung đã cố tìm chữ áp theo 5 âm, 7 âm, rồi 5 âm để bài thơ khi đọc có âm điệu nghe quen thuộc với ngôn ngữ Nhật trong thơ Haiku, giống như vần thơ lục bát trong ca dao Việt Nam, mà vẫn giữ được hồn thơ của Sơn Núi toát ra. Có những câu chữ anh phải chuyển qua nghĩa chữ Hán rồi từ đó mới dịch sang tiếng Nhật, mà còn thêm phần phiên âm ra chữ Latin để người ngoại quốc có thể phát âm được tiếng Nhật.

Phần của Dạ Thảo chỉ có mỗi việc là cắt dán font chữ Nhật vào thôi, vậy mà vẫn có những sai sót, anh đã xem lại chỉnh sửa từng lỗi nhỏ, cũng như thay đổi những câu chữ để rõ và sát nghĩa hơn. Cám ơn giáo sư Bùi Chí Trung đã tham gia và giới thiệu thơ của Nguyễn Đức Sơn ra cho sinh viên Nhật và người thích Thơ ở Nhật.

Đã dịch sang được tiếng Nhật thì không có lý do gì mà không làm được thêm phiên bản tiếng Anh, khi xuất bản tập thơ Nguyễn Đức Sơn ở Mỹ. Người trong tầm ngắm của Dạ Thảo là Nguyễn Phước Nguyên. Sang Mỹ từ năm 1975 khi vừa 12 tuổi, anh là một trong những thành viên sáng lập và biên tập trang Văn Học Nghệ Thuật Liên Mạng vào những năm 1995, khi công nghệ thông tin ở Mỹ vừa bắt đầu có email phổ biến ra đại chúng. Khi dịch sang tiếng Anh, Nguyễn Phước Nguyên tâm nguyện: Dịch trọn ý, nhưng phải ngoạn mục trong ngôn ngữ thơ tiếng Anh, như bài thơ gốc tiếng Việt của Nguyễn Đức Sơn.

Trở lại phần dịch sang tiếng Anh của Nguyễn Phước Nguyên trong Chương II, mà Nguyễn Đức Sơn đã đặt tựa đề "Gái Con, Con Gái." Đây là một chuỗi thơ gồm 18 bài thơ. Mặc dầu 2 câu đầu của 18 bài thơ đều bắt đầu bằng 4 chữ "Gái Con, Con Gái", với những ngôn từ tiếp theo sau 4 chữ đó, ông diễn đạt những thay đổi chuyển tiếp của người con gái qua từng thời kỳ trưởng thành - từ một Con Gái thơ ngây, đến Con Gái tuổi dậy thì sang Con Gái tuổi biết yêu, rồi Con Gái đi lấy chồng, và cuối cùng Con Gái làm vợ làm mẹ.

Nguyễn Phước Nguyên đã dùng những cụm từ như Girl Puerile, đến Girl Pubescent, sang Blossomed Maiden, rồi Young Woman và cuối cùng là Young Wife thật chính xác, và toát ý, để thể hiện trọn vẹn ý thơ "Gái Con, Con Gái" mà Nguyễn Đức Sơn đã cẩn mật diễn đạt trong chuỗi thơ này.

Đó cũng là điều mà Dạ Thảo tâm đắc nhất trong cách dùng chữ tiếng Anh của Nguyễn Phước Nguyên khi chuyển ngữ. Viết sao cho người nước ngoài đọc hiểu và thấm được thơ của Nguyễn Đức Sơn theo văn hóa và ngôn ngữ của họ, mà vẫn giữ được ý nghĩa và cốt cách riêng của thơ Nguyễn Đức Sơn. Cám ơn lòng ái mộ Nguyễn Đức Sơn và sự nhiệt tình hết mình của Nguyễn Phước Nguyên cho tập thơ nầy.

Để có được một bản thảo thiết kế hoàn chỉnh đúng tiêu chuẩn của nhà sách Barnes & Noble mặc định, Dạ Thảo xin cám ơn anh Trịnh Y Thư đã tận tình giải thích chỉ dẫn từng bước một. Anh không ngại trả lời điện thoại, email, tin nhắn hay bất kỳ câu hỏi hay thắc mắc gì vào bất cứ lúc nào. Anh Trịnh Y Thư là một nhà thơ, nhà văn, nhà dịch thuật. Dạ Thảo vừa mới được anh gửi tặng quyển thơ Phế Tích Của Ảo Ảnh và tạp bút Chỉ Là Đồ Chơi. Ôi! sao mà đồ chơi của Trịnh Y Thư thật hấp dẫn quá đi. Văn Thơ Nhạc Họa, cái gì Dạ Thảo cũng muốn chơi hết vậy nè, chỉ tội là không đủ sức để chơi thôi. Trong cuộc chơi này, anh nhận phần trách nhiệm quan trọng của nhà xuất bản Văn Học Press là xuất bản và phối hợp với nhà sách Barnes & Noble về việc in ấn phát hành tập thơ Nguyễn Đức Sơn.

Sơn Núi có hai thứ bất di bất dịch trên người ông là cái nón bê-rê (mũ nồi) màu đen; và cái túi vải màu xám, đáy hình tròn, có hai sợi dây dù thắt lại mà cũng có thể dùng sợi dây quảy túi lên vai. Khi rút dây túi lại, miệng túi xòe ra, đặt dưới đất nhìn trông rất giống cái hồ lô đựng rượu của mấy đạo sỹ ngày xưa. Nên Dạ Thảo đặt tên cho cái túi đựng thơ của Sơn Núi là cái hồ lô thơ, hay là cái bị cái bang. Vì bất kỳ lúc nào trong túi đó, ông cũng có thể rút ra một xấp giấy chi chít thơ, hay bản nháp, hay bản copy thơ, tạp chí. Chưa kể nào là áo quần, võng, đồ ăn, v. v... giống như là cái tủ di động.

Nếu có gặp Sơn Núi bất cứ lúc nào, ở đâu, cũng như xem lại ảnh chụp của ông từ hồi còn rất trẻ, đến ngay cả những bức ký họa vài nét, hay trong tranh sơn dầu của họa sỹ Đinh Cường; Thì một trong hai vật bất ly thân này đã luôn luôn có mặt cùng với ông suốt mấy chục năm qua. Đối với Dạ Thảo có thể nói hai hiện vật này chính là biểu tượng độc đáo nhất mỗi khi nhắc đến nhà thơ Sơn Núi, Sao Trên Rừng, hoặc Nguyễn Đức Sơn.

Qua điện thoại, vợ của Nguyễn Đức Sơn, chị Phượng nói chậm rãi: "Mình rất vui khi nghe tin cô Dạ Thảo đang chuẩn bị in tập thơ cho Sơn Núi, ổng mà biết được là mừng lắm đó, khi nào cô về Việt Nam thì lên chơi nhe." Rồi Phương Bối đưa điện thoại qua cho Sơn Núi, *"Cha ơi! cô Dạ Thảo gọi về nói chuyện với cha nè."* Bên kia đầu dây Sơn Núi Ừmm... thật lớn.

Phương Bối hỏi tiếp: *"Cha ơi! cha còn nhớ cô Dạ Thảo không?"* Sơn Núi lại Ừmm... thêm một lần nữa.

Cám ơn những lời nói động viên chân tình và sự hỗ trợ của chị Phượng, Yên, Lão, Phương Bối, và Tiểu Khê để có thể nhanh chóng thực hiện tập thơ Nguyễn Đức Sơn.

Chỉ một tiếng Ừmm... của Sơn Núi trên điện thoại lại chính là động lực là sự tiếp trợ cho Dạ Thảo làm việc không quản ngại bất kỳ khó khăn nào. Mặc dầu phải chạy đua với thời gian, với sức khỏe cạn kiệt từng ngày của Sơn Núi, cũng như công việc và múi giờ trái ngược nhau nhưng cứ nhớ lại lời thách thức của Sơn Núi ngày nào với Dạ Thảo 17 năm về trước. Lúc đó đang ở studio của họa sỹ Hồ Hữu Thủ, Sơn Núi chạy đến bằng chiếc xe mà thầy Tuệ Sỹ đặt cho cái tên là chiếc xe thổ mộ thời tiền sử. Khi biết được Sơn Núi lái nó từ đồi Phương Bối, Bảo Lộc xuống tới Sài Gòn thì Dạ Thảo không thể tin nổi. Đang trố mắt nhìn thì bị Sơn Núi thách *"dám ngồi lên cho Sơn Núi chở đi không?" Dạ Thảo nói "dám chớ sao không"* vừa mới leo lên ngồi, chân chưa kịp mang dép thì Sơn Núi rồ ga chạy một cái vèo ra cổng đi một vòng khu chợ Đa-Kao.

Vui gì đâu! Cũng chiếc xe này Sơn Núi đã chở Phương Bối và Tiểu Khê, thêm cái bị cái bang lên Đà Lạt dự triển lãm của Dạ Thảo ở hotel Palace năm 2003.

Cám ơn Phương Bối đã tìm được trong cái hồ lô thơ của Sơn Núi bài thơ viết cho Dạ Thảo. Còn nhớ ngày hôm đó, viết xong Sơn Núi đưa cho đọc, vừa đọc xong thì Sơn Núi đòi lại cho bằng được còn mắng Dạ Thảo là đồ gà vịt giun dế làm gì có trình độ đọc được thơ Nguyễn Đức Sơn. Tuy miệng thì chửi nhưng vẫn đi tìm giấy làm thơ cho tiếp mà vừa kể: *"Có lần ở trên núi giữa cánh rừng cháy khô, ý thơ ra mà không có giấy để viết xuống. Sơn Núi bẻ cây viết thơ xuống đất, rồi chạy xuống núi tìm được giấy viết trở lên thì, Hỡi ôi! Gió đã xóa hết chữ rồi. Sơn Núi chỉ còn biết đứng khóc."*

Theo lời Phương Bối kể lại, có lần thầy Tuệ Sỹ lên đồi Phương Bối thăm Sơn Núi. Ông hào hứng đưa thầy ra chỉ lên đồi thông và nói: *"Sơn Núi sẽ làm nơi này thành một bãi thơ đá chỉ để khắc thơ mà Đông Tây Kim Cổ chưa ai làm.*" Thầy Tuệ Sỹ cười cười nói: *"Ông cứ làm đi. Khi nào làm nhớ cho tôi gửi vài bài thơ vào đó."*

Ý tưởng của Sơn Núi khắc Thơ trên Đá chưa thực hiện được nhưng hôm nay Sơn Núi hân hạnh được thầy Tuệ Sỹ viết lời bạt cho Thơ và Đá trong tập thơ Nguyễn Đức Sơn với tâm tư, tình cảm thâm tình giữa thầy và Sơn Núi đã trải suốt 50 năm qua bao biến cố thăng trầm. Tập thơ cũng đã được dịch sang tiếng Anh và tiếng Nhật để giới thiệu đến độc giả phương Đông và cả phương Tây mà sẽ còn được bày trên kệ trong các tiệm sách Barnes & Noble ở Mỹ nữa. Giấc mơ của Sơn Núi đã trở thành hiện thực rồi. Sơn Núi ráng chờ nhé!

Xin dành lời cám ơn trang trọng nhất đến thầy Tuệ Sỹ, thầy đã viết với một tâm thức sâu lắng, qua ngôn ngữ thầy dẫn dắt người đọc như cùng đi với Nguyễn Đức Sơn xuyên suốt cõi thơ, cõi đời, và luôn cả một kiếp người.

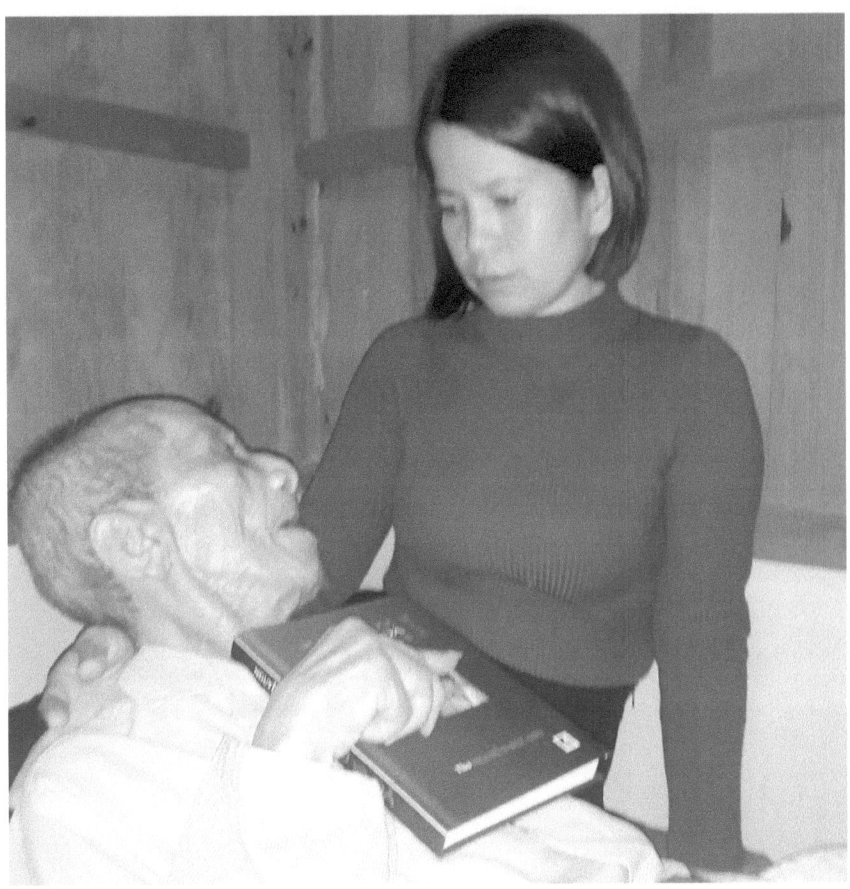

Ngàn sau người có thương ta / Từ lâu xuống mộ làm ma mất rồi / Đường xa thôi miễn bồi hồi / Mả hoang nhảy đại lại lên ngồi đi cha. ~ NDS

Sách đã về đến tay tác giả. Thật nhiều cảm xúc. Từ rất lâu cha im lặng trong thế giới của mình. Hôm nay cho cha cầm Thơ và Đá trên tay hai chị em hỏi:

"Cha có nhớ cô Dạ Thảo không?"

Cha nói: "NHỚ"

Vui quá hai chị em nói tiếp: "Cô Dạ Thảo và mọi người đã làm xong tập thơ cho cha rồi đó."

"Ông lắp bắp muốn nói điều gì đó, nhưng không thể. Có lẽ như vậy cũng đủ rồi. Con xin chân thành cảm ơn tất cả."

NGỌN NÚI
NGẤT NGƯỠNG TRÊN ĐỒI

Trung Dũng kqđ

Năm ngoái, có việc trên đồi Phương Bối, gặp Vân (con trai thi sỹ Nguyễn Đức Sơn), mình nhờ:

"Thày dẫn tôi xuống thăm cha thày nhé!"

Vân bảo:

"Khỏi đi, ổng không khoẻ".

"Thày nghĩ cha mình là người thế nào?"

Vân bảo:

"Bình thường! Thày đọc cho anh nghe thơ thày nhé! Bài này báo X, Y... vừa xin đăng... "

Ngồi nghe mấy bài thơ của Vân xong, mình vừa nhổm dậy vừa nói:

"Cha thày là một kỳ nhân, là bậc vĩ đại, dị thường hiếm hoi còn sót lại của nước Việt sa sút này!"

Chia tay Vân gấp gáp, khi ngang Phương Bối, mình chắp tay bái vọng vào phía sau rừng thông, nơi mà mình nghĩ ở đó chắc chắn có một ngọn núi đang ngất ngưỡng trên đồi.

Hôm nay nghe ông mất.

Hôm nay mình có đi ngang đó nhưng đắn đo mãi và quyết định không vào thắp hương.

Khi đến cầu Đại Lào, mình cho xe chạy thật chậm và cúi đầu tiễn biệt tiền bối. Vậy thôi!

Những năm tháng này cứ lần lượt vĩnh biệt dần những bậc tài hoa của đất nước!

Không buồn, không vui nhưng vô cùng ngưỡng mộ, kính trọng và biết ơn!

Thành kính phân ưu với người thân và gia đình ông! Ông Sơn Núi dị kỳ!

Kính tiễn
thi sĩ
Nguyễn Đức Sơn
Đtc. 7pm.
10.6.2020

TƯỞNG NIỆM NGƯỜI VỀ NÚI

Tâm Thường Định

"Tuổi vàng suối mộng trời thơ
*Lớn lên tôi chết trên bờ hư không"**

1.
Khi đến sông vẫn chảy
Khi ở núi vươn xanh
Ra đi sông núi thẳm
Cuộc đời bụi sắc không.

2.
Trần gian bao nghiêng ngửa
Thơ cuồng / tục như Ông
Cao nguyên mảnh đất chờ trông
Vui cùng lãng tử cõi không u sầu.

3.
"Đất trời đến thuở rụng râu
Có tao hậm hực ngồi khâu cuộc đời" *
Bao phen trồng cấy giống tươi
Rừng Phương Bối thẳm công lao của người.

---

* Thơ Nguyễn Đức Sơn

4.
Khóc cười giữa chốn mù khơi
Bầy con ở lại chơi vơi phận mình
Đến đi một cõi tinh anh
Xa lìa quán tạm long lanh bụi vàng.

5.
Ông đi hết cõi lang thang
Mới hay đống phẩn cũng là liên hoa.

6.
Thôi thì, nắng hạ mưa nhanh
Thôi thì thôi nhé thôi thì thế thôi.
Không thì thôi, có thì thôi
Không thôi cũng có, có rồi cũng không.

7.
Đời là mộng
Hãy thương nhau
Nếu còn đau
Xin thương tiếp.

8.
Tháng sáu trời mưa
Trần gian mộng mị
Ướt vai, Phật cười.

Thầy Tuệ Sỹ và nhà thơ Nguyễn Đức Sơn
(Ảnh: Hương Tích)

Bạt...

(thay Lời Cuối Cảm Niệm)

Có một sự chuyển động nhẹ tợ lông hồng tưởng chừng mơ hồ nhưng khốc liệt. Từ *Núi*, [1] đến *Thơ và Đá*[2]...

Tôi đóng lại phần biên tập, trình bày cho sách tưởng niệm một biểu tượng Văn-Nhân hay là Nhân-Văn? Mà giữa thời nay tôi không còn biết nữa!

Chợt nhớ ngày thơ mỗi thời công phu tối, Ngoại tập cho anh em tôi làm duy na duyệt chúng hai bên. Rồi từ ngày đó cho đến bây giờ, mỗi lúc nghe chuông mõ ở chùa, là nghe như có sự chuyển động của một quả núi.

'Một đoạn đường thôi nhưng núi cao'

(Tống biệt hành – Tuệ Sỹ. Nha Trang 1977)

Rồi những quả núi cho đến một lúc sẽ sụp đổ, mất hẳn đi, khi đã trèo hết đỉnh cô liêu.

Tuyển tập *"Văn Minh Gởi Cát Bụi Về Mai Sau"* ra đời là cách cảm niệm thi sĩ Nguyễn Đức Sơn, hay chiêu niệm một điều gì mơ hồ nhưng ám ảnh thường trực! Và cũng còn tùy thuộc người đón nhận.

Xin thâm tạ mọi tấm lòng lượng cả bao dung, nâng đỡ, hỗ trợ nên văn tập bé mọn này.

Uyên Nguyên

---

[1]*Sơn Núi*, Tuệ Sỹ.

[2]*Thay Lời Tựa "Thơ và Đá"*, Tuệ Sỹ. Văn Học Press xuất bản, 12/2019

Nhà thơ Nguyễn Đức Sơn, những ngày ở Chùa
(Ảnh tư liệu của Phanxi Pang)

www.ingramcontent.com/pod-product-compliance
Ingram Content Group UK Ltd.
Pitfield, Milton Keynes, MK11 3LW, UK
UKHW041633190726
13854UKWH00006B/2478

9 798657 737998